പതനം

pathanam
novel

•

albert camus

•

chintha first edition
december 2010

•

typesetting
signature computer centre, palayam

•

published
chintha publishers, thiruvananthapuram

•

printed
repro india ltd, mumbai

•

cover
alice cheevel

•

വിതരണം

ദേശാഭിമാനി ബുക്ക് ഹൗസ്

H O തിരുവനന്തപുരം-695 001

ബ്രാഞ്ചുകൾ

ഓവർബ്രിഡ്ജ് തിരുവനന്തപുരം • കെ എസ് ആർ ടി സി ബസ് സ്റ്റേഷൻ ആല
പ്പുഴ • കെ എസ് ആർ ടി സി ബസ് സ്റ്റേഷൻ എറണാകുളം • കലൂർ കൊച്ചി •
ഐ എ ജി റോഡ് കോഴിക്കോട് • മാവൂർ റോഡ് കോഴിക്കോട് • എൻ ജി ഒ യൂണിയൻ
ബിൽഡിങ് കണ്ണൂർ • സെൻട്രൽ ബസ് ടെർമിനൽ കോംപ്ലക്സ് താവക്കര
കണ്ണൂർ • മച്ചിങ്ങൽ ലെയ്ൻ തൃശൂർ

CO - 1355 / 2310

പതനം

അല്‍ബേര്‍ കമ്യൂ

പരിഭാഷ
പി എന്‍ വേണുഗോപാല്‍

ചിന്ത പബ്ലിഷേഴ്സ്
തിരുവനന്തപുരം-695 001

അൽബേർ കമ്യൂ (1913–1960)

അൾജീരിയയിലെ തൊഴിലാളി കുടുംബത്തിൽ ജനിച്ചു.

അൾജീരിയൻ സർവകലാശാലയിലെ പഠനത്തിനായി അവിടെ ഓട്ടോ മൊബൈൽ കമ്പനിയിലും കപ്പൽ കമ്പനി യിലുമായി വിവിധ ജോലികൾ ചെയ്തു. പിന്നീട് പത്രപ്ര വർത്തകനായി. 1935 മുതൽ മൂന്നുവർഷക്കാലം മൾറോ ക്സ്, ആന്ദേഗൈഡ്, ദസ്തയേവ്സ്കി തുടങ്ങിയവരുടെ കൃതികളെ അടിസ്ഥാനപ്പെടുത്തി നടത്തപ്പെടുന്ന തെ തിയേറ്റർ കമ്പനി നടത്തിയിരുന്നു. രണ്ടാം ലോക മഹായു ദ്ധകാലത്ത് *പോരാട്ടം (combat)* എന്ന പേരിൽ ഒരു രഹ സ്യ പ്രസിദ്ധീകരണം നടത്തി.

1957 ൽ നോബൽ സമ്മാനം ലഭിച്ചു. പ്ലേഗ്, കലിഗുല ദി റിബൽ തുടങ്ങിയവയാണ് പ്രധാനകൃതികൾ. പാരീസിൽ വച്ച് ഒരു കാറപകടത്തിൽ മരിച്ചു.

പി എൻ വേണുഗോപാൽ

പി എൻ വേണുഗോപാൽ 1954 ഏപ്രിലിൽ ആലപ്പുഴയിൽ ജനനം. അച്ഛൻ നാരായണപിള്ള. അമ്മ പൊന്നമ്മ.

തിരുവനന്തപുരം ഇൻസ്റ്റിറ്റ്യൂട്ട് ഓഫ് ഇംഗ്ലീഷിൽനിന്ന് എം എ ബിരുദം. സിൻഡിക്കേറ്റ് ബാങ്കിൽനിന്നും സീനിയർ മാനേജരായി റിട്ടയർ ചെയ്തു.

ഭാര്യ	:	ശ്രീദേവി,
മകൾ	:	സവിത
വിലാസം	:	വസുധ, വികാസ് നഗർ,
		കൊച്ചി – 682 020

ആത്യന്തികമായി പരിശോധിക്കുമ്പോൾ
ജീവിതത്തിന് മഹനീയമായ അർഥമൊന്നുമില്ല.
തോൽവിക്കും വിജയത്തിനുമിടയിൽ ഉയരുന്ന നിരർഥകമായ
ഒച്ചകൾപോലെ മനുഷ്യന്റെ സാരാംശം
മാറിപ്പോയിരിക്കുന്നു.

അൽബേർ കമ്യൂ

ഒന്ന്

ഇടയ്ക്കു കയറുകയാണെന്നു ധരിക്കരുതേ മൊസ്യൂ, എങ്കിലും ഞാൻ സഹായിക്കട്ടെ? അല്ലെങ്കിൽ നിങ്ങൾ പറയുന്നതൊന്നും ഈ ഹോട്ടലിന്റെ ഉടമസ്ഥനു മനസിലാവില്ല. അയാൾക്ക് ഡച്ച് മാത്രമേ സംസാരിക്കാനറിയൂ. നിങ്ങളുടെ കേസ് വാദിക്കാൻ എന്നെ ഏർപ്പെടു ത്തുന്നതാവും ഭേദം. അല്ലാതെ, നിങ്ങൾക്ക് ജിന്നാണ് വേണ്ടതെന്ന് അയാൾ ഊഹിച്ചെടുക്കുകയില്ല. ഹൈ, അയാൾക്കു കാര്യം മനസിലാ യെന്നു തോന്നുന്നു. ആ തലകുലുക്കുന്ന മട്ടു കണ്ടിട്ട് അങ്ങനെയാണു തോന്നുന്നത്. നിങ്ങൾക്ക് ഭാഗ്യമുണ്ട്. അയാൾ മുരണ്ടില്ലല്ലോ. ഇവിടെ വരുന്നവർക്ക് മദ്യം വിളമ്പാൻ അയാൾക്കു താൽപ്പര്യമില്ലെങ്കിൽ അയാൾ ഒന്നും മിണ്ടില്ല. വെറുതേ മുരളുകയേ ഉള്ളൂ. ആരും നിർബന്ധിക്കുക യുമില്ല. സ്വന്തം തോന്നലുകളനുസരിച്ചു മാത്രം പ്രവർത്തിക്കുക വലിയ മൃഗങ്ങളുടെ അവകാശമാണ്. ശരി, ഇനി രംഗത്തുനിന്നു നിഷ്ക്രമിക്കട്ടെ മൊസ്യൂ. നിങ്ങളെ സഹായിക്കാൻ കഴിഞ്ഞതിൽ സന്തോഷമുണ്ട്. അല്ല! ഞാനൊരു ശല്യമാവില്ലെങ്കിൽ നിങ്ങൾക്കൊപ്പം ഇരിക്കാം. നന്ദി. നിങ്ങൾ ദയാലുവാണ്. എന്റെ ഗ്ലാസ്സ് ഇങ്ങോട്ടു എടുത്തുകൊണ്ടുവരാം.

നിങ്ങൾ പറയുന്നതു വളരെ കൃത്യമാണ്. അയാളുടെ മൂകത ചെവി ടടപ്പിക്കുന്നതാണ്. ആദിമവനങ്ങളുടെ ഭീതിദമായ നിശ്ശബ്ദതയാണത്. ഭീഷണികളുടെ ഭാരം പേറുന്നു അത്. സംസ്കാരസമ്പന്നമായ ഭാഷ കളെ അപമാനിക്കാനുള്ള അയാളുടെ പ്രവണത എന്നെ അത്ഭുതപ്പെടു ത്താറുണ്ട്. പല ദേശങ്ങളിൽനിന്നുള്ള നാവികരെ ഈ ബാറിൽ സൽക്ക രിക്കുക എന്നതാണല്ലോ അയാളുടെ തൊഴിൽ. ആംസ്റ്റർഡാമിലായിട്ടും ഈ ബാറിന് 'മെക്സിക്കോ സിറ്റി' എന്ന് അയാൾ നാമകരണം ചെയ്ത തെന്തുകൊണ്ടാണെന്ന് ആർക്കുമറിയില്ല. ഇങ്ങനെയൊരു തൊഴിലിൽ ഏർപ്പെട്ട ആളിന്റെ ഭാഷാപരിജ്ഞാനമില്ലായ്മ അയാളെ അലോസരപ്പെ

ടുത്തുന്നുണ്ടായിരിക്കുമെന്നു നിങ്ങൾക്കു തോന്നാതിരിക്കില്ല. ബാബേൽ ഗോപുരത്തിൽ അകപ്പെട്ട ഒരുവന്റെ അവസ്ഥയെന്നാലോചിച്ചു നോക്കൂ. എന്നാൽ, ങ്ദേഹേ– ഇയാൾക്ക് അങ്ങനെയുള്ള പ്രശ്നങ്ങളൊന്നുമില്ല. അയാളെ ഒന്നും സ്പർശിക്കാറില്ല. അയാൾക്ക് അയാളുടേതായ രീതിക ളുണ്ട്. അപൂർവമായേ അയാളുടെ നാവിൽനിന്ന് വാക്കുകൾ ഉതിരാറുള്ളൂ. അങ്ങനെയൊരു അപൂർവവാചകം ഞാൻ കേട്ടതെന്തെന്നോ– 'വേണ മെങ്കിൽ മതി, ഇല്ലെങ്കിൽ നിങ്ങൾക്കു പോകാം.' അല്ല! വേണമെങ്കിൽ സ്വീകരിക്കാനും വേണ്ടെങ്കിൽ കളഞ്ഞിട്ടുപോകാനും ഇവിടെയെന്താ ഉള്ളത്? ഈ ചങ്ങാതിയല്ലാതെ. പക്ഷേ ഞാൻ കുമ്പസാരിക്കട്ടെ, ഇങ്ങ നെയുള്ള അപൂർവജീവികൾ എന്നെ ആകർഷിക്കുന്നു. തൊഴിലിന്റെ ഭാഗ മായോ, വെറും താൽപ്പര്യംകൊണ്ടോ മനുഷ്യവർഗത്തെപ്പറ്റി മനനം ചെയ്തിട്ടുള്ള ആർക്കും ആദിമമനുഷ്യനോടു ഗൃഹാതുരത്വം തോന്നും. ഏറ്റവും കുറഞ്ഞത് അവർക്ക് ഗൂഢോദ്ദേശ്യങ്ങളെങ്കിലും ഇല്ലായിരു ന്നല്ലോ.

എന്നാൽ സത്യം പറയട്ടെ, നമ്മുടെ ആതിഥേയന് ഉള്ളിന്റെയുള്ളിൽ എന്തൊക്കെയോ ഗൂഢോദ്ദേശ്യങ്ങളുണ്ട്. തന്റെ ചുറ്റും മുഴങ്ങുന്ന വിവിധ ഭാഷകൾ മനസിലാവാത്തതുകൊണ്ട് ഒരുതരം വിശ്വാസരാഹിത്യം അയാ ളുടെ സ്വഭാവത്തിന്റെ ഭാഗമായിരിക്കുന്നു. ആ കാണുന്ന തൊട്ടാവാടി ഗൗരവം അതുമൂലമാണ്. മനുഷ്യരുടെ ഇടയിൽ എന്തൊക്കെയോ കുഴ പ്പങ്ങൾ നിലനിൽക്കുന്നുണ്ടെന്ന് അയാൾ സംശയിക്കുന്നു. ആ മനോ ഭാവം മൂലം ബാറിലെ കച്ചവടത്തെപ്പറ്റിയല്ലാതെ മറ്റൊന്നും അയാളോടു സംസാരിക്കാൻ കഴിയില്ല. ഉദാഹരണത്തിന്, അയാളുടെ തലയ്ക്കു പുറ കിലുള്ള ഭിത്തിയിൽ ദീർഘചതുരത്തിലുള്ള ഒരു പാട് കാണുന്നില്ലേ? അവിടെ ഒരു ചിത്രമുണ്ടായിരുന്നു. സത്യമായും അവിടെ ഒരു ചിത്രമു ണ്ടായിരുന്നു. ഒരു നല്ല ചിത്രം–ശരിക്കും ഒരു മാസ്റ്റർപീസ്. ആ ചിത്രമ വിടെ വെക്കുമ്പോഴും അതവിടെനിന്ന് എടുത്തുമാറ്റുമ്പോഴും ഞാൻ ഇവി ടെയുണ്ടായിരുന്നു. ഈ രണ്ടു കൃത്യങ്ങളും ആഴ്ചകളോളം നീണ്ടുനിന്ന ആലോചനയ്ക്കുശേഷമാണ് അയാൾ ചെയ്തത്– സ്വത:സിദ്ധമായ സംശ യബുദ്ധിയോടെ പ്രകൃത്യായുള്ള അയാളുടെ സ്വഭാവലാളിത്യത്തെ അത്ര ത്തോളമെങ്കിലും, സമൂഹം ദുഷിപ്പിച്ചിരിക്കുന്നുവെന്ന് സമ്മതിച്ചേ പറ്റൂ.

പക്ഷേ, നോക്കൂ. ഞാൻ അയാളെപ്പറ്റി വിധിപറയുകയൊന്നുമല്ല. അയാളുടെ അവിശ്വാസവും സംശയവും ന്യായമാണെന്നുതന്നെയാണ് എന്റെ തോന്നൽ. ആശയസംവാദത്തിനുള്ള എന്റെ അഭിനിവേശം നിങ്ങൾ കാണുന്നുണ്ടല്ലോ. ആ വൈരുദ്ധ്യമില്ലായിരുന്നെങ്കിൽ ഞാനും അയാളുടെ ഒപ്പം ചേർന്നേനെ. എന്നാൽ കഷ്ടം, ഞാൻ ധാരാളം സംസാ രിക്കുന്നു. വേഗംതന്നെ ചങ്ങാത്തമുണ്ടാക്കുന്നു. വേണ്ടത്ര അകലം പുലർത്താൻ എനിക്കറിയാഞ്ഞിട്ടല്ല. എന്നാലും കിട്ടുന്ന ഓരോ അവസ രവും ഞാൻ ചാടിപ്പിടിക്കുന്നു. ഞാൻ ഫ്രാൻസിൽ താമസിച്ചിരുന്ന കാലത്ത്, ബുദ്ധിമാനായ ഒരാളെ കണ്ടാൽ എങ്ങനെയും അയാളുടെ സുഹൃത്താവാൻ ശ്രമിച്ചിരുന്നു. അതൊരു വിഡ്ഢിത്തമാണെങ്കിൽ.... ഓ,

താങ്കൾ പുഞ്ചിരിക്കുന്നതു ഞാൻ കാണുന്നു. സൗഹൃദം സ്ഥാപിക്കലെന്ന എന്റെ ബലഹീനതയും ചതുരമായ സംഭാഷണത്തോടുള്ള ആകർഷ ണവും ഞാൻ ഏറ്റുപറയുന്നു. ഞാൻ സ്വയംവിമർശനത്തിനു വിഷയമാ കുന്ന ഒരു ദൗർബല്യമാണത്. സിൽക്ക് അടിവസ്ത്രങ്ങളും കാലുറകളും ധരിക്കുന്നതിനോടു ഭ്രമമുണ്ടെന്നുവച്ച് ഒരാൾക്ക് വരട്ടുചൊറി ഉണ്ടാവ ണമെന്നില്ലെന്ന് എനിക്കു ബോധ്യമുണ്ട്. എന്നാലും 'സ്റ്റൈൽ' സിൽക്കു പോലെതന്നെ വരട്ടുചൊറിയേയും പൊതിയുന്നു. എന്റെ ആശ്വാസമെ ന്തെന്നാൽ, ഞാൻ എന്നോടുതന്നെ പറയും, ഭാഷയെ കൊല്ലുന്നവരെല്ലാം പരിശുദ്ധന്മാരല്ലല്ലോ. എന്തേ, ഓ, ആവാമല്ലോ–ഓരോ ജിന്നുകൂടി ആവാം.

നിങ്ങൾ ആംസ്റ്റർഡാമിൽ ഏറെ ദിവസങ്ങൾ തങ്ങുന്നുണ്ടോ? ഒരു സുന്ദരമായ നഗരം അല്ലേ? ആകർഷകം? വളരെക്കാലമായി ഞാൻ കേൾക്കാത്ത ഒരു വിശേഷണപദമുണ്ട്. വർഷങ്ങൾക്കുമുമ്പ്, കൃത്യമായി പറഞ്ഞാൽ ഞാൻ പാരീസ് വിട്ടതിനുശേഷം ആരും ആ പദം ഉപയോ ഗിച്ചു കേട്ടിട്ടേയില്ല. എന്നാൽ, ഹൃദയത്തിന് അതിന്റേതായ ഓർമശക്തി യുണ്ടല്ലോ– ഞാൻ നമ്മുടെ സുന്ദരമായ തലസ്ഥാനത്തെയും അവിടെ യുള്ള കപ്പൽത്തുറകളെയും മറന്നിട്ടില്ല. പാരീസ് തനി 'ട്രോംപ്ലേ' ആണ്. വിഭ്രാത്മകമായ ഒരു പെയിന്റിങ്ങാണ്. നാൽപ്പതു ലക്ഷം നിഴൽച്ചിത്ര ങ്ങളുടെ ഒരു ഗംഭീരകോലം. കഴിഞ്ഞ സെൻസസ് അനുസരിച്ച് അമ്പ തുലക്ഷമുണ്ടെന്നോ? അവർ പെറ്റുപെരുകുകയാണല്ലോ– അതിലെനിക്ക് അത്ഭുതമില്ല– നമ്മുടെ സഹപൗരന്മാർക്ക് രണ്ടേ രണ്ട് ആവേശങ്ങളേ യുള്ളൂ എന്ന് എനിക്ക് എന്നും തോന്നിയിട്ടുണ്ട്.

ആശയങ്ങളും സഹശയനങ്ങളും.

രണ്ടിനും പ്രത്യേകിച്ച് കാരണങ്ങളോ, അവസരങ്ങളോ വേണ്ടഅ വർക്ക്. എന്നാലും അവരെ കുറ്റപ്പെടുത്താതിരിക്കാൻ ശ്രദ്ധിക്കാം നമു ക്ക്. അവർ മാത്രമല്ല, അങ്ങനെ യൂറോപ്പ് മൊത്തം ആ വള്ളത്തിൽ ത ന്നെയാണ്. ഭാവി ചരിത്രകാരന്മാർ നമ്മെപ്പറ്റി എന്തൊക്കെയാവും പറ യുക എന്ന് ഞാൻ ചിലപ്പോഴൊക്കെ ആലോചിക്കാറുണ്ട്. ആധുനിക മനുഷ്യനെപ്പറ്റി പറയാൻ ഒരേ വാചകം മതി– അവൻ ഭോഗിച്ചു, പത്രം വായിച്ചു. ആ ശക്തമായ നിർവചനത്തോടെ ആ വിഷയം അവിടെ തളർന്ന് അവസാനിക്കുന്നു.

ഏയ്, ഡച്ചുകാർ അങ്ങനെയല്ല.

അവർ അത്രയ്ക്ക് ആധുനികരായിട്ടില്ല. അവരെ ഒന്നു നിരീ ക്ഷിച്ചുനോക്കൂ. അവർക്കിന്നും സമയമുണ്ട്. അവർ എന്താണു ചെയ്യു ന്നത്? പറയാം. ഈ ഭാഗത്തുള്ള മാന്യന്മാർ ആ ഭാഗത്തുള്ള സ്ത്രീക ളുടെ പ്രയത്നഫലംകൊണ്ടു ജീവിക്കുന്നു. പോരെങ്കിൽ, അവരെല്ലാം– പുരുഷന്മാരും സ്ത്രീകളും–മധ്യവർഗത്തിൽപ്പെട്ടവരും, കേട്ടുകേൾവി യുടെ ബലത്തിലും വെറും വിഡ്ഢിത്തം മൂലവും ഇവിടെ എത്തപ്പെട്ടവ രാണ്. മറ്റൊരു രീതിയിൽ പറഞ്ഞാൽ, ഒന്നുകിൽ ഭാവന കൂടിപ്പോയിട്ട്, അല്ലെങ്കിൽ ഭാവന തീരെ കുറഞ്ഞുപോയതുകൊണ്ട് വല്ലപ്പോഴുമൊക്കെ

ഈ പുരുഷന്മാർ അൽപ്പസ്വൽപ്പം കത്തിപ്രയോഗത്തിലും കൈത്തോക്കു കളികളിലും വ്യാപൃതരാവുന്നു. എന്നുവെച്ച് അവർക്ക് അതിൽ അതി യായ താൽപ്പര്യമുണ്ടെന്ന് ധരിക്കേണ്ട. അവരുടെ റോൾ അനുസരിച്ച് അതു ചെയ്യേണ്ടിവരുന്നു. അത്രമാത്രം പേടിച്ചരണ്ടായിരിക്കും അവർ വെടിവയ്ക്കുന്നതുപോലും. എങ്കിലും അവർക്ക് കൂടുതൽ ധാർമികത യുണ്ടെന്ന് എനിക്കു തോന്നുന്നു. കുടുംബത്തിന്റെ ഉള്ളിലിരുന്ന് കാർന്നു കാർന്ന് ക്രമേണ കൊല്ലുന്നവരേക്കാൾ രണ്ടാമതു പറഞ്ഞ രീതിയിലുള്ള ഇല്ലാതാക്കൽ ഉദ്ദേശിച്ചുള്ള ഒരു ഘടനയാണ് നമ്മുടെ സമൂഹത്തിന്റെ തെന്ന് നിങ്ങൾ ശ്രദ്ധിച്ചിട്ടില്ലേ? ബ്രസീലിലെ നദികളിൽ നീന്താനിറങ്ങു ന്നവരെ പൊതിയുന്ന ചെറുമത്സ്യങ്ങളെപ്പറ്റി കേട്ടിട്ടില്ലേ? അവ ആയിര ക്കണക്കിന് ചേർന്ന് ഒരാളെ കേവലം മിനിറ്റുകൾക്കുള്ളിൽ ഇല്ലാതാക്കു ന്നു. കുഞ്ഞിക്കുഞ്ഞി കരണ്ടലുകൾകൊണ്ട് വൃത്തിയുള്ള ഒരു അസ്ഥി കൂടം മാത്രം അവശേഷിപ്പിക്കുന്നു. അതാണ് അവരുടെ സംഘടനാവൈ ഭവം. 'നിങ്ങൾക്കൊരു നല്ല വൃത്തിയുള്ള ജീവിതം വേണോ? മറ്റുള്ളവ രെപ്പോലെ?, നിങ്ങൾ ഉവ്വ് എന്നുതന്നെ പറയും. വേണ്ടാ എന്ന് എങ്ങനെ യാണൊരാൾ പറയുക? 'ശരി, നിങ്ങളെ വൃത്തിയാക്കിത്തരാം. ഇതാ ഒരു ജോലി–ഒരു കുടുംബം, വിശ്രമ സമയം'. പിന്നെ കുഞ്ഞരിപ്പല്ലുകൾ മാംസത്തെ ആക്രമിക്കുകയായി– അസ്ഥിയിലെത്തുംവരെ പക്ഷേ ഞാൻ നീതിമാനല്ലാതാവുന്നു. 'അവരുടെ' സംഘടന എന്നു ഞാൻ പറയരുത്. ഇതു 'നമ്മുടെ' തന്നെയാണ്. ആര് ആരെ വൃത്തിയാക്കുമെന്നതാണല്ലോ പ്രശ്നം.

ആഹ്, ഇതാ നമ്മുടെ ജിൻ എത്തി.

താങ്കളുടെ അഭിവൃദ്ധിക്കായി കുടിക്കാം. ശരിയാണ്, ആ തടിയൻ, ഗറില്ല; എന്നെ ഡോക്ടർ എന്നു തന്നെ വിളിച്ചത്. ഈ രാജ്യത്ത് എല്ലാ വരും ഡോക്ടർമാരാണ് അല്ലെങ്കിൽ പ്രൊഫസർ. ഇവർക്ക് ബഹുമാനം പ്രകടിപ്പിക്കാൻ ഇഷ്ടമാണ്. പകുതി കാരുണ്യംമൂലവും പകുതി വിനയംമൂലവും ഈ ആൾക്കാരെ സംബന്ധിച്ചിടത്തോളം വെറുപ്പ് ഒരു ദേശീയ സ്ഥാപനമല്ല. എന്നാൽ, ഞാൻ ഒരു ഡോക്ടർ അല്ല. നിങ്ങൾക്ക് അറിയാൻ താൽപ്പര്യമുണ്ടെങ്കിൽ, ഇവിടെ എത്തുന്നതുവരെ ഞാൻ ഒരു വക്കീലായിരുന്നു. ഇപ്പോൾ ഞാൻ ഒരു പശ്ചാത്താപവിവശനായ ജഡ്ജി യാണ്.

ഞാൻ എന്നെത്തന്നെ പരിചയപ്പെടുത്തട്ടെ.

ഷാങ് ബാപ്റ്റിസ്റ്റ് ക്ലാമൻസ്.

താങ്കളുടെ സേവനത്തിൽ താങ്കളെ പരിചയപ്പെടാൻ കഴിഞ്ഞതിൽ സന്തോഷം. താങ്കൾ ബിസിനസ്സിലാണ് അല്ലേ? ഒരർഥത്തിൽ? നല്ല മറു പടി, ന്യായവും. എല്ലാ കാര്യങ്ങളിലും നമ്മൾ കേവലം ഒരർഥത്തിൽ തന്നെയല്ലേ? ഇനി എന്നെ ഒരു രഹസ്യാന്വേഷകൻ ആവാൻ അനുവദി ക്കൂ. ഒരർഥത്തിൽ നാം ഒരേ പ്രായക്കാർ; ഒരർഥത്തിൽ ഏതാണ്ടെല്ലാം തന്റെ സൂക്ഷ്മദൃഷ്ടികൾകൊണ്ടു കണ്ടുകഴിഞ്ഞ ഒരു നാൽപ്പതുകാ രൻ. നന്നായി വേഷം ധരിച്ചിരിക്കുന്നു ഒരർഥത്തിൽ. അതായത് നമ്മുടെ

നാട്ടിലെ ആൾക്കാരെപ്പോലെ നിങ്ങളുടെ കൈകൾ മൃദുവാണ്. അതായത് നിങ്ങൾ ഒരർഥത്തിൽ ഒരു ബൂർഷ്വാ ആണ്.

എന്നാലും സംസ്കാരമുള്ള ബൂർഷ്വാ.

എന്റെ ചില ഭാഷാപ്രയോഗങ്ങൾ കേട്ട് നിങ്ങൾ മന്ദഹസിക്കുന്നതു ഞാൻ ശ്രദ്ധിച്ചിരുന്നു. നിങ്ങൾ അവ തിരിച്ചറിഞ്ഞപ്പോൾ എനിക്കു മന സ്സിലായി, നിങ്ങൾ സംസ്കാരമുള്ളവനാണെന്ന്. മാത്രവുമല്ല, നിങ്ങൾ ആ ഭാഷാപ്രയോഗങ്ങൾക്ക് ഉപരിയാണെന്നും ഞാൻ മനസ്സിലാക്കി. അവ സാനമായി, ഞാൻ നിങ്ങളെ രസിപ്പിക്കുന്നുമുണ്ട്. പൊങ്ങച്ചമൊന്നും കൂടാതെ പറയട്ടെ. ഇതിനർഥം നിങ്ങൾ ഒരു തുറന്ന മന:സ്ഥിതിക്കാര നാണെന്നാണ്. അതുകൊണ്ടൊക്കെ ഒരർഥത്തിൽ.... അല്ലെങ്കിൽ അതു പോട്ടെ. താങ്കളുടെ തൊഴിലെന്താണെന്നറിയാൻ എനിക്കു വലിയ താൽപ്പ ര്യമില്ല. രണ്ടു ചോദ്യങ്ങൾ ചോദിക്കാൻ എന്നെ അനുവദിക്കൂ–ഞാൻ അതിരുകടക്കുന്നെങ്കിൽ മറുപടി പറയണമെന്നില്ല. താങ്കൾക്ക് സ്വത്തുണ്ടോ?

കുറച്ച്? കൊള്ളാം.

നിങ്ങൾ അത് ദരിദ്രരുമായി പങ്കുവക്കുകയുണ്ടായോ? ഇല്ല.

അപ്പോൾ താങ്കൾ 'സാജുസി' എന്നു ഞാൻ വിളിക്കുന്ന കൂട്ട ത്തിൽപ്പെടും. വേദപുസ്തകവുമായി പരിചയമില്ലെങ്കിൽ ഞാനീപ്പറയു ന്നതു നിങ്ങൾക്കു മനസ്സിലാവില്ല. അല്ലാ, മനസ്സിലായെന്നോ? അതായത് താങ്കൾ വേദപുസ്തകങ്ങൾ പഠിച്ചിട്ടുണ്ട്. നിങ്ങൾ തീർച്ചയായും എന്നിൽ താൽപ്പര്യം ജനിപ്പിക്കുന്നു.

എന്നെ സംബന്ധിച്ചിടത്തോളം...നിങ്ങൾതന്നെ തീരുമാനിക്കൂ. എന്റെ പൊക്കം, എന്റെ തോളുകൾ, ലജ്ജയുടെ പരിവേഷമുണ്ടെന്ന് പലരും പറഞ്ഞിട്ടുള്ള എന്റെ മുഖം... ഞാൻ ഒരു ഫുട്ബാൾ കളിക്കാര നെപ്പോലെയുണ്ടല്ലേ. പക്ഷേ എന്റെ സംഭാഷണചാതുരിവെച്ച് അളക്കു കയാണെങ്കിൽ എന്നിൽ ഗഹനമായ എന്തൊക്കെയോ ഉണ്ടല്ലേ? എന്റെ ഓവർക്കോട്ടിന് രോമം തന്ന ഒട്ടകം അത്ര വൃത്തിയുള്ളതായിരുന്നില്ല. പക്ഷേ, എന്റെ വിരലുകൾ മാനിക്യൂർ ചെയ്തിരിക്കുന്നതു കണ്ടില്ലേ? ഞാനും ഒരു പരിഷ്കാരിയാണ്. എങ്കിലും നിങ്ങളുടെ രൂപഭാവങ്ങൾ മാത്രം കണ്ട് ഞാൻ എന്തെല്ലാം തുറന്നുപറഞ്ഞു. ഒന്നുകൂടി പറഞ്ഞൊ ട്ടെ. എന്റെ പെരുമാറ്റവും സംഭാഷണവുമൊക്കെ മികച്ചതാണെങ്കിലും ഞാൻ നാവികർ കൂട്ടംകൂടുന്ന ബാറുകളിലാണ് സാധാരണ പോവാറു ള്ളത്. വേണ്ടാ, ഊഹിച്ചിട്ടു കാര്യമില്ല. എന്റെ തൊഴിൽ നിങ്ങൾക്ക് ഊഹിക്കാൻ കഴിയില്ല. മനുഷ്യന് ഇരട്ടമുഖമുള്ളതുപോലെതന്നെയാണ് എന്റെ തൊഴിലും. ഞാൻ ഒരു.... ആണെന്ന് മുൻപെ തന്നെ പറഞ്ഞ ല്ലോ. എനിക്കൊന്നും സ്വന്തമായില്ല. ഉവ്വ്, ഒരിക്കൽ ഞാൻ ധനവാനായി രുന്നു. ഇല്ല. ഞാനും പാവങ്ങൾക്കായി ഒന്നും പങ്കുവച്ചില്ല. അതെന്താണ് തെളിയിക്കുന്നത്? ഞാനും ഒരു *സാജ്യൂസ്* ആണെന്നോ...

തുറമുഖത്തുനിന്നു മുഴങ്ങുന്ന മൂടൽമഞ്ഞ് ഹോൺ കേൾക്കുന്ന ല്ലോ. ഇന്ന് മൂടൽമഞ്ഞുണ്ട്.

നിങ്ങൾ ഇപ്പോഴേ പോവുകയാണോ? ഞാൻ നിങ്ങളെ വൈകിച്ചെ ങ്കിൽ ക്ഷമിക്കുക. ഇല്ല. അതുപറ്റില്ല. ഞാൻ നിങ്ങളോട് അപേക്ഷിക്കുക യാണ്. നിങ്ങൾ ബില്ല് കൊടുക്കാൻ ഞാൻ സമ്മതിക്കില്ല. 'മെക്സിക്കോ സിറ്റി' എന്റെ വീടുപോലെതന്നെയാണ്. ഇവിടെ വച്ച് നിങ്ങളെ സ്വീകരി ക്കാൻ കഴിഞ്ഞതിൽ എനിക്കു പ്രത്യേക സന്തോഷമുണ്ട്. എല്ലാ ദിവസ ങ്ങളിലുംപോലെ നാളെ വൈകുന്നേരവും ഞാൻ ഇവിടെ ഉണ്ടാവും. നിങ്ങളുടെ ക്ഷണം സ്വീകരിക്കാൻ എനിക്കു സന്തോഷമേയുള്ളൂ. നിങ്ങൾ എങ്ങനെയാണ് മടങ്ങിപ്പോകേണ്ടതെന്നോ? ശരി. നിങ്ങൾക്കു തടസ്സമൊന്നുമില്ലെങ്കിൽ തുറമുഖംവരെ ഞാനും നിങ്ങളുടെ ഒപ്പം വരു ന്നതാവും ഏറ്റവും എളുപ്പം. അവിടെനിന്ന് ജൂതന്മാരുടെ തെരുവുവഴി പോയാൽ നിറയെ പൂക്കളുംകൊണ്ടുപോവുന്ന ട്രാമുകളുള്ള വിശാല വീഥികളിൽ എത്തും. ആ വീഥികളിൽ ഒന്നിലാണ് നിങ്ങൾ പാർക്കുന്ന ഹോട്ടൽ 'ദംറാക്!' ആദ്യം നിങ്ങൾ ഹിറ്റ്ലറുടെ സഹോദരസുഹൃത്തു ക്കൾ വലിച്ചുനീട്ടി അൽപ്പം വിശാലമാക്കുന്നതിനുമുമ്പ് ജൂതകോളനി എന്നു വിളിച്ചിരുന്നിടത്താണ് ഞാൻ താമസിക്കുന്നത്. എന്തൊരു വൃത്തി യാക്കലായിരുന്നു! എഴുപത്തിയയ്യായിരം ജൂതന്മാർ കൊല്ലപ്പെടുകയോ നാടുകടത്തപ്പെടുകയോ ചെയ്തു. വാക്വംക്ലീനർ കൊണ്ടുള്ള വൃത്തിയാ ക്കൽ! ആ കാര്യക്ഷമതയേയും ചിട്ടയുള്ള ക്ഷമയേയും ഞാൻ പ്രശം സിക്കുന്നു. തനതായ ഒന്നുമില്ലെങ്കിൽ പിന്നെ ചിട്ടയും രീതിയുമാണ് അവ ശേഷിക്കുന്നത്. ഇവിടെയത് അത്ഭുതങ്ങൾ ചമച്ചു! ആർക്കും അതു നിഷേധിക്കാൻ കഴിയില്ല. ചരിത്രത്തിലെ ഏറ്റവും വലിയ കുറ്റകൃത്യങ്ങ ളിലൊന്നു നടന്നിടത്താണ് ഞാൻ ഇന്നു കഴിയുന്നത്. ഗറില്ലയേയും അയാളുടെ അവിശ്വാസത്തേയും മനസ്സിലാക്കാൻ എന്നെ സഹായിക്കു ന്നത് അതായിരിക്കാം. അങ്ങനെ എനിക്ക് പ്രകൃത്യായുള്ള ചോദന കൾക്കെതിരെ കലാപം ചെയ്യാൻ കഴിയുന്നു. ഒരു പുതിയ മുഖം കാണു മ്പോൾ എന്റെ ഉള്ളിലുള്ള എന്തോ ഒന്ന് ഒരു സൈറൺ മുഴക്കുന്നു. 'മെല്ലെപ്പോവൂ! അപകടം!' ആകർഷണം ഏറ്റവും ശക്തമാവുമ്പോഴും ഞാൻ വളരെ സൂക്ഷിച്ചാണ് പെരുമാറുന്നത്.

എന്റെ ചെറുഗ്രാമത്തിൽ ഒരു പ്രതികാര നടപടിയുടെ ഭാഗമായി നടത്തിയ ആക്രമണത്തിനിടെ ജർമൻ ഓഫീസർ ഒരു വൃദ്ധയോട് വിന യപൂർവം ആവശ്യപ്പെട്ടു-അവരുടെ രണ്ടുമക്കളിൽ ഒരാളെ ഞങ്ങൾ വെടി വെച്ചുകൊല്ലും. അത് ആരാവണമെന്ന് അവർ തീരുമാനിച്ചു പറയാൻ, രണ്ടുപേരിൽ ആരെന്ന് തെരഞ്ഞെടുക്കാൻ, അങ്ങനെയൊന്ന് നിങ്ങൾക്ക് ഓർക്കാൻപോലും കഴിയുമോ? ഇവനെയോ? അതോ അവനെയോ? അല്ല. ഇവൻതന്നെ. എന്നിട്ട് അവനെ കൊണ്ടുപോവുന്നതു കാണുകയും വേണം. അതേപ്പറ്റി നമുക്കു സംസാരിക്കാതിരിക്കാം. എന്നാലും എന്നെ വിശ്വസിക്കൂ മൊസ്യൂ. ഏതുതരം അതിശയങ്ങളും സാധ്യമാണ്. വിശ്വാ സമില്ലായ്മയെ തിരസ്കരിച്ച ഒരു പരിശുദ്ധഹൃദയത്തെ എനിക്കറിയാം. അദ്ദേഹം ഒരു സമാധാനകാംക്ഷിയും മനുഷ്യവംശത്തേയും മൃഗങ്ങ ളേയും ഒരേപോലെ സ്നേഹിച്ച ഒരു സ്വതന്ത്രചിന്താഗതിക്കാരനുമായി

രുന്നു. തീർച്ചയായും ഒരു അസാധാരണ വ്യക്തിത്വം. യൂറോപ്പിൽ അവ സാനം നടന്ന മതയുദ്ധങ്ങളുടെ ഇടയിൽ അദ്ദേഹം ഒരു ഗ്രാമത്തിലേക്ക് നിഷ്ക്രമിച്ചു. തന്റെ വീടിന്റെ വാതിലിൽ അദ്ദേഹം എഴുതിവച്ചു.

'എവിടെനിന്നാണ് നിങ്ങൾ വരുന്നതെങ്കിലും, കടന്നുവരുക, നിങ്ങൾക്കു സ്വാഗതം.'

ആ കുലീനമായ ക്ഷണത്തിനോടു പ്രതികരിച്ചതാരാണെന്ന് നിങ്ങൾക്കറിയുമോ? പട്ടാളക്കാർ. അവർ വീട്ടിൽ കടന്നുകയറി അദ്ദേ ഹത്തെ കുത്തിക്കീറി. അവിടെ താമസമായി.

ഓ, ക്ഷമിക്കണേ മദാം! അല്ലെങ്കിലും അവർക്ക് ഒരു വാക്കുപോലും മനസ്സിലായിട്ടുണ്ടാവില്ല. ഈ ആൾക്കാരൊക്കെയോ? ദിവസങ്ങളായി തോരാത്ത മഴയത്തും രാത്രി ഇത്ര വൈകി? ഭാഗ്യവശാൽ ജിന്നുണ്ട്. ഇരുട്ടിലെ ഒരേ ഒരു ആശാകിരണം ജിന്നാണ്. അതു നിങ്ങളിൽ തെളി യിക്കുന്ന ചെമ്പുനിറമുള്ള സ്വർണ്ണവെളിച്ചം നിങ്ങൾക്ക് അനുഭവിക്കാൻ കഴിയുന്നില്ലേ? ജിന്നിന്റെ ഊഷ്മളതയിൽ നഗരസായാഹ്നത്തിലൂടെ നട ക്കാൻ എനിക്ക് വളരെ ഇഷ്ടമാണ്. ഞാൻ ചിലപ്പോൾ അന്തമില്ലാത്ത രാത്രികൾ നടന്നുതീർക്കുന്നു. ചിലപ്പോൾ സ്വപ്നം കണ്ടുകൊണ്ട്. ചില പ്പോൾ എന്നോടുതന്നെ സംസാരിച്ചുകൊണ്ട്. അതേ. ഇതുപോലത്തെ സായാഹ്നങ്ങൾ ഞാൻ നിങ്ങൾക്ക് തലചുറ്റലുണ്ടാക്കുകയാണോ? ഇല്ല, നന്ദി. താങ്കൾ ഒരു തികഞ്ഞ മര്യാദക്കാരനാണ്. പക്ഷേ, ഇതെന്റെ തുള്ളു മ്പിയുള്ള ഒഴുക്കാണ്. ഞാൻ വായതുറക്കുമ്പോൾ വാചകങ്ങൾ ഒഴുകാൻ തുടങ്ങുന്നു. പോരെങ്കിൽ ഈ നാട് എനിക്കു പ്രചോദനവും തരുന്നു. വഴിത്താരകളിൽ നുരയ്ക്കുന്ന ഈ ജനക്കൂട്ടത്തെ എനിക്കിഷ്ടമാണ്. വീടുകളുടെയും തോടുകളുടെയും ഇടയ്ക്ക് തിരുകി വച്ചിരിക്കുന്ന വഴി ത്താരകൾ, മൂടൽമഞ്ഞിൽ ആവൃതമായി. തണുത്ത കര-അലയാഴി അതിനെ എപ്പോഴും നനച്ചുകൊണ്ടിരുന്നു. എനിക്കതിഷ്ടമാണ്. കാരണം ഇത് ഇരട്ടയാണ്. ഇത് ഇവിടെയുമാണ്-മറ്റൊരിടവുമാണ്.

അതെ, അങ്ങനെതന്നെയാണ്. നനഞ്ഞ പാതയിൽ അവരുടെ കനത്ത കാലടിശബ്ദം കേൾക്കുമ്പോഴും കൊഴിഞ്ഞ ഇലകളുടെ നിറ മുള്ള ആഭരണങ്ങളും സ്വർണവർണ കടലാസുകളിൽ പൊതിഞ്ഞ സാധ നങ്ങളും നിറഞ്ഞ കടകളിൽ ചിന്താമഗ്നരായി അവർ കയറി ഇറങ്ങു ന്നതു കാണുമ്പോഴും അവർ ഇവിടെത്തന്നെയാണ് ഈ സായാഹ്നത്തിൽ എന്നു നിങ്ങൾക്കു തോന്നുന്നുണ്ടാവും. നിങ്ങളും മറ്റെല്ലാവരേയും പോലെതന്നെയാണ്. ഇടയ്ക്കു വല്ലപ്പോഴും ശരീരശാസ്ത്രപഠനത്തിൽ മുഴുകുന്നതുമാത്രം ജീവിതത്തിലെ ഭാവഗീതമായിട്ടുള്ള, നിത്യജീവിത ത്തിന്റെ സാധ്യതകളും, സ്വർണനാണയങ്ങളും ഒരേസമയം എണ്ണിത്തി ട്ടപ്പെടുത്തുന്ന ഒരു പറ്റം ബിസിനസ്സ് മാനേജർമാരും കച്ചവടക്കാരുമാണ് ഇവരെന്ന് നിങ്ങളും ധരിച്ചുവെന്നു തോന്നുന്നു. നിങ്ങൾക്കു തെറ്റിപ്പോ യി. അവർ നമുക്കൊപ്പംതന്നെ നടന്നു, സമ്മതിച്ചു. എന്നാൽ അവരുടെ ശിരസ്സുകൾ എവിടെയാണെന്നു നോക്കൂ. നിയോൺ വെളിച്ചവും ജിന്നും മുകളിലെ കടകളിൽനിന്നു ബഹിർഗമിക്കുന്ന പെപ്പർമിന്റിന്റേയും സംയു

കതമായ ഒരു മൂടൽമഞ്ഞിൽ. ഹോളണ്ട് ഒരു സ്വപ്നമാണ് മൊസ്യൂ. സ്വർണത്തിന്റെയും പുകയുടെയും സ്വപ്നം. പകൽ പുകനിറഞ്ഞത്. രാത്രി സ്വർണവർണാങ്കിതം. രാത്രിയും പകലും ആ സ്വപ്നം ഇവരെ പ്പോലുള്ള ആൾക്കാരെക്കൊണ്ടു നിറഞ്ഞിരിക്കുന്നു. അവരുടെ ഉയർന്ന ഹാൻഡിൽ ഉള്ള കറുത്ത സൈക്കിളുകൾ സ്വപ്നത്തിലെന്നപോലെ ചവിട്ടിപ്പോകുന്നവർ, രാജ്യമാകമാനം, കടൽത്തീരങ്ങളിലും തോടുകളിലും ഒഴുകിനടക്കുന്ന അരയന്നങ്ങൾ, അവരുടെ ശിരസ്സുകൾ ചെമ്പുനിറമുള്ള മേഘങ്ങളിലാണ്. അവർ സ്വപ്നം കാണുന്നു, അവർ വൃത്തങ്ങളിൽ സഞ്ചരിക്കുന്നു, അവർ പ്രാർഥിക്കുന്നു. കട്ടിമഞ്ഞിന്റെ സ്വർണവർണ സുഗന്ധപുകയിൽ സ്വപ്നാടനം നടത്തുന്ന അവർ ഇവിടെയെല്ലാണ്ടായി രിക്കുന്നു. അവർ ആയിരക്കണക്ക് മൈലുകൾക്കകലെ വിദൂര ദ്വീപായ ജാവയിലേക്കു പോയിരിക്കുന്നു. അവരുടെ കടകളിലെ ഷോക്കേസുകൾ അലങ്കരിക്കുന്ന ചിരിക്കുന്ന ഇൻഡോനേഷ്യൻ ദൈവങ്ങളോട് അവർ പ്രാർഥിക്കുന്നു. നമ്മുടെ തലയ്ക്കു മുകളിൽ വലിയ കുരങ്ങന്മാരെപ്പോലെ അവ തൂങ്ങുന്നതു കണ്ടില്ലേ, ഹോളണ്ട് വ്യാപാരികളുടെ മാത്രം യൂറോ പ്പല്ല, കടലിന്റെയുമാണെന്ന് ഓർമിച്ചുകൊണ്ട്. സിംപാഗോയിലേക്കും, മനുഷ്യർ മതിഭ്രമത്തിലും, സന്തോഷത്തിലും മരിക്കുന്ന ആ വിദൂര ദ്വീ പുകളുടെ കടൽ.

ഓ, പക്ഷേ, ഞാൻ എന്നെത്തന്നെ കയറൂരി വിട്ടിരിക്കുകയാണല്ലോ. ഒരു കേസ് വാദിക്കുന്നതുപോലെ. ക്ഷമിക്കണം സ്വഭാവമായിപ്പോയി മൊസ്യൂ. അതെന്റെ തൊഴിലായിരുന്നല്ലോ. കൂടാതെ നിങ്ങൾ ഈ നഗ രത്തെ പൂർണമായും മനസ്സിലാക്കണമെന്ന എന്റെ ആഗ്രഹവും. കാര്യ ങ്ങളുടെ ഹൃദയംവരെയും താങ്കളെ കാണിച്ചുതരണമെന്ന മോഹം കാരണം നാം ഇപ്പോൾ ഹൃദയഭാഗത്താണ്. ആംസ്റ്റർഡാമിലെ ഏകകേ ന്ദ്രമായ തോടുകളുടെ വൃത്തങ്ങൾ നരകത്തിലെ വൃത്തങ്ങളെപ്പോലെ യാണെന്നു താങ്കൾ ശ്രദ്ധിച്ചുവോ? മധ്യവർഗനരകമാണു കേട്ടോ. ചീത്ത കിനാവുകൾ കാണുന്ന ആൾക്കാരാൽ നിറഞ്ഞത്. പുറത്തുനിന്നു വരുന്ന ഒരാൾ ഈ വൃത്തങ്ങൾ ഓരോന്നായി കടന്ന് അകത്തേക്കു ചെല്ലുമ്പോൾ ജീവിതം-അതിന്റെ കുറ്റകൃത്യങ്ങളും-സാന്ദ്രത ഏറിയതും കൂടുതൽ അന്ധകാരമയവുമായി മാറുന്നു. ദാ, നമ്മൾ ഇപ്പോൾ അവസാനവൃത്ത ത്തിലാണ്. എന്തിന്റെ വൃത്തമാണെന്ന് ഓ, താങ്കൾക്കത് അറിയാമോ? ഹേയ്, നിങ്ങളെ ഒന്നു വകതിരിക്കാൻ ബുദ്ധിമുട്ടേറുകയാണല്ലോ ഒരു ഭൂഖണ്ഡത്തിന്റെ മുനമ്പത്തു നിൽക്കുമ്പോഴും കാര്യങ്ങളുടെ ഹൃദയം ഇവിടെയാണെന്ന് എനിക്ക് എന്തുകൊണ്ടു പറയാൻ കഴിയുന്നുവെന്ന്. സൂക്ഷ്മദൃക്കായ ഒരു മനുഷ്യന് ഇങ്ങനെയുള്ള വിരോധാഭാസങ്ങൾ വേഗം പിടികിട്ടും. എന്തായാലും പത്രപാരായണന്മാർക്കും സഹശയന ക്കാർക്കും ഇതിനപ്പുറം പോകാൻ കഴിയും. അവർ യൂറോപ്പിന്റെ നാലു കോണുകളിൽനിന്നും വന്ന് കരയാൽ ചുറ്റപ്പെട്ട കടലിനെ നോക്കി നിൽക്കുന്നു. അവർ മൂടൽമഞ്ഞിന്റെ മുന്നറിയിപ്പുതരുന്ന ഹോൺ ശബ്ദം ശ്രദ്ധിച്ചുനിൽക്കുന്നു. മൂടൽമഞ്ഞിൽ ബോട്ടുകളുടെ നിഴൽഛായ തിരി

ച്ചറിയാൻ വൃഥാ ശ്രമിക്കുന്നു. പിന്നെ തോടുകളുടെ തീരത്തുകൂടി മഴ
നനഞ്ഞു വീടുകളിലേക്ക് തിരിച്ചുപോകുന്നു. തണുത്തു മരവിച്ച അസ്ഥി
കളുമായി മെക്സിക്കോ സിറ്റിയിൽ വന്ന് എല്ലാ ഭാഷകളിലും ജിൻ ആവ
ശ്യപ്പെടുന്നു. അവിടെയാണ് ഞാൻ അവർക്കുവേണ്ടി കാത്തിരിക്കുക.

ശരി, എന്നാൽ എന്റെ നാട്ടുകാരനായ മൊസ്യൂ. നാളെക്കാണാം.
ഇല്ല. ഇനി നിങ്ങൾക്കു വഴി തെറ്റില്ല. ഈ പാലത്തിന്റെ കരയിൽ ഞാൻ
നിങ്ങളെ വിടാം. ഞാൻ രാത്രികാലങ്ങളിൽ പാലം കടക്കാറില്ല. നാം പാല
ത്തിലൂടെ നടക്കുമ്പോൾ ഒരാൾ വെള്ളത്തിലേക്ക് എടുത്തുചാടുന്നു
എന്നു കരുതുക. രണ്ടിലൊന്നു നമ്മൾ ചെയ്യണം. ഒന്നുകിൽ പുറകേ
ചാടി, വെള്ളത്തിൽനിന്ന് അയാളെ തിരഞ്ഞുപിടിച്ച് പുറത്തുകൊണ്ടു
വരിക. തണുത്ത കാലാവസ്ഥയിൽ എന്തൊരു സാഹസമാവും അത്!
അല്ലെങ്കിൽ അയാളെ ഉപേക്ഷിച്ച് ഒന്നുംകണ്ടില്ലെന്ന മട്ടിൽ നടക്കുക.
പുറകെ ചാടാനുള്ള ചോദനയെ അടിച്ചമർത്തുക. വല്ലാത്തൊരു വേദന
യാണ് അത് പ്രദാനം ചെയ്യുക. അതുകൊണ്ട് വേണ്ട. പാലം കയറേ
ണ്ട. ഗുഡ്നൈറ്റ്. എന്തേ? ആ ജനാലകൾക്കു പുറകിൽ നിൽക്കുന്ന
സ്ത്രീകളോ? സ്വപ്നം മൊസ്യൂ. വിലകുറഞ്ഞ സ്വപ്നം, ഇൻസീസിലേ
ക്കൊരു യാത്ര! ആ സ്ത്രീകൾ സുഗന്ധദ്രവ്യങ്ങൾകൊണ്ടാണ് സ്വയം
അലങ്കരിക്കുന്നത്. നിങ്ങൾ അകത്തുപോകുന്നു. അവർ കർട്ടൻ വലിച്ചി
ടുന്നു. കപ്പൽയാത്ര ആരംഭിക്കുകയായി. നഗ്നശരീരങ്ങളിലേക്ക് ദൈവ
ങ്ങൾ ഇറങ്ങിവരുന്നു. ദ്വീപുകൾ ഒഴുകാൻ തുടങ്ങുന്നു. കാറ്റിലാടുന്ന
പനമരങ്ങളുടെ ഉലയുന്ന മുടിക്കെട്ടുകൾ നഷ്ടാത്മാക്കളുടെ മകുടമാ
വുന്നു. (അതൊന്നു പരീക്ഷിച്ചുനോക്കൂ)

രണ്ട്

എന്താണീ പശ്ചാത്താപ വിവശനായ ജഡ്ജ്? ആ കൊച്ചുകാര്യം
കൊണ്ട് ഞാൻ നിങ്ങളെ പ്രശ്നത്തിലാക്കി. അല്ലേ? നിങ്ങളെ ബുദ്ധിമു
ട്ടിക്കാൻ എനിക്കു യാതൊരുദ്ദേശ്യവുമില്ലായിരുന്നു. എന്നെ വിശ്വസിക്കൂ.
ഞാൻ കുറേക്കൂടി വ്യക്തമായി കാര്യങ്ങൾ പറയാം. അതെന്റെ ഔദ്യോ
ഗിക ജോലിയുടെ ഭാഗമാണെന്ന് ഒരു രീതിയിൽ പറയാം. എന്നാൽ
ആദ്യം, എന്നെപ്പറ്റിയുള്ള ചില യാഥാർഥ്യങ്ങൾ നിരത്താം ഞാൻ. എന്റെ
കഥ മനസ്സിലാക്കാൻ അവ നിങ്ങളെ സഹായിക്കും.

കുറച്ചുവർഷങ്ങൾക്കുമുമ്പ് ഞാൻ പാരീസിലെ ഒരു വക്കീൽ ആയി
രുന്നു. സാമാന്യം അറിയപ്പെടുന്ന ഒരു അഭിഭാഷകൻ. ഞാൻ എന്റെ
യഥാർഥ പേരല്ല നിങ്ങളോടു പറഞ്ഞത്. കുലീനമായ കേസുകളായി
രുന്നു എന്റെ പ്രത്യേകത. വിധവയും അനാഥനും അങ്ങനെയാണല്ലോ
ആ പഴഞ്ചൊല്ലു പോകുന്നത്. പക്ഷേ, എനിക്കെന്തോ അതത്ര ശരിയായി
തോന്നിയിട്ടില്ല; കാരണം ചതിക്കുന്ന വിധവകളും, വെറും കാടന്മാരായ
അനാഥരും ധാരാളമുണ്ട്. എങ്കിലും പ്രതികളിലാരെങ്കിലും അന്യായ

ത്തിന്റെ ഇരയായിരുന്നെന്ന സൂചനയെങ്കിലും കിട്ടിയാൽ പിന്നെ ഞാൻ വെറുതെ ഇരുന്നില്ല. എന്തൊക്കെ നടപടികളാണ് ഞാൻ എടുത്തിരു ന്നത്! തനി കൊടുങ്കാറ്റുതന്നെയാണ് ഞാൻ അഴിച്ചുവിടുക! എന്റെ ഹൃദയം ഞാൻ കൈത്തണ്ടയിലാണ് കൊണ്ടുനടന്നത്. എന്റെയൊപ്പ മാണ് നീതി എല്ലാ രാത്രിയിലും ഉറങ്ങിയിരുന്നതെന്ന് നിങ്ങൾക്കു തോന്നിയേനെ. കോടതിമുൻപാകെ ഞാൻ നടത്താറുണ്ടായിരുന്ന പ്രസം ഗങ്ങളുടെ പകൃതയും, കൃത്യമായ അളവിലുള്ള വികാരപ്രകടനവും, ഊഷ്മളതയും അനുനയസ്വരവും, കടിഞ്ഞാൺവിട്ടുപോകാത്ത ധാർമി കരോഷവും, നിങ്ങൾ തീർച്ചയായും പ്രകീർത്തിക്കുമായിരുന്നു. പ്രകൃതി കനിഞ്ഞ് വേണ്ടത്ര ശരീരസൗകുമാര്യം എനിക്ക് ഉണ്ട്. കുലീനമായ നില പാടുകളും പ്രകൃത്യാ തന്നെ ഉളവായി. മറ്റു രണ്ടു ആത്മാർഥമായ തോ ന്നലുകളും എന്നെ ഉത്സാഹഭരിതനാക്കി. കോടതിയിൽ ന്യായത്തിന്റെ ഭാഗത്താണ് എന്റെ നിലപാടെന്നതും, ന്യായാധിപന്മാരോട് എനിക്ക് തോന്നിയിരുന്ന പുച്ഛവും അവജ്ഞയും–ആ അവജ്ഞ ചിലപ്പോൾ അത്ര തന്നെ പ്രകൃത്യാ ഉളവായതായിരുന്നില്ലായിരിക്കാം. അതിന് അതിന്റെ തായ കാരണങ്ങളുണ്ടായിരുന്നെന്ന് ഇന്നെനിക്കറിയാം. എന്നാൽ പുറം കാഴ്ചയിൽ അതൊരു ആവേശമായി തോന്നിയിട്ടുണ്ടാവണം. നമുക്ക് ന്യായാധിപന്മാർ വേണമെന്നതിനെ താൽക്കാലികമായിട്ടെങ്കിലും നമുക്ക് നിഷേധിക്കാൻ കഴിയില്ലല്ലോ. എന്നാൽ ഒരു മനുഷ്യന് ഇങ്ങനെയൊരു കർമത്തിനായി സ്വയം രൂപപ്പെടുത്തിയെടുക്കാൻ എങ്ങനെ കഴിയുന്നു വെന്ന് എനിക്കു മനസിലായില്ല. നേരിൽ കാണാമായിരുന്നതുകൊണ്ട് ആ യാഥാർഥ്യത്തെ ഞാൻ അംഗീകരിച്ചു എന്നേയുള്ളു; ഞാൻ വെട്ടു കിളികളെ അംഗീകരിക്കുന്നതുപോലെ. ഒരു വലിയ വ്യത്യാസമുണ്ടാ യിരുന്നു. പക്ഷേ, ആ ജീവികളുടെ ആക്രമണങ്ങൾ എനിക്ക് ഒരു കാശിന്റെ ഗുണവുമുണ്ടാക്കിയില്ല. എന്നാൽ ആ രണ്ടാം കൂട്ടരുമായുള്ള, ഞാൻ വെറുത്ത ആൾക്കാരുമായുള്ള സംവാദത്തിലൂടെയാണ് ജീവി ക്കാൻ വേണ്ട പണമുണ്ടാക്കിയത്.

എന്തൊക്കെയായാലും ഞാൻ ന്യായത്തിന്റെ ശരിയായ വശത്തു തന്നെ നിലകൊണ്ടു എന്നത് എന്റെ മന:സാക്ഷിക്കു സമാധാനം നൽകി. നിയമവുമായുള്ള അടുപ്പം, നിലപാടു ശരിതന്നെ എന്ന സംതൃപ്തി, ആത്മാഭിമാനത്തിൽനിന്നുലവാകുന്ന സന്തോഷം, ഇവയെല്ലാം നമ്മെ നിവർന്നുനിൽക്കാനും, മുൻപോട്ടു നീങ്ങാനും പ്രോത്സാഹകമായ, ശക്ത മായ പ്രേരകങ്ങളാണ് മൊസ്യു. എന്നാൽ മനുഷ്യർക്ക് അവ നിരാകരി ച്ചാൽ അവരെ നിങ്ങൾ അരിശംമൂലം നുരയും പതയും ഒഴുക്കുന്ന നായ്ക്കളാക്കി മാറ്റും. തങ്ങളുടെ നിലപാടുകൾ തെറ്റാണെന്ന ബോധവും അതു സഹിക്കാൻ പറ്റാത്തതുംമൂലം എത്രയോ കുറ്റകൃത്യങ്ങൾ ചെയ്യ പ്പെട്ടിരിക്കുന്നു. എല്ലാവരും പ്രശംസിച്ചിരുന്ന പതിവ്രതയായ ഭാര്യയു ണ്ടായിരുന്ന ബിസിനസ്സുകാരനെ എനിക്കറിയാമായിരുന്നു. എന്നിട്ടും അയാൾ അവളെ വഞ്ചിച്ചു. ഒരു തെറ്റുകാരനായതിൽ സദ്ഗുണസമ്പന്ന നെന്ന സർട്ടിഫിക്കറ്റിന് അർഹത നഷ്ടപ്പെട്ടതിൽ അയാൾ രോഷാകുല

നായി. ഭാര്യ അവളുടെ സദ്ഗുണങ്ങൾ എത്രമാത്രം പ്രദർശിപ്പിക്കുന്നു
വോ, അയാൾ അത്രയേറെ ഹീനനായി. അവസാനം ഒരു തെറ്റുകാര
നായി ജീവിക്കുക, അയാൾക്ക് അസഹനീയമായി. അയാൾ എന്തു
ചെയ്തെന്നാണ് താങ്കൾക്കു തോന്നുന്നത്? അവളെ വഞ്ചിക്കുന്നതു
വേണ്ടെന്നു വച്ചുവെന്നോ? അല്ലേയല്ല. അയാൾ അവളെ കൊന്നു. അങ്ങ
നെയാണ് അയാളുമായി എനിക്ക് ഇടപാടുകളുണ്ടായത്.

എന്റെ അവസ്ഥ കുറേക്കൂടി അസൂയാവഹമായിരുന്നു. ഞാൻ ഒരു
ക്രിമിനൽ ക്യാമ്പിലെ അംഗമാകാനുള്ള സാധ്യതകളേ ഉണ്ടായിരുന്നില്ല.
(പ്രത്യേകിച്ചും ഭാര്യയെ കൊല്ലാനുള്ള, കാരണം ഞാനൊരു അവിവാ
ഹിതനായിരുന്നു) ഞാൻ അവരുടെ കേസുകൾ ഏറ്റെടുത്തത് ഒരേ ഒരു
വ്യവസ്ഥയിലായിരുന്നു. അവർ കുലീനത്വമുള്ള കൊലപാതകികളായി
രിക്കണം. കുലീനത്വമുള്ള കാടന്മാരായിരിക്കണം. ആ കേസിൽ പ്രതി
ഭാഗത്തിനുവേണ്ടി ഞാൻ കൈക്കൊണ്ട വാദമുഖങ്ങൾ എനിക്ക് അതി
യായ സംതൃപ്തി നൽകി. തൊഴിൽപരമായ എന്റെ ജീവിതത്തിൽ
ആർക്കും ഒരു പരാതിക്കും ഇടമില്ലായിരുന്നു. ഞാൻ കൈക്കൂലി വാങ്ങി
യിരുന്നില്ല എന്നു പ്രത്യേകം പറയേണ്ടല്ലോ?. തന്നെയുമല്ല, സംശയക
രമായ ഒരു ഇടപാടുകൾക്കും നടപടിക്രമങ്ങൾക്കും ഞാൻ കൂട്ടുനിന്ന
തുമില്ല. അപദാനങ്ങൾ പാടിപ്പുകഴ്ത്തി, ഒരു പത്രലേഖകനെയും എന്റെ
പക്ഷത്താക്കാൻ ഞാൻ തുനിഞ്ഞില്ല. എനിക്ക് ഉപയോഗമുണ്ടാവും എന്ന
തുകൊണ്ടുമാത്രം ഒരു സർക്കാർ ഉദ്യോഗസ്ഥനുമായും പ്രത്യേക മമ
തയും സുഹൃദ്ബന്ധവും മെനഞ്ഞെടുക്കാൻ ശ്രമിച്ചില്ല. വലിയ ദേശീയ
ബഹുമതികൾ രണ്ടുമൂന്നുപ്രാവശ്യം എനിക്കായി പ്രഖ്യാപിക്കപ്പെട്ടെ
ങ്കിലും അവ ഔചിത്യം കലർന്ന അന്തസ്സോടെ നിരാകരിക്കാനുള്ള അവ
സരം എനിക്കു കിട്ടി. ആ നിരാകരണത്തിലായിരുന്നു എന്റെ സാഫല്യം.
എല്ലാത്തിനുമുപരി, ഞാൻ പാവങ്ങളുടെ പക്കൽനിന്നും ഫീസ് ഈടാ
ക്കിയില്ല. എന്നാൽ അതേപ്പറ്റി പൊങ്ങച്ചം പറയുകയോ അതു കൊട്ടി
ഘോഷിക്കുകയോ ചെയ്തില്ല. ഇപ്പോഴും ഞാൻ പൊങ്ങച്ചം പറയുക
യാണെന്ന് ധരിക്കരുതേ മൊസ്യൂ– എനിക്ക് ഇതിനൊന്നും കീർത്തി
വേണ്ട. ആഗ്രഹങ്ങൾക്കു പകരമായി നമ്മുടെ സമൂഹത്തിൽ പ്രദർശി
പ്പിക്കപ്പെടുന്ന ആർത്തികാണുമ്പോൾ എനിക്കു ചിരിവരാറുണ്ട്. ഞാൻ
അതിലൊക്കെ വളരെ മുകളിലേക്കാണ് ലക്ഷ്യമിട്ടിരുന്നത്.

ഞാൻ അനുഭവിച്ചുകൊണ്ടിരുന്ന സംതൃപ്തി നിങ്ങൾക്കു മനസി
ലാക്കാൻ കഴിയുന്നുണ്ടല്ലോ. എന്റെ പ്രകൃതത്തേയും സ്വഭാവവിശേഷ
ങ്ങളേയും ഞാൻ പരമാവധി ആസ്വദിച്ചു– അതിലാണല്ലോ നമ്മുടെ
സന്തോഷവും. സമാശ്വസിപ്പിക്കാനായി ഈ ആസ്വാദനം സ്വാർഥതയാ
ണെന്ന് നമ്മൾ പരസ്പരം പൊള്ളവാക്കു പറയാറുണ്ടെങ്കിലും നമ്മുടെ
ചോദനങ്ങൾക്ക് അനുസരിച്ചു പ്രവർത്തിക്കുന്നതിൽത്തന്നെയാണ്
നമ്മുടെ സംതൃപ്തി. വിധവയോടും അനാഥനോടും അനുയോജ്യമായ
രീതിയിൽ അനുകമ്പയോടെ പ്രതികരിച്ച എന്റെ സ്വഭാവത്തെ എനിക്കു
തന്നെ വളരെ ഇഷ്ടമായി. വളരെ നാളത്തെ അഭ്യാസംമൂലം എന്റെ സ്വ

ഭാവത്തിലെ ആ വൈശിഷ്ട്യം എന്റെ ജീവിതരീതിതന്നെയായി മാറി.
ഉദാഹരണത്തിന് കണ്ണുകാണാത്തവരെ റോഡുമുറിച്ചുകടക്കാൻ സഹാ
യിക്കുക എനിക്കു വളരെ പ്രതിപത്തിയുള്ള കാര്യമായിരുന്നു. ഫുട്പാ
ത്തിൽ നിന്ന് റോഡിലേക്ക് ഒരു വടി നീളുന്നത് ദുരെനിന്നു കണ്ടാലും
ഞാൻ പാഞ്ഞോടി എത്തി മറ്റൊരു സഹായഹസ്തം നീളുന്നതിനുമുമ്പ്
ആ അന്ധനെ സഹായിക്കാനുള്ള എന്റെ അവകാശം സ്ഥാപിച്ചെടുത്ത്
സൗമ്യതയോടെ, എന്നാൽ ഉറപ്പോടെ അയാളുടെ കൈപിടിച്ച് തിരക്കുള്ള
ട്രാഫിക്കിനിടയിലൂടെ മറുവശത്തെ ഫുട്പാത്തിന്റെ സുരക്ഷിതത്വത്തിൽ
എത്തിച്ച് വികാരോഷ്മളതയോടെ പരസ്പരം വിടവാങ്ങും. ഇതുപോ
ലെതന്നെ ആൾക്കാർക്ക് വഴിപറഞ്ഞുകൊടുക്കുന്നതും എനിക്കു പ്രത്യേക
താൽപ്പര്യമുള്ള കാര്യമായിരുന്നു. വെളിച്ചം വേണ്ടവർക്ക് വെളിച്ചം കൊടു
ക്കുക, നിന്നുപോയ കാർ തള്ളാൻ കൂടുക, ഭാരവണ്ടികൾ തള്ളാൻ
സഹായിക്കുക, ആവശ്യമില്ലെങ്കിലും സായാഹ്നപത്രം വില്ക്കുന്ന
പെൺകുട്ടിയിൽനിന്നും ഒരു പേപ്പർ വാങ്ങുക. സിമിത്തേരിയിൽനിന്നും
മോഷ്ടിച്ചതാണെന്ന് അറിയാമെങ്കിലും വൃദ്ധയായ പൂക്കാരിയിൽനിന്ന്
ഒരു കുല പൂവു വാങ്ങുക....

ഇതുപറയാൻ ബുദ്ധിമുട്ടുണ്ടെങ്കിലും, ഭിക്ഷകൊടുക്കാനും എനിക്കി
ഷ്ടമായിരുന്നു. ഒരു തികഞ്ഞ ക്രിസ്ത്യാനിയായ എന്റെ ഒരു സുഹൃത്ത്
ഒരിക്കൽ എന്നോടു തുറന്നുപറഞ്ഞു. തന്റെ വീട്ടിലേക്ക് ഒരു യാചകൻ
കടന്നുവരുന്നത് കാണുന്നതുതന്നെ അരോചകമാണെന്ന്. എന്നാൽ എന്റെ
കാര്യം മറിച്ചായിരുന്നു. ഞാൻ അതുകണ്ട് ആഹ്ലാദിച്ചിരുന്നു. വേണ്ട,
ഇനി നമുക്ക് അതേപ്പറ്റി സംസാരിക്കുന്നത് നിർത്താം.

നമുക്കിനി എന്റെ മര്യാദയെപ്പറ്റി സംസാരിക്കാം. അതു ചോദ്യം
ചെയ്യപ്പെടാത്തതും പേരുകേട്ടതുമായിരുന്നു. നല്ല പെരുമാറ്റം എനിക്ക്
വളരെയേറെ സന്തോഷം പ്രദാനം ചെയ്തു. ബസ്സിലെ എന്റെ സീറ്റ്
അതർഹിച്ച മറ്റൊരാൾക്കായി ഒഴിഞ്ഞുകൊടുക്കാനോ, ഒരു വൃദ്ധയുടെ
പക്കൽനിന്നും താഴെവീണ എന്തെങ്കിലും സാധനം കുനിഞ്ഞെടുത്ത്
എനിക്കു നല്ലപോലെ അറിയാവുന്ന ചെറുപുഞ്ചിരിയോടെ മടക്കിക്കൊടു
ക്കാനോ, ഞാൻ വിളിച്ചു നിർത്തിയ ടാക്സി തിരക്കുള്ള മറ്റൊരാൾക്കു
വിട്ടുകൊടുക്കാനോ കഴിഞ്ഞാൽ ആ ദിവസം എന്നെ സംബന്ധിച്ചിട
ത്തോളം ചുവന്ന അക്ഷരങ്ങളിൽ രേഖപ്പെടുത്തേണ്ട ഒന്നായി മാറും.
ബസ് സമരമുണ്ടാവുന്ന ദിവസങ്ങളിൽ വീടുപറ്റാൻ കഴിയാതെ ബസ്
സ്റ്റോപ്പുകളിൽ കാത്തുനിൽക്കുന്ന നിർഭാഗ്യവാന്മാരായ സഹജീവികളെ
എന്റെ കാറിൽ കുത്തിനിറച്ചു കൊണ്ടുപോവുന്നതിൽ എനിക്ക് എന്താ
ഹ്ലാദമായിരുന്നു. യുവമിഥുനങ്ങൾക്ക് ഒരുമിച്ചിരിക്കാനായി തിയേറ്ററിൽ
എന്റെ സീറ്റു മാറിക്കൊടുക്കുക, ട്രെയിനിൽ കൊച്ചുപെൺകുട്ടിയുടെ
സ്യൂട്ട്കേസ് മുകളിലെ റാക്കിൽ വച്ചുകൊടുക്കുക.... ഇങ്ങനെ എണ്ണി
യാൽ തീരാത്ത കാര്യങ്ങൾ മറ്റുള്ളവരേക്കാൾ കൂടുതൽ എനിക്കു
ചെയ്യാൻ കഴിഞ്ഞത് അവസരങ്ങൾക്കുവേണ്ടി ഞാൻ ശ്രദ്ധാലുവായിരു
ന്നതുകൊണ്ടും, ഇങ്ങനെ സഹായിക്കുന്നതിലുള്ള ആനന്ദം മറ്റുള്ളവർക്ക്
ഗുണമാകുന്നതായി എനിക്കു തോന്നിയതുകൊണ്ടുമാണ്.

ഇതിന്റെയൊക്കെ ഫലമായി എന്നെ മഹാമനസ്കതയുള്ള ഒരാളാ
യാണ് കണക്കാക്കിപ്പോന്നത്. ഞാൻ അങ്ങനെയായിരുന്നുതാനും. നാലു
പേരറിഞ്ഞാണെങ്കിലും, ആരുമറിയാതെയാണെങ്കിലും ഞാൻ കൈയ
യച്ചു നൽകി. എനിക്കു പ്രിയമുള്ള ഒരു വസ്തുവോ, സാമാന്യം വലിയ
ഒരു തുകയോ മറ്റൊരാൾക്കു ദാനം ചെയ്യുമ്പോൾ എനിക്കു വിഷമമല്ല
സന്തോഷമാണ് ഉളവായത്. എന്നാൽ ഞാൻ ദാനംചെയ്യുന്ന വസ്തുക്ക
ളുടെ വന്ധ്യതയോർത്തും, ദാനത്തിനു പാത്രമാവുന്നവരിൽനിന്ന്
ഏതാണ്ട് ഉറപ്പായും തിരിച്ചുകിട്ടാവുന്ന നന്ദികേടിനെ ഓർത്ത് നേരിയ
വിഷാദവും ഉണ്ടാവാതിരുന്നില്ല. കൊടുക്കുന്നതിലുള്ള ആനന്ദം മൂത്ത്
കൊടുക്കാൻ ബാധ്യസ്ഥനാവുന്ന അവസ്ഥയെ ഞാൻ വെറുക്കാനും തുട
ങ്ങി. പണമിടപാടുകളിൽ സമൂഹം ആവശ്യപ്പെട്ട കൃത്യത എന്നെ
വല്ലാതെ മടുപ്പിച്ചു. വളരെ വിഷമിച്ചാണ് ഞാൻ അതിനോടു യോജിച്ചു
പോന്നത്. എന്റെ ഉദാരശീലത്തിന്റെ ഉടമ ഞാൻതന്നെയാവണമെന്ന്
എനിക്കു നിർബന്ധമുണ്ടായിരുന്നു.

ഇവയൊക്കെ നിസ്സാരമായ, കൊച്ചുകൊച്ചുകാര്യങ്ങൾ മാത്രം.
പക്ഷേ, ഞാൻ എന്റെ ജീവിതത്തിൽ പ്രത്യേകിച്ച് എന്റെ തൊഴിലിൽ
എന്തുമാത്രം ആനന്ദം അനുഭവിച്ചിരുന്നെന്ന് താങ്കൾക്ക് ഇതിൽനിന്നും
മനസിലാക്കാം. ഫീസുവാങ്ങാതെ നീതിബോധവും ദയാവായ്പുംമൂലം
മാത്രം നിങ്ങൾ വാദിക്കുന്ന കേസിലെ പ്രതിയുടെ ഭാര്യ, കോടതിയുടെ
ഇടനാഴികളിൽ നിങ്ങളെ തടഞ്ഞുനിർത്തി, എന്തു ചെയ്താലും നിങ്ങൾ
അവരോടു കാണിക്കുന്ന കരുണയ്ക്ക് പകരമാവില്ല എന്ന് മെല്ലെ പറ
യുമ്പോൾ ഹേയ്, ഇതൊക്കെ സാധാരണമല്ലേ, ആരായാലും ഇത്ര
യൊക്കെ ചെയ്യുമെന്നു പറയുകയും അവരുടെ മുന്നിലുള്ള കഷ്ടതനി
റഞ്ഞ ദിവസങ്ങളെ തരണം ചെയ്യാൻ സാമ്പത്തികസഹായം വേണോ
എന്നു ചോദിക്കുകയും, അമിതമായ വികാരപ്രകടനങ്ങൾ ഒഴിവാക്കാ
നും, ശരിയായ അനുരണനം നിലനിർത്താനുമായി ആ പാവം
സ്ത്രീയുടെ വിരലുകളിൽ ചുംബിച്ച് അവിടെനിന്ന് മാറിക്കളയുന്നതും,
മൊസ്യൂ എന്നെ വിശ്വസിക്കൂ, ദുരാഗ്രഹിയായ ഒരു മനുഷ്യന്റെ നേട്ടങ്ങ
ളെക്കാൾ മികച്ചതും നന്മതന്നെ, നന്മയുടെ പാരിതോഷികമാവുന്ന ആ
ഉദാത്തമായ കൊടുമുടിയിലേക്കുള്ള ഉയർച്ചയുമാണ്.

ഈ ഉയരങ്ങളിൽ നമുക്കൽപ്പം തങ്ങാം. ഉയരങ്ങളാണ് എന്റെ
ലക്ഷ്യമെന്നു പറഞ്ഞതിന്റെ അർഥം നിങ്ങൾക്കിപ്പോൾ മനസിലായിക്കാ
ണുമല്ലോ. ഈ പരമോന്നതങ്ങളായ കൊടുമുടികളെപ്പറ്റിയാണ് ഞാൻ
പറഞ്ഞുകൊണ്ടിരുന്നത്. ഇവിടങ്ങളിൽ മാത്രമേ എനിക്കു ശരിക്കു ജീവി
ക്കാൻ കഴിയൂ. ഉന്നത സാഹചര്യങ്ങളിൽ മാത്രമേ എനിക്കു സുഖം
തോന്നാറുള്ളൂ. ദൈനംദിന ജീവിതത്തിലെ കൊച്ചു കാര്യങ്ങളിൽപ്പോലും
എനിക്കു മുകളിലേ കഴിയാൻ താൽപര്യമുണ്ടായിരുന്നുള്ളൂ. ഭൂഗർഭ
റെയിൽവേയേക്കാളും ഞാൻ ബസിലാണ് യാത്ര ചെയ്തിരുന്നത്. ടാ
ക്സികളേക്കാളും തുറന്ന വാഹനങ്ങളാണ് ഇഷ്ടപ്പെട്ടിരുന്നത്. അകത്തെ
മുറിയേക്കാളും മട്ടുപ്പാവിൽ ഇരിക്കാനാണ് കൊതിച്ചിട്ടുള്ളത്. തുറന്ന

ആകാശത്തിലേക്ക് തല നീണ്ടുപോവുന്ന വിമാനങ്ങൾ പറപ്പിച്ചിരുന്ന ഒരു അമചർ വൈമാനികനായിരുന്നു ഞാൻ. കപ്പൽയാത്ര ചെയ്യുമ്പോൾ, എപ്പോഴും മുകളിലത്തെ ഡക്കിൽ അങ്ങോട്ടുമിങ്ങോട്ടും നടക്കുന്ന യാത്ര ക്കാരനായിരുന്നു. മലകളിൽ, താഴ്വാരങ്ങളിൽനിന്ന് കൊടുമുടികൾ തേടി പ്പോയിരുന്നു. ഒരു ലെയ്ത്തിൽ കൂലിപ്പണിയോ കെട്ടിടങ്ങളുടെ മേൽക്കൂ രയിൽ കയറി ഇരുന്നുകൊണ്ടുള്ള ജോലിയോ തിരഞ്ഞെടുക്കാൻ വിധി എന്നെ നിർബന്ധിച്ചിരുന്നെങ്കിൽ ഒരു സംശയവുമില്ലാതെ മേൽക്കൂര കൾക്കുമേൽ കയറേണ്ട ജോലി സ്വീകരിച്ച് തലചുറ്റാതിരിക്കാനുള്ള കഴിവു നേടിയേനെ. കൽക്കരി നിലവറകൾ, കപ്പലിന്റെ ഉൾഭാഗം, സബ്‌വേകൾ, വൻകുഴികൾ ഇവയെയെല്ലാം ഞാൻ വെറുത്തു. നമ്മുടെ ദിനപത്രങ്ങളുടെ ഒന്നാം പേജുകൾ തങ്ങളുടെ ഗവേഷണഫലങ്ങൾ കൊണ്ടു നിറയ്ക്കുന്ന ഗുഹാശാസ്ത്രജ്ഞൻമാരേയും അവരുടെ പ്രവർ ത്തനങ്ങളെപ്പറ്റിയുള്ള വിവരണവും എനിക്കു ഓക്കാനമുണ്ടാക്കിയിരുന്നു. രണ്ടായിരമടി താഴേക്കിറങ്ങി. സ്വന്തം കഴുത്ത് പാറകളുടെ ചോർപ്പിൽ കൊണ്ടുവച്ചുകൊടുക്കുക, മാനസികവൈകല്യങ്ങളുള്ള ആളുകളുടെ തൊഴിലായിട്ടാണ് എനിക്കു തോന്നിയിരുന്നത്. തികച്ചും ക്രിമിനൽ ആയ എന്തോ ഒന്ന് അതിന്റെ പിന്നിലുണ്ടെന്ന് തീർച്ച.

സമുദ്രത്തിന് ആയിരത്തിഅഞ്ഞൂറടി മുകളിൽ ഒരു ബാൽക്കണി യിലിരുന്ന് സൂര്യപ്രകാശത്തിൽ കുളിച്ച കടൽ കാണാനാണ് എനിക്കു താൽപ്പര്യം. മനുഷ്യപ്പുഴുക്കളിൽനിന്നും വളരെ ഉയരത്തിൽ സ്വതന്ത്ര മായ വായു ശ്വസിച്ച് തനിച്ച് ഇരിക്കുക! ധർമപ്രഭാഷണങ്ങളും മതപ്ര സംഗങ്ങളും പ്രവചനങ്ങളും അത്ഭുതങ്ങളുമെല്ലാം മലമുകളിൽ നിന്നാ യത് യാദൃച്ഛികമല്ല. എന്റെ അഭിപ്രായത്തിൽ നിലവറകളിലോ തടവറ കളിലോ(അതൊരു വലിയ ഗോപുരത്തിലല്ലെങ്കിൽ) ഇരുന്ന് ആർക്കും തന്നെ ധ്യാനത്തിൽ മുഴുകാൻ കഴിഞ്ഞിട്ടില്ല. അങ്ങനെ ചെയ്തിരുന്നെ ങ്കിൽ അവർക്കു പൂപ്പൽ പിടിക്കുമായിരുന്നു. പാതിരിയായി സന്ന്യാസി മഠത്തിൽ എത്തിയപ്പോൾ താൻ പ്രതീക്ഷിച്ചതുപോലെ ഒരു പ്രകൃതി ദൃശ്യത്തിലേക്കല്ല, മറ്റൊരു ഭിത്തിയിലേക്കാണ് തന്റെ മുറി തുറക്കുന്ന തെന്നുകണ്ട് ലോഹ ഉപേക്ഷിച്ച മനുഷ്യന്റെ ചിന്താഗതി എനിക്കു കൃത്യ മായും മനസിലാവും. എന്തായാലും ഞാൻ പൂപ്പൽ പിടിച്ചില്ല എന്ന് ഉറ പ്പിച്ചോളൂ. ഒരു ദിവസത്തിന്റെ എല്ലാ മണിക്കൂറുകളിലും എന്റെ ഉള്ളിലും മറ്റുള്ളവരിലും ഞാൻ ഉത്തുംഗശൃംഗങ്ങൾ കയറി, അഗ്നിശലാകകൾ കൊളുത്തി. അത് ആഹ്ലാദഭരിതമായ അഭിവാദനങ്ങൾക്ക് ഉറവിടമായി. അങ്ങനെ എന്റെ മികവിലും ജീവിതത്തിലും ആനന്ദം കണ്ടെത്തി.

കൊടുമുടികൾ കയറാനുള്ള എന്റെ ആവേശത്തിന് അവസരവും സംതൃപ്തിയും നൽകുന്നതായിരുന്നു എന്റെ തൊഴിൽ. അയൽക്കാര നോട് എനിക്കു തോന്നിയിരുന്ന ദേഷ്യത്തിൽനിന്ന് അതെന്നെ മോചിത നാക്കി. അയാളോട് എനിക്കു ബാധ്യതയൊന്നുമുണ്ടായിരുന്നില്ലെങ്കിലും ഞാൻ അയാളെ പലവിധത്തിൽ സഹായിച്ചു. അതെന്നെ ന്യായാധിപ ന്റെയും മുകളിൽ പ്രതിഷ്ഠിച്ചു. ഞാൻ അയാളുടേയും വിധികർത്താവാ

യി. ആർക്കുവേണ്ടി ഞാൻ വാദിച്ചുവോ, അവർ എന്നോടു നന്ദിയുള്ളവ
രായി. ഒന്നാലോചിച്ചുനോക്കൂ, എന്റെ മൊസ്യു, ഞാൻ യാതൊരു ആപൽ
ശങ്കയുമില്ലാതെ ജീവിച്ചു. ഒരു വിധിയെപ്പറ്റിയും ഞാൻ ബേജാറായില്ല.
ഞാൻ കോടതിമുറിയിലല്ല, കുഞ്ഞിപ്പറവകളുടെ ഒപ്പമായിരുന്നതുപോ
ലെയായിരുന്നു. ഉയരങ്ങളിൽ മരുവുകയാണല്ലോ അനേകങ്ങളുടെ ദൃഷ്ടി
യിൽപ്പെടാനും അവരുടെ അഭിവാദനങ്ങൾക്ക് പാത്രമാവാനുള്ള ഒരു
മാർഗം.

ഇതേ തോന്നലിനു വിധേയരായാണ് എന്റെ ചില നല്ല കുറ്റവാളി
കൾ കൊലപാതകത്തിനു മുതിർന്നത്. പിന്നീട് ദിനപത്രം വായിച്ചപ്പോൾ
അപ്പോഴത്തെ അവരുടെ ശോചനീയാവസ്ഥയിൽ, അവർക്ക് അത്ര
സന്തോഷകരമല്ലാത്തതെങ്കിലും നഷ്ടപരിഹാരം ലഭിച്ചുവെന്നുതോന്നി
ക്കാണും. മറ്റു പലരേയുംപോലെ ആരാലുമറിയപ്പെടാതെ കഴിയുക
അവർക്ക് സഹിക്കാൻ വയ്യാതായി. ആ അക്ഷമ അവരെക്കൊണ്ട് അങ്ങേ
അറ്റത്തെ കൃത്യങ്ങൾ ചെയ്യിച്ചു. കുപ്രസിദ്ധിനേടാൻ സ്വന്തം വീടിന്റെ
കാവൽക്കാരനെ കൊന്നാലും മതി. എന്നാൽ ഈ പ്രശസ്തി, വളരെ
നശ്വരമായ ഒന്നാണ്. കത്തി അർഹിക്കുന്ന, കത്തിയുടെ കുത്തുകിട്ടുന്ന
അനവധി കാവൽക്കാരന്മാർ ഉണ്ട്. കുറ്റം എപ്പോഴും പ്രധാനവാർത്ത
തന്നെയായിരിക്കും. എന്നാൽ കുറ്റവാളിക്ക് അവിടെ സ്ഥിരമായി ഇടമില്ല.
കുറ്റവാളി മാറിക്കൊണ്ടേയിരിക്കും. ചുരുക്കിപ്പറഞ്ഞാൽ ഈ നൈമിഷി
കമായ വിജയങ്ങൾക്കു കൊടുക്കേണ്ടിവരുന്ന വില ഭീമമാണ്. എന്നാൽ
ഈ നിർഭാഗ്യവാന്മാരിൽ ഒരാളെയെങ്കിലും കക്ഷിയായി ലഭിച്ചാൽ
പ്രശസ്തി ഉറപ്പായിരുന്നു. അതുകൊണ്ടുതന്നെ ഞാൻ വളരെ ആത്മാർഥ
മായി അവർക്കുവേണ്ടി ശ്രമിച്ചിരുന്നു. അവരുടെ പക്കൽനിന്ന് തുച്ഛമായ
ഫീസുമാത്രമേ ഈടാക്കിയിരുന്നുള്ളു. ഞാൻ അവർക്കുവേണ്ടി വിനി
യോഗിച്ച രോഷവും കഴിവും വികാരവും അവരോട് എനിക്കു തോന്നി
യേക്കാവുന്ന ബാധ്യതകളെ കഴുകിക്കളഞ്ഞു. ന്യായാധിപന്മാർ ശിക്ഷി
ക്കുകയും, പ്രതികൾ പ്രായശ്ചിത്തം ചെയ്യുകയും ചെയ്തപ്പോൾ എല്ലാ
കർമങ്ങളിൽനിന്നും സ്വതന്ത്രനായ ഞാൻ, ന്യായവിധിയിൽനിന്നും ശിക്ഷ
യിൽനിന്നും ഒരുപോലെ സ്വതന്ത്രനായ ഏദനിലേതെന്നപോലെയുള്ള
വെളിച്ചത്തിൽ കുളിച്ചു മദിച്ചു.

ശരിക്കും ഏദൻതന്നെയായിരുന്നില്ലേ അത്, മൊസ്യൂ, ജീവിത
ത്തിനും എനിക്കും മധ്യേ ഇടനിലക്കാരാരുമില്ലാതെ? അങ്ങനെയായി
രുന്നു എന്റെ ജീവിതം. എങ്ങനെ ജീവിക്കണമെന്ന് എനിക്കൊരിക്കലും
പഠിക്കേണ്ടിവന്നതേയില്ല. അക്കാര്യത്തിൽ, ജനിച്ചപ്പോൾത്തന്നെ എനിക്ക്
നല്ല അറിവുണ്ടായിരുന്നു. ചില ആൾക്കാരുടെ പ്രശ്നം അവരവരെത്തന്നെ
മറ്റു മനുഷ്യരിൽനിന്നും സംരക്ഷിക്കയാണ്; കുറഞ്ഞത് അവരുമായി സമ
രസപ്പെട്ടുപോകാനുള്ള യത്നമാണ്. എന്റെ കാര്യത്തിൽ അത്തരമൊരു
ധാരണ തുടക്കത്തിൽത്തന്നെ ഉണ്ടായിക്കഴിഞ്ഞിരുന്നു. ഉചിതമെന്നു
തോന്നിയപ്പോൾ അടുത്തിടപഴകി, മൗനം വേണ്ടപ്പോൾ മൗനം പാലിച്ചു.
സ്വതന്ത്രമായും ആയാസരഹിതമായും പെരുമാറി, എന്നാൽ ഗൗരവം

വേണ്ടപ്പോൾ അതിനും കുറച്ചില്ല. അങ്ങനെ ഞാൻ എല്ലായ്പ്പോഴും എല്ലാ വരോടും പൊരുത്തത്തിലായിരുന്നു. അതെല്ലാംകൊണ്ട് എനിക്കു മികച്ച ജനപ്രീതിയുണ്ടായിരുന്നു. സമൂഹത്തിലെ എന്റെ വിജയങ്ങൾ എണ്ണി യാൽ ഒടുങ്ങാത്തതായിരുന്നു. കാഴ്ചയിൽ സുമുഖൻ, നൃത്തം ചെയ്യു ന്നതിൽ വിദഗ്ദൻ, കലാകായിക രംഗങ്ങളിലും ഞാൻ പിന്നാക്കമായിരു ന്നില്ല. അതിലൊക്കെ ഉപരി ഒരേസമയത്ത് നീതിയേയും സ്ത്രീകളേയും ഞാൻ സ്നേഹിച്ചു. അത്ര എളുപ്പമുള്ള കാര്യമല്ല. പക്ഷേ മതി. ഞാൻ ആത്മപ്രശംസ നടത്തുകയാണെന്ന് നിങ്ങൾ തെറ്റിദ്ധരിച്ചാലോ.... എങ്കിലും ഒന്നു വിഭാവനം ചെയ്തുനോക്കാൻ ഞാൻ നിങ്ങളോടഭ്യർഥി ക്കുകയാണ്. ഒരു മനുഷ്യൻ അയാളുടെ ശക്തിയുടെ ഉച്ചകോടിയിൽ സമ്പൂർണാരോഗ്യത്തിൽ, ശാരീരികാഭ്യാസങ്ങളിലും, മാനസികാഭ്യാസ ങ്ങളിലും പ്രാവീണ്യം കൈവരിച്ചു. നല്ലതുപോലെ ഉറങ്ങി തന്നോടു തന്നെ നല്ല സന്തോഷത്തിൽ മരുവുമ്പോഴും ഇതൊന്നും ഉപരിപ്ലവമായ രീതിയിൽ പ്രദർശിപ്പിക്കാതെ, സമൂഹത്തിലെ ഇടപെടലുകളിൽ ഉളവാ കുന്ന സന്തോഷത്തിലൂടെ മാത്രം പ്രദർശിപ്പിച്ചു മരുവുമ്പോൾ, അതി വിനയമില്ലാതെ വിജയശ്രീലാളിതമായ ജീവിതം എന്ന് എനിക്കു പറ ഞ്ഞുകൂടേ?

എന്നേക്കാൾ നൈസർഗികതയുള്ള ജീവികൾ കുറവായിരുന്നു. ഞാൻ ജീവിതവുമായി എല്ലാ അർഥത്തിലും പൊരുത്തത്തിലായിരുന്നു; അടിമുതൽ മുടിവരെയുള്ള സംയോജനമായിരുന്നു ജീവിതവുമായി, അതിന്റെ വിരോധാഭാസങ്ങളെയോ അതിന്റെ മഹത്വത്തെയോ, അതിന്റെ ദാസ്യത്തെയോ നിരാകരിക്കാതെ പ്രത്യേകിച്ചും ജീവിതത്തിന്റെ മാംസ നിബദ്ധമായ അല്ലെങ്കിൽ ഭൗതികമായ ഭാവം–പ്രേമത്തിലും, ഏകാന്ത തയിലും വളരെയേറെ മനുഷ്യരെ നിരാശനാക്കുന്ന ആ ഒന്ന് എന്നെ അടിമയാക്കുന്നതിനുപകരം എനിക്ക് തുടർച്ചയായ ആഹ്ലാദമാണ് തന്നത്. എവിടെനിന്നാണ് അതെനിക്കു ലഭിച്ചതെങ്കിലും ജീവിതവുമായുള്ള എന്റെ പൊരുത്തം, ജീവിതത്തിന്മേൽ ഞാൻ കൈവരിച്ചിരുന്ന ആയാസരഹിത മായ മേൽക്കോയ്മ മറ്റുള്ളവർക്ക് അനുഭവവേദ്യമായിരുന്നു. അത് ചില പ്പോഴൊക്കെ തങ്ങളുടെ ജീവിതത്തേയും സഹായിച്ചിരുന്നുവെന്ന് പലരും എന്നോടു പറഞ്ഞിട്ടുണ്ട്. അതുകൊണ്ടുതന്നെ എന്റെ സഹവാസം പലർക്കും ആവശ്യമായിരുന്നു. ഉദാഹരണത്തിന്, എന്നെ എവിടെയോ വച്ച് നേരത്തെ കണ്ടിട്ടുണ്ടെന്ന് പലർക്കും തോന്നി. ജീവിതവും അതിന്റെ സൃഷ്ടികളും അതിന്റെ വരദാനങ്ങളും എന്നെ തേടിയെത്തി. അന്തസ്സുറ്റ അഭിമാനത്തോട ഞാൻ ആ ശ്രദ്ധാഞ്ജലികളെ സ്വീകരിച്ചു. സത്യം പറയട്ടെ ഒരു സമ്പൂർണ, സാധാരണ മനുഷ്യനെന്നതിലുമുപരി എന്നെ ഞാൻ ഒരു 'സൂപ്പർമാൻ' ആയി വീക്ഷിക്കാൻ തുടങ്ങി.

ഒരു സാധാരണ, എന്നാൽ മാന്യകുടുംബത്തിലെ (എന്റെ അച്ഛൻ ഒരു ഓഫീസർ ആയിരുന്നു) അംഗമായിരുന്നു ഞാൻ. എന്നാൽ ചില പ്രഭാതങ്ങളിൽ, ഞാൻ വിനയത്തോടെ തുറന്നുപറയട്ടെ, ഞാൻ ഒരു രാജാ വിന്റെയോ അല്ലെങ്കിൽ കത്തിക്കാളുന്ന ഒരു കാടിന്റെ മകനോ ആണെ

ന്നെനിക്കുതോന്നി. മറ്റുള്ളവരേക്കാളും ബുദ്ധിമാനാണ് ഞാൻ എന്ന ഉറ പ്പൊന്നുമായിരുന്നില്ല കാരണം. തന്നെയുമല്ല അങ്ങനെ ഒരു ഉറപ്പിൽ വലിയ കാര്യമില്ല. വളരെയേറെ ഭ്രാന്തന്മാർക്ക് അതേ തോന്നലുണ്ട്. അല്ല, അതൊന്നുമല്ല കാരണം, അനുഗ്രഹാശിസ്സുകളുടെ പെയ്ത്തുമൂലം, സമ്മ തിക്കാൻ എനിക്കു മടിയുണ്ട്, ഞാൻ വളരെയേറെ പ്രത്യേകതയുള്ള അസാധാരണനായ ഒരു വ്യക്തിയാണെന്ന് എനിക്കുതന്നെ തോന്നി. അനു സ്യൂതമായ വിജയത്തിനുവേണ്ടി എല്ലാവരിൽനിന്നും തിരഞ്ഞെടുക്കപ്പെ ട്ടവൻ. എന്റെ വിനയത്തിന്റെ ഒരു ഫലം തന്നെയാണല്ലോ ഇത്. ഈ വിജയത്തിനു കാരണം എന്റെ കഴിവുകളും സദ്ഗുണങ്ങളുമാണെന്ന് എനിക്കു തോന്നിയില്ല. എന്നാൽ ഒരൊറ്റ വ്യക്തിയിൽ സകല സദ്ഗുണ ങ്ങളും, വിജയങ്ങളും കേന്ദ്രീകരിക്കുക കേവലം യാദൃച്ഛിക സംഭവമാ ണെന്ന് വിശ്വസിക്കാനും പ്രയാസം. അതുകൊണ്ടാണ് ആ സന്തോഷ ജീവിതം ഏതോ ഉയർന്ന ശക്തികളുടെ വിധിപ്രകാരമായിരിക്കണമെന്ന് എനിക്കു തോന്നിയത്. എനിക്കു മതവിശ്വാസമില്ലായിരുന്നു എന്നുകൂടി കൂട്ടിച്ചേർക്കുമ്പോഴേ, എന്റെ ആ വിശ്വാസം എത്ര അസാധാരണമായി രുന്നുവെന്ന് നിങ്ങൾക്ക് കാണാൻ കഴിയൂ. എന്തായാലും ആ വിശ്വാസം മൂലം കുറേയേറെക്കാലം ഞാൻ ദൈനംദിനജീവിതത്തിന്റെ സാധാരണ ത്വത്തിൽനിന്ന് ഉയർന്നു പറക്കുകയായിരുന്നു-സത്യം പറഞ്ഞാൽ ഉള്ളി ന്റെയുള്ളിൽ ഞാൻ ആ ദിനങ്ങൾക്കുവേണ്ടി കൊതിക്കുന്നു. ഞാൻ ഉയർന്നു പറന്നു- ആ ഒരു സായാഹനംവരെ. പക്ഷേ, വേണ്ട. അതു മറ്റൊരു സംഗതി-അതു മറന്നുകളഞ്ഞേ തീരൂ. ശരി, ചിലപ്പോൾ ഞാൻ അതിശയോക്തിപരമായാവാം സംസാരിക്കുന്നത്. ഞാൻ എല്ലാത്തിലും ആയാസരഹിതനായിരുന്നു. എന്നാൽ ഒന്നിലും സംതൃപ്തനായിരുന്നില്ല. ഓരോ സന്തോഷവും മറ്റൊന്നിനു വേണ്ടിയുള്ള ആഗ്രഹം വർദ്ധിപ്പിച്ചു. ഒരുത്സവത്തിമിർപ്പിൽനിന്ന് മറ്റൊരു ഉത്സവത്തിലേക്കു ഞാൻ പോയി. ചില അവസരങ്ങളിൽ രാത്രി മുഴുവൻ നൃത്തം ചെയ്തു. ജീവിതത്തി നോടും ആൾക്കാരോടും ഭ്രാന്തമായ ഒരാവേശമായിരുന്നു. അങ്ങനെയുള്ള ചില രാത്രികളിൽ നൃത്തവും, നേരിയ ഉന്മത്തതയും എന്റെ വന്യമായ ആവേശവും മറ്റുള്ളവരുടെ കടിഞ്ഞാൺ ഇല്ലാത്ത ആഘോഷവാ ഞ്ചയും എന്നെ ഒരു ക്ഷീണിതമായ എന്നാൽ എല്ലാം മായ്ക്കുന്ന നിർവൃതികൊണ്ടു നിറച്ചു. തളർച്ചയുടെ പാരമ്യത്തിൽ ഒരു നിമിഷനേര ത്തേക്ക് ഈ പ്രപഞ്ചത്തിന്റേയും സൃഷ്ടിയുടേയും രഹസ്യം എനിക്കു മുന്നിൽ അനാവൃതമാകുന്നതായി തോന്നി. പക്ഷേ, എന്റെ തളർച്ച അപ്ര ത്യക്ഷമാകും. അതോടൊപ്പം ആ രഹസ്യവും മായും-ഞാൻ വീണ്ടും മറ്റൊരു ആഘോഷത്തിലേക്കു കുതിക്കും. ഞാൻ അതിന് ഒന്നിൽനിന്നു മറ്റൊന്നിലേക്കു പാഞ്ഞു. ഒരിക്കലും പൂർണതൃപ്തനാവാതെ, എവിടെ യാണ് നിർത്തേണ്ടതെന്നറിയാതെ ആ ദിവസം വരെ അല്ലെങ്കിൽ ആ സായാഹനം വരെ-സംഗീതം നിലയ്ക്കുകയും ദീപങ്ങൾ അണയുകയും ചെയ്ത ആ സായാഹനം വരെ ഞാൻ എത്രയോ സന്തോഷവാനായി രുന്ന ആ പാർട്ടി....വരട്ടെ. അതിനുമുമ്പ് ഞാൻ നമ്മുടെ സുഹൃത്ത് ആ

ഗറില്ലയോട് കുശലപ്രശ്നം നടത്തട്ടെ. അയാൾക്കു നന്ദിസൂചകമായി നിങ്ങളും തല ഒന്നു കുലുക്കിക്കോളൂ....എന്നിട്ട് എന്നോടൊപ്പം കുടിക്കൂ... നിങ്ങളെങ്കിലും എന്നെ മനസി ലാക്കണം.

എന്റെ ഈ പ്രസ്താവന നിങ്ങളെ അത്ഭുതപ്പെടുത്തുന്നുവെന്ന് ഞാൻ കാണുന്നു. ചില സമയത്ത് നിങ്ങൾക്കും മനസിലാക്കൽ, സഹാ യം, സൗഹൃദം ഇവയൊക്കെ വേണമെന്നു തോന്നാറില്ലേ? തീർച്ചയായും തോന്നിയിട്ടുണ്ടാവും. മനസിലാക്കൽകൊണ്ടുമാത്രം തൃപ്തനാവാൻ ഞാൻ പഠിച്ചുകഴിഞ്ഞു. കിട്ടാനെളുപ്പം അതാണ്. പോരെങ്കിൽ അതിനു കെട്ടുപാടുകളുമില്ല. 'എന്റെ സഹതാപം നിറഞ്ഞ മനസിലാക്കലിൽ വിശ സിക്കാൻ നിങ്ങളോടു ഞാൻ അഭ്യർഥിക്കുകയാണ്.' 'ഇനി നമുക്ക് മറ്റു കാര്യങ്ങളിലേക്കു കടക്കാം'– ഇത്തരം വാചകങ്ങൾ നിങ്ങൾ കേട്ടിട്ടില്ലേ? ഒരു ബോർഡ് ചെയർമാന്റെ വികാരമാണിത്. ഇതു വളരെയെളുപ്പം ലഭിക്കും. പ്രത്യേകിച്ചും അത്യാഹിതങ്ങൾക്കുശേഷം. സുഹൃദ്ബന്ധം ഇത്ര ലളിതമല്ല. അതു ലഭിക്കാൻ നീണ്ടതും കഠിനവുമായ ഒരു പ്രക്രി യയിലൂടെ പോകണം. പക്ഷേ, ഒരിക്കൽ കിട്ടിക്കഴിഞ്ഞാൽ അതിനെ ഉപേ ക്ഷിക്കാനും കഴിയില്ല. എങ്ങനെയും അതുമായി സമരസപ്പെട്ടേ പറ്റൂ. നിങ്ങൾ ആത്മഹത്യ ചെയ്യാൻ തീരുമാനമെടുത്തത് ഇന്നേയ്ക്കല്ലല്ലോ എന്ന് എല്ലാ സായാഹനങ്ങളിലും നിങ്ങളുടെ സുഹൃത്തുക്കൾ (അവർ അങ്ങനെ ചെയ്യേണ്ടതാണ്) ടെലിഫോൺ ചെയ്തു ചോദിക്കുമെന്ന് ഒരു നിമിഷത്തേക്കുപോലും കരുതേണ്ട. അതുപോലെതന്നെ ഇന്ന് ഒറ്റയ്ക്ക ല്ലല്ലോ കമ്പനിവേണ്ടല്ലോ എന്നും ഇന്ന് പുറത്തുപോകാൻ മൂഢില്ലാ അല്ലേ എന്നും വിളിച്ചു ചോദിക്കില്ല. ഇല്ല. അതോർത്ത് വിഷമിക്കേണ്ട, നിങ്ങൾ ഏകാന്തനല്ലാത്ത ദിവസങ്ങളിൽ ജീവിതം സുന്ദരമായ സായാ ഹങ്ങളിൽ മാത്രമേ അവർ വിളിക്കൂ. ആത്മഹത്യയുടെ കാര്യത്തിലാ ണെങ്കിൽ, അവരുടെ കാഴ്ചപ്പാടിൽ നിങ്ങൾക്കു നിങ്ങളോടുതന്നെയുള്ള കടപ്പാടിന്റെ വെളിച്ചത്തിൽ അവർ അതിലേക്കുതന്നെ നിങ്ങളെ തള്ളിയി ടാനാണ് സാധ്യത. നമ്മുടെ സുഹൃത്തുക്കൾ നമ്മെ ഉയർന്ന പീഠങ്ങ ളിൽ കയറ്റി ഇരുത്തുന്നതിൽനിന്നും ദൈവം നമ്മെ കാക്കട്ടെ, മൊസ്യൂ! നമ്മെ സ്നേഹിക്കുക കർത്തവ്യമായിട്ടുള്ളവർ–അതായത് ബന്ധുക്കളും ചാർച്ചക്കാരും–അവർ മറ്റൊരു വിഷയംതന്നെയാണ്. അവർ എപ്പോഴും കൃത്യമായ വാക്ക് കണ്ടുപിടിക്കും. അതു ലക്ഷ്യത്തിൽത്തന്നെ കൊള്ളി ക്കുകയും ചെയ്യും. തോക്കുകൊണ്ടു വെടിവയ്ക്കുന്നതുപോലെയല്ല അവർ ഫോണിൽ വിളിക്കുന്നത് ഹോ–അവർക്ക് ഉന്നം പിടിക്കാൻ നന്നായി അറിയാം.

എന്ത്? ഏതു സായാഹനം? ഞാൻ അതിലേക്കു വരാം. അൽപ്പം ക്ഷമിക്കൂ. സുഹൃത്തുക്കളേയും ബന്ധുക്കളേയുംപറ്റി പറയുന്നു എന്ന തുകൊണ്ട് എന്റെ പ്രധാന വിഷയത്തിൽനിന്നും ഞാൻ വ്യതിചലിച്ചിട്ടില്ല. തന്റെ സുഹൃത്ത് തടവിലാക്കപ്പെട്ടപ്പോൾ, രാത്രിയിൽ തറയിൽ കിടന്നു റങ്ങുന്ന ഒരാളെപ്പറ്റി ഞാൻ കേട്ടിട്ടുണ്ട്. സുഹൃത്തിനു ലഭിക്കാത്ത ഒരു സുഖസൗകര്യവും തനിക്കു വേണ്ടെന്ന് അയാൾ തീരുമാനിച്ചു. പ്രിയ

പ്പെട്ട മൊസ്യൂ നമുക്കുവേണ്ടി ആര് തറയിൽ കിടന്നുറങ്ങും? അങ്ങനെ യൊരു ത്യാഗത്തിന് ഈ ഞാൻതന്നെ തയാറാണോ? അത്രയ്ക്കെങ്കിലും എന്നെക്കൊണ്ടു കഴിയുമെന്നാണെന്റെ വിശ്വാസം. ഉവ്വ്. നമുക്കെല്ലാം ഒരി ക്കൽ അതിനു കഴിയും. അതായിരിക്കും മോക്ഷം. എന്നാൽ അത്ര സുഗമമല്ല, കാരണം സൗഹൃദങ്ങൾക്കു മന:സ്ഥിരതയില്ല. അല്ലെങ്കിൽ ഏറ്റവും കുറഞ്ഞത് പരസ്പരം ഉപയോഗിക്കാൻ അറിയില്ല. വേണ്ട തെന്തോ അതുനേടാൻ അതിനു കഴിവില്ല. വേണമെന്ന് വേണ്ട തീവ്രത യോടെ തോന്നാത്തതുകൊണ്ടാണോ? നാം ജീവിതത്തെ വേണ്ടത്ര സ്നേഹിക്കാത്തതുകൊണ്ടാണോ? മരണം മാത്രമേ നമ്മുടെ വികാര ങ്ങളെ ഉണർത്താറുള്ളൂ എന്ന് ശ്രദ്ധിച്ചിട്ടുണ്ടോ? മരിച്ചുമണ്ണടിഞ്ഞ് സംസാരം നിറുത്തിയ ഗുരുക്കന്മാരെ നാം എത്രമാത്രം ബഹുമാനി ക്കുന്നു? അവരോടുള്ള ആദരവു മുഴുവൻ അപ്പോഴാണ് ഒഴുകാൻ തുട ങ്ങുന്നത്. അവരുടെ ജീവിതകാലം മുഴുവൻ അവർ നമ്മിൽ നിന്നു പ്രതീ ക്ഷിച്ചിരുന്നേക്കാവുന്ന ആദരവ്. എന്നാൽ മരിച്ചവരോടും നാം കൂടുതൽ ന്യായബോധവും ദയയും കാട്ടുന്നതെന്തുകൊണ്ടാണെന്ന് നിങ്ങൾക്കറി യുമോ? കാരണം വളരെ ലളിതമാണ്. അവരുമായി നമുക്ക് യാതൊരു കടപ്പാടുകളുമില്ല. അവർ നമ്മെ സ്വതന്ത്രരായി വിടുന്നു. നമുക്ക് വേണ്ടത്ര സമയമെടുക്കാം. യാതൊരു തിരക്കുമില്ല. കോക്ടെയിൽ പാർട്ടിക്കും വെപ്പാട്ടിക്കുമിടയ്ക്ക് സമയം കിട്ടുമ്പോൾ അർപ്പിച്ചാൽ മതി ആദരാഞ്ജ ലികൾ; ചുരുക്കിപ്പറഞ്ഞാൽ നമുക്കു തോന്നുമ്പോൾ മതി. നിർബന്ധി ച്ചെന്തെങ്കിലും ചെയ്യിക്കുന്നുണ്ടെങ്കിൽ അത് അവരെ ഓർമിക്കാൻ നിർബ ന്ധിക്കുക മാത്രമാണ്. പക്ഷേ, നമ്മുടെ ഓർമ വളരെ ഹ്രസ്വമാണല്ലോ. നമ്മുടെ കൂട്ടുകാരിലും നമ്മൾ സ്നേഹിക്കുക അടുത്തയിടെ മരിച്ചവ രെയാണ്, നമ്മുടെ വികാരങ്ങളെയാണ്, നമ്മെത്തന്നെയാണ്!

ഉദാഹരണത്തിന്, ഞാൻ സാധാരണ ഒഴിവാക്കാറുള്ള ഒരു സുഹൃ ത്തുണ്ടായിരുന്നു. അയാൾ ഒരു ബോറായി എനിക്കു തോന്നിയിരുന്നു. പോരെങ്കിൽ അയാൾ ഒരു ധർമവാദിയുമായിരുന്നു. പക്ഷേ, അയാൾ മരണക്കിടക്കയിലായപ്പോൾ ഞാൻ സദാ ഹാജരുണ്ടായിരുന്നു. ഒരു ദിവസം പോലും മുടങ്ങിയില്ല. എന്നോടു വളരെ തൃപ്തിയിൽ, എന്റെ കൈപിടിച്ചാണ് അയാൾ മരിച്ചത്. എന്റെ പുറകെ നടക്കാറുണ്ടായിരുന്ന ഒരു സ്ത്രീ-അവൾ നടന്നത് വെറുതെയായി-ചെറുപ്പത്തിൽത്തന്നെ മരിച്ചു. പെട്ടെന്ന് അവൾക്കുവേണ്ടി എന്റെ ഹൃദയത്തില ഒരു മുറി തുറന്നു. പോരാഞ്ഞിട്ട് അതൊരു ആത്മഹത്യകൂടിയായിരുന്നു. എന്റെ പ്രഭുവേ, എന്തൊരു രസമുള്ള ബഹളമായിരുന്നു. ടെലിഫോൺ മണി അടിക്കുന്നു. ഹൃദയം വിങ്ങിപ്പൊട്ടുന്നു. വികാരം തുളുമ്പുന്ന മന:പൂർവം കുറുക്കിയ വാചകങ്ങൾ, അമർത്താൻ ശ്രമിക്കുന്ന ഹൃദയവേദന, എന്തിന് ഒരു ഡോസ് സ്വയം കുറ്റപ്പെടുത്തലും!

മനുഷ്യൻ അങ്ങനെയൊക്കെയാണ് പ്രിയമുള്ള മൊസ്യൂ. അവന് രണ്ടു മുഖങ്ങളുണ്ട്. അവന് സ്വയം സ്നേഹമില്ലാതെ ജീവിക്കാൻ കഴി യില്ല. ഈ കെട്ടിടത്തിൽ ഒരു മരണം സംഭവിക്കുമ്പോൾ നിങ്ങളുടെ

അയൽക്കാരെ ശ്രദ്ധിച്ചുകൊള്ളൂ. അവരുടെ ദിനചര്യയുടെ ഭാഗമായി അവർ ഉറക്കമായിരുന്നു എന്നു വയ്ക്കൂ, അപ്പോൾ അവരുടെ വാച്ച്മാൻ മരിക്കുന്നു. എന്നുവെക്കൂ. അവർ പെട്ടെന്നുണരുന്നു. തിരക്കിലാവുന്നു. മരണത്തിന്റെ വിശദാംശങ്ങൾ ശേഖരിക്കുന്നു. സഹതപിക്കുന്നു. പുതു തായി മരിച്ച മനുഷ്യനോടെ പുതിയ ഷോ ആരംഭിക്കുകയായി. അവർക്ക് ഒരു ദുരന്തം വേണം. അവരുടെ ഒരു തരണം ചെയ്യലാണത്. ജീവിത ത്തിന്റെ ഒരു അപ്പറ്റൈസർ. സത്യത്തിൽ അവിചാരിതമായിട്ടാണോ, ഞാൻ വാച്ച്മാനെപ്പറ്റിത്തന്നെ സംസാരിക്കുന്നത്? എനിക്ക് ഒരു വാച്ച്മാ നുണ്ടായിരുന്നു. ഒരുതരത്തിലും സഹിക്കാൻ പറ്റാത്ത, വെറുപ്പിന്റെ ഇരു പ്പിടമായ, വിദ്വേഷം നിറഞ്ഞ ഒരു രാക്ഷസൻ. ഞാൻ അയാളോടു സംസാ രിക്കുന്നതുപോലും വേണ്ടെന്നുവെച്ചിരുന്നു. എന്നാൽ അയാളുടെ കേവ ലമായ അസ്തിത്വംകൊണ്ടുമാത്രം എന്റെ തൃപ്തമായ അവസ്ഥയെ തകർക്കുമായിരുന്നു. അയാൾ മരിച്ചു. ഞാൻ അയാളുടെ ശവമടക്കിനു പോയിരുന്നു. എന്തുകൊണ്ടാണെന്നു നിങ്ങൾക്കു പറയാമോ?

എന്തായാലും ആ ചടങ്ങിനു മുൻപുള്ള രണ്ടു ദിവസങ്ങൾ കൗതുകം നിറഞ്ഞതായിരുന്നു. വാച്ച്മാന്റെ ഭാര്യയ്ക്കും സുഖമില്ലായി രുന്നു. അവർ കിടന്നതിനടുത്തുതന്നെയാണ് ശവപ്പെട്ടി വെച്ചിരുന്നത്. എല്ലാവർക്കും അവരവരുടെ കത്തുകൾ എടുക്കാൻ അവരുടെ മുറിയിൽ പോകേണ്ടിവന്നു. കതകുതുറന്ന് അവർക്ക് ഗുഡ്മോണിങ് പറഞ്ഞ്, മരി ച്ചവന്റെ ഗുണഗണങ്ങൾ പ്രകീർത്തിക്കുന്നതു കേട്ടുനിന്ന് കത്തുകളെടു ത്തുപോന്നു. അതിൽ അത്ര രസകരമായി ഒന്നുമില്ല. എങ്കിലും കാർസോ ളിക്കിന്റെ മണമുള്ള ആ മുറിയിലൂടെ ആ കെട്ടിടത്തിൽ ഉണ്ടായിരുന്നവ രെല്ലാവരും കടന്നുപോയി. ഒരു താമസക്കാരനും തന്റെ വേലക്കാരെ പറ ഞ്ഞുവിട്ടില്ല, മറിച്ചു കത്തെടുക്കാൻ നേരിട്ടുവന്നു. അവിചാരിതമായി കൈവന്ന അവസരം കളയുവതെങ്ങനെ.... ഒളിഞ്ഞും പാത്തും വേല ക്കാരുമെത്തി. ശവമടക്കിന്റെ ദിവസമായപ്പോൾ ശവപ്പെട്ടി കതകിലൂടെ പുറത്തുകടക്കുന്നില്ല. "എന്റെ പൊന്നേ" കട്ടിലിൽ കിടന്നുകൊണ്ട് പകുതി സന്തോഷത്തിലും പകുതി സന്താപത്തിലും ഭാര്യ അത്ഭുതം കൂറി "അയാൾ എന്തു കൂറ്റനായിരുന്നു!" "വിഷമിക്കാതെ മദാം" ശവമ ടക്കുകാരൻ പറഞ്ഞു:

"ഞങ്ങൾ ചരിച്ചും കുത്തനെ നിർത്തിയും അയാളെ കൊണ്ടുപൊ യ്ക്കൊള്ളാം."

മദ്യം കുടിക്കാൻ അയാളുമായി എന്നും ഒത്തുകൂടാറുണ്ടായിരുന്ന മറ്റൊരു വാച്ച്മാൻ ഒഴിച്ചാൽ സിമിത്തേരിവരെ പോയ ഒരേ ഒരാൾ ഞാൻ മാത്രമായിരുന്നു. ശവപ്പെട്ടിയുടെ ഭീമാകാരംകണ്ട് അത്ഭുതത്തോടെ ഞാൻ പുഷ്പാർച്ചന നടത്തി. തിരിച്ചു വന്ന ഞാൻ അയാളുടെ ഭാര്യയെ സന്ദർശിച്ചു. അവർ ഒരു ദുരന്തനായികയെപ്പോലെ എന്നോടു നന്ദി പറ ഞ്ഞു. പറയൂ എന്തിനുവേണ്ടിയാണ് ഞാൻ അതൊക്കെ ചെയ്തത്? കേവലം ഒരു അപ്പറ്റൈസർ.

അതുപോലെ ബാർ അസോസിയേഷനിലെ പ്രായംചെന്ന ഒരംഗ

ത്തെയും ഞാൻ അടക്കി. ആരും ഗൗനിക്കാത്ത ഒരു ക്ലാർക്ക്.പക്ഷേ, ഞാൻ കാണുമ്പോഴൊക്കെ അയാളുടെ കൈപിടിച്ചു കുലുക്കുമായിരുന്നു. അല്ലെങ്കിലും ഞാൻ ജോലി ചെയ്തിരുന്നിടത്ത് എല്ലാവർക്കും ദിവസം രണ്ടു പ്രാവശ്യമെങ്കിലും ഷെക്ക്ഹാൻഡ് കൊടുക്കുമായിരുന്നു. അതി നെനിക്ക് ചെലവൊന്നുമില്ലല്ലോ–അത്തരം മാന്യമായ ലാളിത്യങ്ങൾ എന്റെ സംതൃപ്തിക്ക് വളരെ ആവശ്യമായിരുന്ന ജനപ്രിയത നേടിത്തന്നു. ക്ലാർക്കിന്റെ ശവസംസ്കാരച്ചടങ്ങുകളിൽ ബാർ കൗൺസിലിന്റെ പ്രസി ഡണ്ട് സന്നിഹിതനായിരുന്നില്ല. എന്നാൽ ഞാൻ എല്ലാറ്റിനുമുണ്ടായി രുന്നു. അതും ഒരു യാത്ര പോവുന്നതിനു തൊട്ടുമുൻപ്. അതുകൊണ്ടു തന്നെ എന്റെ സാന്നിധ്യം ശ്രദ്ധിക്കപ്പെടുമെന്നും അതേപ്പറ്റി നല്ല അഭി പ്രായങ്ങൾ ഉണ്ടാവുമെന്നും എനിക്കറിയാമായിരുന്നു. അതുകൊണ്ടു തന്നെ അന്നു പെയ്ത മഞ്ഞുമഴപോലും എന്നെ പിന്തിരിപ്പിച്ചില്ല.

എന്ത്? ഞാൻ അതിലേക്കുതന്നെ വരികയാണ്. പേടിക്കേണ്ട. സത്യം പറഞ്ഞാൽ അതു ഞാൻ വിട്ടിട്ടേയില്ല. പക്ഷേ, അതിനുമുമ്പ് വാച്ചമാന്റെ ഭാര്യയുടെ കഥ മുഴുവൻ പറയട്ടെ. ഓക്കുശവപ്പെട്ടിയും വെള്ളിപ്പിടികളും വലിയ കുരിശുരൂപവും ഒക്കെ ഭർത്താവിനുവേണ്ടി സംഘടിപ്പിച്ച ആ സ്ത്രീ ഒരു മാസത്തിനകം അമിതമായി വേഷം കെട്ടുന്ന നല്ല ശബ്ദ മുള്ള ഒരുത്തനുമായി പ്രണയത്തിലായി. അയാൾ പക്ഷേ അവളെ അടി ക്കാറുണ്ടായിരുന്നു; പേടിപ്പെടുത്തുന്ന കരച്ചിലുകൾ കേട്ടു. തൊട്ടുപുറകെ ജനാലതുറന്ന് തല പുറത്തേക്കിട്ട് അയാൾ തനിക്ക് ഏറ്റവും പ്രിയപ്പെട്ട പാട്ടുപാടാൻ തുടങ്ങും. 'മഹിളാമണികളേ, നിങ്ങളെന്തു സുന്ദരിമാർ!' 'എല്ലാവരും ഒരുപോലെ!' അയൽക്കാർ വിളിച്ചു പറയും. എല്ലാവരും എന്തുപോലെ? ഞാൻ നിങ്ങളോടു ചോദിക്കുന്നു. ശരി, കാഴ്ചകളൊക്കെ പാട്ടുകാരന് എതിരായിരുന്നു. വാച്ചുമാന്റെ ഭാര്യയ്ക്കുമെതിരായിരുന്നു. എന്നാൽ അവർ പരസ്പരം സ്നേഹത്തിലല്ലായിരുന്നെന്ന് ഇതൊന്നും തെളിയുന്നില്ല. അവൾ തന്റെ ഭർത്താവിനെ സ്നേഹിച്ചിരുന്നില്ല എന്നും തെളിയിക്കപ്പെടുന്നില്ല. പോരെങ്കിൽ ആ തെമ്മാടി നാക്കും കയ്യും തളർന്ന് അവിടുന്ന് ഒളിച്ചോടിയപ്പോൾ അവൾ, ആ വിശ്വസ്തയായ ഭാര്യ ദിവം ഗതനായ ഭർത്താവിനെ വീണ്ടും പുകഴ്ത്താൻ തുടങ്ങി. വിശ്വസ്തതയോ ആത്മാർഥതയോ ഇല്ലാത്ത, വെറും കാട്ടിക്കൂട്ടലുകൾ മാത്രമുള്ള എത്ര യോപേരെ എനിക്കറിയാം! തന്റെ ആയുസ്സിന്റെ ഇരുപതുവർഷം തല ച്ചോറേ ഇല്ലാത്ത ഒരു സ്ത്രീക്കുവേണ്ടി തുലച്ച ഒരു പുരുഷനെ എനി ക്കറിയാം. തന്റെ സുഹൃദ്ബന്ധങ്ങൾ, തൊഴിൽ, ജീവിതത്തിൽ അയാൾക്കു ലഭിച്ചിരുന്ന മാന്യത, എല്ലാം അവൾക്കുവേണ്ടി ത്യജിച്ച അയാൾ പെട്ടെന്ന് ഒരു സായാഹനത്തിൽ മനസിലാക്കി– താൻ അവളെ ഒരിക്കലും സ്നേഹിച്ചിരുന്നില്ല എന്ന്. അയാൾക്ക് ജീവിതം ഒരു ബോറായി മാറിയിരുന്നു. അത്രതന്നെ! മറ്റനവധി ആൾക്കാരെപ്പോലെ ഒരുതരം മടുപ്പ്. അതിനെ മറികടക്കാൻ അയാൾ സങ്കീർണതകളും നാട കീയതകളും നിറഞ്ഞ ഒരു ജീവിതം കെട്ടിച്ചമച്ചു. അത്രമാത്രം. ജീവി തത്തിൽ എന്തെങ്കിലുമൊക്കെ സംഭവിക്കണം– മനുഷ്യന്റെ ഏതാണ്ട്

എല്ലാ പ്രതിബദ്ധതകളും ഇതുവഴി വിശദീകരിക്കാം. എന്തെങ്കിലുമൊക്കെ സംഭവിച്ചുകൊണ്ടേയിരിക്കണം, സ്നേഹത്തിന്റെ കണികപോലുമില്ലാത്ത അടിമത്തമായാലും വേണ്ടില്ല, യുദ്ധമായാലും മരണമായാലും വേണ്ടില്ല. അതുകൊണ്ടു ശവസംസ്കാരങ്ങൾക്കു 'ഹുറെ' വിളിക്കാം.

പക്ഷേ, എനിക്ക് ആ ഒഴിവുകഴിവുകൾ ഒന്നും ഉണ്ടായിരുന്നില്ല. ഒരു തിരമാലയുടെ മുകൾപ്പരപ്പിൽ സവാരി ചെയ്യുകയായിരുന്നു ഞാൻ എന്നതുകൊണ്ട് എനിക്കു ബോറടിച്ചിരുന്നില്ല. ഞാൻ പറയുന്ന ആ പ്രത്യേക സായാഹ്നത്തിൽ എന്നെ മടുപ്പു തീരെയും ബാധിച്ചിരുന്നില്ല. എന്നിട്ടും... കേൾക്കു മൊസ്യൂ, അതൊരു നല്ല ശരത്കാല സായാഹ്നമാ യിരുന്നു. സീൻനദിക്കരയിൽ നനഞ്ഞതെങ്കിലും നഗരത്തിൽ അപ്പോഴും ഊഷ്മളമായിരുന്നു സായാഹ്നം. എവിടെനിന്നോ രാവ് ഇറങ്ങിവരികയാ യിരുന്നു. അപ്പോഴും പടിഞ്ഞാറ് പ്രകാശമാനമായിരുന്ന ആകാശം ക്രമേണ ഇരുളുകയായിരുന്നു. വഴിവിളക്കുകൾ മങ്ങിമങ്ങി കത്താൻ തുട ങ്ങിയിരുന്നു. കപ്പൽച്ചാലുകളുടെ ഇടതുതീരത്തുകൂടി ആർട്സ് മ്യൂസി യത്തിലേക്കു നടക്കുകയായിരുന്നു ഞാൻ. സെക്കന്റ് ഹാൻഡ് പുസ്തക ക്കച്ചവടക്കാരുടെ സ്റ്റാളുകൾക്കിടയിൽ നദി തിളങ്ങി. വളരെക്കുറച്ച് ആളു കളേ വഴിയോരങ്ങളിൽ ഉണ്ടായിരുന്നുള്ളൂ. പാരീസ് അത്താഴം കഴിക്കാൻ തുടങ്ങിക്കഴിഞ്ഞിരുന്നു. പോയ്പ്പോയ വേനൽക്കാലത്തെ ഓർമിപ്പിച്ച മഞ്ഞ ഇലകൾ എന്റെ ചവിട്ടടിയിൽ ഞെരിഞ്ഞമർന്നു. ആകാശം നക്ഷത്ര ങ്ങളെക്കൊണ്ടു നിറയുകയായിരുന്നു. ഒരു വഴിവിളക്കു വിട്ട് അടുത്ത വഴിവിളക്കിലേക്ക് എത്തുന്നതിനിടയ്ക്കുള്ള നേരിയ ഇരുട്ടിൽ നക്ഷത്ര ങ്ങൾ തെളിഞ്ഞു. നിശ്ശബ്ദതയുടെ തിരിച്ചുവരവും ആ സായാഹ്നത്തിന്റെ ലാഘവത്വവും പാരീസിന്റെ താൽക്കാലികമായ ശൂന്യതയും എനിക്ക് നന്നേ ഇഷ്ടമായി! ഞാൻ സന്തോഷവാനായിരുന്നു. അതൊരു നല്ല ദിവ സമായിരുന്നു; ഒരു അന്ധനെ പാത കടത്തിവിട്ടു. ഞാൻ പ്രതീക്ഷിച്ച തിലും ലഘുവായ ശിക്ഷലഭിച്ച കക്ഷിയുടെ ആദരപൂർവമുള്ള ഷെക്കഹാന്റ്, മറ്റു ചില കരുണാപരമായ പ്രവൃത്തികൾ, ഉച്ചയ്ക്കുശേഷം കൂട്ടുകാരുമൊത്ത് നടത്തിയ ചർച്ചയ്ക്കിടെ നമ്മുടെ ഭരണവർഗത്തിന്റെ കരിങ്കൽസമാനമായ ഹൃദയത്തെപ്പറ്റിയും നമ്മുടെ നേതാക്കന്മാരുടെ പൊയ്മുഖങ്ങളെപ്പറ്റിയും ഒരുഗ്രൻ പേച്ച്...

ഞാൻ ആർട്സ് മ്യൂസിയത്തിനടുത്തെത്തിയിരുന്നു. ആ സമയത്ത് അവിടെ ആരുമുണ്ടായിരുന്നില്ല. രാത്രിയായതോടെ കഷ്ടിച്ചു കാണാൻ കഴിഞ്ഞ പുഴയെ നോക്കിനിന്നു. നദീതീരത്തുള്ള പ്രതിമയ്ക്ക് അഭിമുഖ മായി നിന്നപ്പോൾ ആ ദ്വീപു മുഴുവൻ എന്റെ ഭരണത്തിൻകീഴിലാണെന്ന് എനിക്കുതോന്നി. എന്റെ ഉള്ളിന്റെയുള്ളിൽനിന്ന് അധികാരത്തിന്റെ വിശാ ലമായ തോന്നലുകൾ ഉയർന്നു- എങ്ങനെയാണ് അത് പറഞ്ഞുഫലി പ്പിക്കുക എന്നറിയില്ല. എന്റെ ഹൃദയത്തിന് ഹർഷോന്മാദമുണ്ടാക്കിയ ഒരു പൂർണതാബോധമുണ്ടായിരുന്നു. ഞാനൊരു സിഗരറ്റു കത്തിക്കാ നൊരുങ്ങുകയായിരുന്നു. സംതൃപ്തിയുടെ സിഗരറ്റ്. കൃത്യമായും ആ നിമിഷത്തിലാണ് എന്റെ പുറകിൽ ഒരു പൊട്ടിച്ചിരി കേട്ടത്. ഞെട്ടിപ്പോയ

ഞാൻ പെട്ടെന്നു തിരിഞ്ഞു. എന്നാൽ അവിടെ ആരും ഉണ്ടായിരുന്നില്ല. ഞാൻ ഏണിപ്പടികൾ കയറി; പക്ഷേ അവിടെ കപ്പലോ ബോട്ടുകളോ ഉണ്ടായിരുന്നില്ല. ഞാൻ വീണ്ടും ദ്വീപിനു നേരെ തിരിഞ്ഞു. വീണ്ടും ആ പൊട്ടിച്ചിരി ശബ്ദം കേട്ടു. ഇത്തവണ കുറേക്കൂടി ദൂരേക്ക്, താഴേക്കു പോകുന്നുവെന്നുമാത്രം. ഞാൻ നിശ്ചലനായി നിന്നു. പൊട്ടിച്ചിരിയുടെ ശബ്ദം കുറഞ്ഞുകുറഞ്ഞു വന്നു. എങ്കിലും എന്റെ പിന്നിൽ എനിക്കതു വ്യക്തമായി കേൾക്കാമായിരുന്നു. വെള്ളത്തിൽനിന്നല്ല ആ ശബ്ദം വരുന്നതെങ്കിൽ പിന്നെ ശൂന്യതയിൽനിന്നാവണം. അതേസമയം തന്നെ എന്റെ വർധിച്ച ഹൃദയമിടിപ്പുകളെപ്പറ്റി ഞാൻ ബോധവാനായി. ദയവു ചെയ്ത് എന്നെ തെറ്റിദ്ധരിക്കരുതേ. ആ പൊട്ടിച്ചിരിയിൽ നിഗൂഢമായി ഒന്നുമുണ്ടായിരുന്നില്ല; അതൊരു നല്ല, ഹൃദയംഗമമായ സൗഹൃദപൂർവ മെന്നുതന്നെ പറയാവുന്ന ഒരു ചിരിയായിരുന്നു. എല്ലാറ്റിനേയും അതാ തിന്റെ യഥാർഥസ്ഥാനം സൂചിപ്പിക്കുന്ന ചിരി. വളരെ പെട്ടെന്നുതന്നെ ഒന്നും കേൾക്കാതായി. ഞാൻ കപ്പൽച്ചാലുകളിലേക്കു മടങ്ങി. ആദ്യം കണ്ട കടയിൽനിന്നും എനിക്കപ്പോൾ ആവശ്യമില്ലാതിരുന്ന സിഗരറ്റുവാ ങ്ങി. എന്റെ ശ്വാസഗതി വർധിച്ചു. ഞാൻ ഒരു മാതിരി സ്തംഭനാവസ്ഥ യിലായി. സന്ധ്യയ്ക്ക് ഒരു സുഹൃത്തിനെ ഫോണിൽ വിളിച്ചു. എന്നാൽ അയാൾ വീട്ടിലുണ്ടായിരുന്നില്ല. ഇനിയും പുറത്തുപോകണോ വേണ്ടയോ എന്നു ശങ്കിച്ചുനിന്ന ഞാൻ ജനാലകൾക്കു താഴെ റോഡിൽ കുറച്ചു ചെറുപ്പക്കാർ ശബ്ദായമാനമായി പരസ്പരം 'ഗുഡ്നൈറ്റ്' പറയുകയാ യിരുന്നു. ഞാൻ തോളുകൾ കുലുക്കി, പോട്ടെ, ജനാലകൾ അടച്ചു. എനിക്ക് ഒരു കേസു പഠിക്കാനുണ്ടല്ലോ. ഒരു ഗ്ലാസ്സ് വെള്ളം കുടിക്കാ നായി ഞാൻ അകത്തേക്കു പോയി. കണ്ണാടിയിൽ എന്റെ പ്രതിബിംബം എന്നെ നോക്കി ചിരിക്കുന്നുണ്ടായിരുന്നു. പക്ഷേ ആ ചിരി ശരിയല്ലാ എന്നെനിക്കു തോന്നി... ഇരട്ട?

എന്ത്? എന്നോടു ക്ഷമിക്കൂ.. ഞാൻ മറ്റെന്തോ ആലോചിച്ചുപോയി. ഞാൻ നിങ്ങളെ വീണ്ടും നാളെക്കാണാം, മിക്കവാറും നാളെ, അതെ, നാളെത്തന്നെ. ഇല്ല...പറ്റില്ല...എനിക്കു താങ്ങാൻ പറ്റില്ല...പോരെങ്കിൽ നിങ്ങൾ ആ കാണുന്ന തവിട്ടു കരടിയില്ലേ, അയാൾ എന്നെ കൺസൽട്ടേ ഷനായി വിളിച്ചിരിക്കുകയാണ്. വളരെ ഡീസന്റായിട്ടുള്ള ഒരു മനുഷ്യ നാണയാൾ. പക്ഷേ വെറും തലതിരിവുമൂലം പൊലീസുകാർ അയാളെ ശിക്ഷിക്കാൻ ശ്രമിക്കുകയാണ്. അയാളെ കണ്ടിട്ട് ഒരു കൊലപാതകി എന്നു തോന്നുന്നുണ്ടോ? കാഴ്ചയിൽ എങ്ങനെയോ അങ്ങനെതന്നെ യാണ് അയാളുടെ പ്രവൃത്തിയും. അയാൾ കൊള്ളയടിക്കുന്നതും അങ്ങ നെതന്നെ. ആ ഗുഹാമനുഷ്യൻ ചിത്രവ്യാപാരത്തിലാണ് ശ്രദ്ധ കേന്ദ്രീ കരിച്ചിരിക്കുന്നതെന്നറിഞ്ഞാൽ നിങ്ങൾ അത്ഭുതപ്പെടും. ഹോളണ്ടിൽ ഏതാണ്ടെല്ലാവരുംതന്നെ ഒന്നുകിൽ പെയിന്റിങ്ങിൽ അല്ലെങ്കിൽ 'ട്യുലിപ്' കളിൽ സ്പെഷലിസ്റ്റുകളാണ്. ഇയാൾ കാഴ്ചയിൽ എന്തൊരു സാധാരണക്കാരൻ, വളരെ പ്രസിദ്ധമായ ഒരു ചിത്രത്തിന്റെ മോഷണ നാടകത്തിന്റെ രചയിതാവാണ്. ഏതു പെയിന്റിങ്ങാണെന്നോ? ഞാൻ

എന്നെങ്കിലും പറഞ്ഞുതരാം. എന്റെ അറിവിന്റെ പരിധിയെപ്പറ്റി നിങ്ങൾ അത്ഭുതപ്പെടേണ്ട. ഞാനൊരു...എനിക്ക് മറ്റു സൈഡ് ബിസിനസുകളു മുണ്ട്. ഈ നല്ല ആൾക്കാരുടെ അഭിഭാഷകനുമാണ് ഞാൻ. ഈ നാട്ടിലെ നിയമങ്ങൾ പഠിച്ച്, കക്ഷികളുടെ ഒരു വലയം തന്നെ ഞാൻ സൃഷ്ടിച്ചി ട്ടുണ്ട്. അത്ര എളുപ്പമൊന്നുമായിരുന്നില്ല. എങ്കിലും ഞാൻ ആത്മവി ശ്വാസം ജനിപ്പിക്കുന്നുണ്ട്. ഇല്ലേ? എനിക്കൊരു നല്ല ഹൃദയം തുറന്ന ചിരിയുണ്ട്. ഊർജം പകരുന്ന ഷേക്ക്ഹാന്റുമുണ്ട്. ഇവയാണെന്റെ തുറു പ്പുചീട്ടുകൾ. തുടക്കത്തിൽ സ്വാർഥതാൽപ്പര്യം മൂലവും പിന്നീട് അതു തന്നെ ശരിയെന്നു തോന്നിയിട്ടും ചില വിഷമംപിടിച്ച കേസുകൾ ഞാൻ ഒത്തുതീർപ്പാക്കി. കൂട്ടിക്കൊടുപ്പുകാരേയും കള്ളന്മാരേയും എപ്പോഴും ശിക്ഷിക്കുകയാണെങ്കിൽ ഡീസന്റായിട്ടുള്ള ജനം കരുതും അവർ നിത്യ നിഷ്കളങ്കരാണെന്ന് അല്ലേ മൊസ്യു? എന്റെ അഭിപ്രായത്തിൽ–ശരി ശരി, ഞാൻ വരുന്നു– എന്തു വിലകൊടുത്താലും അതൊഴിവാക്കണം.അല്ലെ ങ്കിൽ എല്ലാം കേവലമൊരു തമാശയായി അധഃപതിക്കും.

മൂന്ന്

ഞാൻ താങ്കളോടു നന്ദിയുള്ളവനാണ്. താങ്കളുടെ ജിജ്ഞാസ യുടെ പേരിൽ, എന്റെ സഹരാജ്യക്കാരാ, പക്ഷേ, എന്റെ കഥയിൽ അത്ര അസാധാരണമായി ഒന്നുമില്ല. നിങ്ങൾക്കു താൽപ്പര്യമുള്ളതുകൊണ്ടു ഞാൻ പറയാം. ആ പൊട്ടിച്ചിരി അടുത്ത ഏതാനും ദിവസം മനസിൽ കൊണ്ടു നടന്നു. ക്രമേണ അതു മനസിൽനിന്നും മാഞ്ഞു. ഇടയ്ക്കു വല്ലപ്പോഴും എന്റെ ഉള്ളിൽ നിന്നതു കേൾക്കുന്നതായി തോന്നിയിരു ന്നു. എങ്കിലും ഏറിയ സമയവും പ്രത്യേകിച്ച് ശ്രമിക്കാതെതന്നെ ഞാൻ മറ്റു കാര്യങ്ങളിൽ മുഴുകി.

എങ്കിലും ഞാൻ പാരീസിലെ കപ്പൽത്തുറകൾക്കു സമീപം പോകാ തെയായി എന്നു സമ്മതിക്കണം. അതുവഴി കാറിലോ ബസ്സിലോ സഞ്ച രിക്കുമ്പോൾ ഒരുതരത്തിലുള്ള നിശ്ശബ്ദത എന്നിലേക്ക് അരിച്ചിറങ്ങു ന്നതായി തോന്നി. എന്തോ സംഭവിക്കാനായി ഞാൻ കാത്തിരിക്കുന്നതു പോലെയായിരുന്നു. എന്നാൽ സീൽ നദിക്കു കുറുകേ കടന്നുകഴിയു മ്പോഴും ഒന്നും സംഭവിക്കില്ല. ഞാൻ വീണ്ടും ശ്വസിക്കാൻ തുടങ്ങും. ആ സമയത്ത് എനിക്കു ചില ആരോഗ്യപ്രശ്നങ്ങളും ഉണ്ടായി. കൃത്യ മായി ഇന്നത് എന്നില്ല. ഒരുതരം വിഷാദം, ഉത്സാഹം വീണ്ടെടുക്കാൻ കഴിയാതെ വരിക. ഞാൻ ഡോക്ടർമാരെ കണ്ടു. അവർ ചില ഉത്തേജക മരുന്നുകൾ തന്നു. അതോടെ വിഷാദവും ഉല്ലാസവും മാറിമാറി വരാൻ തുടങ്ങി. ജീവിതം ആയാസരഹിതമല്ലാതായി മാറി. ശരീരം ദുഃഖിക്കു മ്പോൾ ഹൃദയം തളരുന്നു. ഒരിക്കലും പഠിക്കാതിരുന്നിട്ടും എനിക്കു നല്ല തുപോലെ അറിയാമായിരുന്നു: 'എങ്ങനെ ജീവിക്കണമെന്നത്,' മറക്കാൻ

തുടങ്ങിയതുപോലെ എനിക്കു തോന്നി. അതെ. ഏതാണ്ട് അക്കാല
ത്താണ് എല്ലാം തുടങ്ങിയത്.

പക്ഷേ, ഇന്നത്തെ സായാഹ്നത്തിലും ഞാൻ അത്രയ്ക്കുപോരാ.
പറയാനുള്ളത് വ്യക്തമായി അവതരിപ്പിക്കാൻ കഴിയുന്നില്ല. എന്റെ വാക്കു
കൾക്ക് അത്ര ഉറപ്പു തോന്നുന്നില്ല. ഞാൻ നന്നായി സംസാരിക്കുന്നു
മില്ല. ചിലപ്പോൾ കാലാവസ്ഥയുടേതാവും. ശ്വസിക്കാൻ ബുദ്ധിമുട്ട്, വായു
വിന് ഘനംകൂടിയിരിക്കുന്നു. നെഞ്ചിൽ ഒരു ഭാരം തോന്നുന്നു. നമുക്ക്
പുറത്തിറങ്ങി ടൗണിലൂടെ നടന്നാലോ? താങ്ക് യൂ.

ഇന്നീ തോടുകൾക്ക് എന്തുഭംഗി! കെട്ടിക്കിടക്കുന്ന വെള്ളത്തിന്റെ
മണമെനിക്കിഷ്ടമാണ്. ഈ കനാലുകളിൽ അടിഞ്ഞുകൂടിയിരിക്കുന്ന
കൊഴിഞ്ഞ ഇലകളുടെ മണം. പൂക്കൾ നിറച്ച വഞ്ചികളിൽനിന്നും
വമിക്കുന്ന ശവമടക്കിന്റെ ഗന്ധവും. ഹേയ്, ആ ഒരു അഭിരുചിയിൽ
രോഗാതുരമായി ഒന്നുമില്ല, ഞാൻ ഉറപ്പുതരുന്നു. മറിച്ച് അതെന്റെ ഭാഗ
ത്തുനിന്നുമുള്ള ബോധപൂർവമായ ഒരു ശ്രമമാണ്. ഈ കനാലുകളെ
ഇഷ്ടപ്പെടാൻ ഞാൻ എന്നെത്തന്നെ നിർബന്ധിക്കുന്നു എന്നതാണ് സത്യ
ം. ഈ ലോകത്തിൽ എനിക്കേറ്റവും പ്രിയം സിസിലിയാണ്. പ്രത്യേ
കിച്ചും എറ്റ്നാ പർവതത്തിന്റെ മുകളിൽനിന്നുള്ള കാഴ്ച. സൂര്യപ്രകാ
ശവുമുണ്ടെങ്കിൽ ഗംഭീരമാകും. എന്നാൽ ആ ദ്വീപിന്റെയും സമുദ്രത്തി
ന്റെയും മേൽ എനിക്ക് അധീശത്വമുണ്ടാവണം. ജാവയും എനിക്കിഷ്ട
മാണ്. ചെറുപ്പത്തിൽ ഞാൻ ജാവയിൽ പോയിട്ടുണ്ട്. പൊതുവെ പറ
ഞ്ഞാൽ എനിക്ക് എല്ലാ ദ്വീപുകളേയും ഇഷ്ടമാണ്. അവയുടെ അധീശ
ത്വം നേടാൻ എളുപ്പമാണ്.

അതൊരു ഭംഗിയുള്ള കെട്ടിടമാണല്ലേ? ആ ബോർഡിൽ കാണു
ന്നത് നീഗ്രോ അടിമകളുടെ തലകളാണ്. ഈ കെട്ടിടം പണ്ടൊരു അടി
മക്കച്ചവടക്കാരന്റെയായിരുന്നു. അക്കാലത്ത് ആൾക്കാർക്ക് അറപ്പൊന്നു
മുണ്ടായിരുന്നില്ല! അവർക്ക് ഉറച്ച ആത്മവിശ്വാസമായിരുന്നു. നോക്കൂ
ഞാൻ നല്ല ധനസ്ഥിതിയുള്ളവനാണ്; ഞാൻ അടിമക്കച്ചവടക്കാരനാണ്.
കറുത്ത മാംസമാണ് എന്റെ ഇടപാടുവസ്തു. ഇക്കാലത്ത് ആരെങ്കിലും
ഇതാണ് തന്റെ ബിസിനസ്സെന്ന് തുറന്നു സമ്മതിക്കുമോ? എന്തപ
കീർത്തിപരമാവും! പാരീസിലെ എന്റെ സഹപ്രവർത്തകർ രോഷാകു
ലരാവും. ആ വിഷയത്തിൽ അവർക്കു വിട്ടുവീഴ്ചകളില്ല. ഒന്നോ രണ്ടോ
മാനിഫെസ്റ്റോകൾ ഇറങ്ങിക്കഴിഞ്ഞു. ഞാനും അവരുടെ ഒപ്പം അതിൽ
ഒപ്പിട്ടേനെ. അടിമത്തം? ഇല്ല. ഒരിക്കലുമില്ല. ഞങ്ങൾ അതിനെതിരാണ്!
നമ്മുടെ വീടുകളിലും ഫാക്ടറികളിലും അതിനെവെച്ചുപുലർത്താൻ നാം
നിർബന്ധിതരാവുന്നത്—അതുപക്ഷേ സഹജമായി ഉണ്ടാവുന്നതല്ലേ—അ
തേപ്പറ്റി വീമ്പു പറയുകയെന്നുവെച്ചാൽ! എല്ലാറ്റിനുമില്ലേ ഒരു പരിധി?

അധീശത്വമില്ലാതെ, ആരുടെയെങ്കിലും സേവനങ്ങളില്ലാതെ ജീവി
ക്കാൻ സാധ്യമല്ലെന്ന് എനിക്കു നല്ലതുപോലെ അറിയാം. ഓരോ മനു
ഷ്യനും ശുദ്ധവായുപോലെതന്നെ അടിമകളേയും വേണം. ആജ്ഞാപി
ക്കൽ ശ്വാസോച്ഛാസം തന്നെയാണ്—നിങ്ങൾ എന്നോടു യോജിക്കു

ന്നുണ്ടോ? പരമ ദരിദ്രനും ശ്വാസം വലിക്കുന്നില്ലേ? സമൂഹത്തിലെ ഏറ്റവും താഴേക്കിടയിലുള്ളവനും അവന്റെ ഭാര്യ അല്ലെങ്കിൽ കുട്ടിയുണ്ടാവും. വിവാഹം കഴിച്ചിട്ടില്ലെങ്കിൽ ഒരു പട്ടിയെങ്കിലും കാണും. തിരിച്ചൊന്നും പറയാൻ അവകാശമില്ലാത്തവനോടു ദേഷ്യപ്പെടുക എന്നതാണു കാര്യം. 'ഇഷ്ടപ്പെട്ടില്ലെങ്കിലും സ്വന്തം അച്ഛനോട് ആരും മറിച്ചൊന്നും പറയാ റില്ല' – ആ വാചകം അറിയാമല്ലോ? ഒന്നു നോക്കിയാൽ അതു വളരെ വിചിത്രമാണ്. നാം സ്നേഹിക്കുന്നവരോടല്ലാതെ, ഈ ലോകത്ത് മറ്റാ രോടാണ് നാം തിരിച്ചു പറയുക! എന്നാൽ മറ്റൊരു രീതിയിൽ നോക്കി യാൽ അതു ശരിയാണെന്നു തോന്നും. ആർക്കെങ്കിലും ഒരാൾക്ക് അവ സാനവാക്ക് ഉണ്ടായല്ലേ പറ്റൂ? അല്ലെങ്കിൽ ഓരോ വാദത്തിനും യുക്തി ഉപയോഗിച്ച് ഖണ്ഡിക്കാവുന്ന ഒരു മറുവാദമുണ്ടാവും. അതെവിടെ ച്ചെന്നാണ് അവസാനിക്കുക! എന്നാൽ അധികാരം എല്ലാറ്റിന്റെയും അവ സാനവാക്കാണ്. അത് എല്ലാത്തിനെയും അപ്പപ്പോൾത്തന്നെ ഒതുക്കു ന്നു. കുറച്ചുകാലമെടുത്തെങ്കിലും നാം ഇപ്പോൾ അതു മനസിലാക്കിയി രിക്കുന്നു. നമ്മുടെ യൂറോപ്പ് കണ്ടില്ലേ– ഇപ്പോൾ ശരിയായ രീതിയി ലാണ് പ്രതികരിക്കുന്നത്. ക്ലിഷ്ടമില്ലാതിരുന്ന പഴയകാലത്തെപ്പോലെ നമ്മൾ പറയുന്നേയില്ല. 'ഇതാണെന്റെ അഭിപ്രായം. എന്തൊക്കെയാണ് താങ്കളുടെ തടസ്സവാദങ്ങൾ? ആ കാലം പോയി. നമുക്ക് കുറേക്കൂടി വ്യ ക്തത വന്നിരിക്കുന്നു. ഇപ്പോൾ സംഭാഷണങ്ങളും സംവാദങ്ങളുമില്ല. ഡയലോഗിനു പകരം അറിയിപ്പുകളാണ്. 'ഇതാണു സത്യം' നമ്മൾ പറയുന്നു: 'നിങ്ങൾക്കു ആകാവുന്നിടത്തോളം അതേപ്പറ്റി ചർച്ച ചെയ്യാം. പക്ഷേ ഞങ്ങൾക്ക് അതിൽ ഒരു താൽപ്പര്യവുമില്ല. കുറച്ചുകാലംകൂടി കഴിഞ്ഞോ ട്ടെ. ഞാൻ പറയുന്നതാണ് ശരിയെന്ന് നിങ്ങളെ കാണിച്ചു തരാൻ പൊലീസും ഉണ്ടാവും.

ഹാ.! ഈ പ്രിയ പുരാതന ഭൂമി! ഇപ്പോൾ എല്ലാം വ്യക്തം. നമുക്കു നമ്മെ അറിയാം. നമുക്കെന്തെല്ലാം കഴിയും എന്നതും അറിയാം. എന്നെ ത്തന്നെയെടുക്കുക. വിഷയം മാറ്റാനല്ല, ഉദാഹരണം മാറ്റാൻ. എനിക്ക് ആരെങ്കിലും എന്തെങ്കിലും ചെയ്തുതരുന്നത് ചിരിച്ചുകൊണ്ടുവേണ മെന്ന് എനിക്കു നിർബന്ധമുണ്ട്. ജോലിക്കാരി സങ്കടത്തോടെയാണ് പണിയെടുക്കുന്നതെങ്കിൽ എന്റെ ആ ദിവസം തുലഞ്ഞു. സന്തോഷവ തിയല്ലാതിരിക്കാൻ അവൾക്ക് അവകാശമുണ്ട്. സമ്മതിച്ചു. എങ്കിലും അവളുടെ ജോലി ചിരിച്ചുകൊണ്ടു നിർവഹിക്കുന്നതാണ് കണ്ണീരോടെ ചെയ്യുന്നതിലും അവൾക്കു നല്ലതെന്ന് ഞാൻ സ്വയം പറഞ്ഞു. സത്യം പറഞ്ഞാൽ എനിക്കു നല്ലത്. എന്നാലും എന്റെ യുക്തി അത്ര വിഡ്ഢി ത്തമൊന്നുമല്ല. അതുപോലെ ചൈനീസ് റെസ്റ്റോറന്റുകളിൽനിന്ന് ഞാൻ ഒരിക്കലും ഭക്ഷണം കഴിക്കാറില്ല. എന്തുകൊണ്ട്? പൗരസ്ത്യനാട്ടുകാർ നിശ്ശബ്ദരായിരിക്കുമ്പോൾ, പ്രത്യേകിച്ചും വെള്ളക്കാരുടെ സാന്നിധ്യ ത്തിൽ, പുച്ഛരസമാണ് അവരുടെ മുഖത്തെന്നാണ് തോന്നുക. സഹജ മായ ആ മുഖഭാവത്തോടെ നിശ്ശബ്ദമായാണ് അവർ വിളമ്പുക. അപ്പോ ഴെങ്ങനെയാണ് പൊരിച്ച കോഴി ആസ്വദിച്ചു തിന്നുക. അതേക്കാളുപരി,

അവരുടെ മുഖത്തുനോക്കിയാൽ പിന്നെ, നിങ്ങളാണു ശരി എന്നെങ്ങനെ ചിന്തിക്കാൻ കഴിയും?

അതുകൊണ്ട് നമ്മൾ തമ്മിൽ പറയട്ടെ, അടിമത്തം, പുഞ്ചിരിക്കുന്ന അടിമത്തം ഒഴിച്ചുകൂടാനാവാത്തതാണ്. എന്നാൽ നാം അതു തുറന്നു പറയാൻ പാടില്ല. അടിമകളില്ലാതെ ജീവിക്കാൻ പറ്റാത്തവർ അവരെ സ്വതന്ത്രമനുഷ്യർ എന്നുതന്നെ വിളിക്കുന്നതല്ലേ ഭേദം? രണ്ടു കാരണ ങ്ങളുണ്ട്. ഒന്ന് താത്വികം. രണ്ട്, അവരെ നിരാശയിലേക്ക് തള്ളിവിടരു തല്ലോ! അത്രയും പരിഗണനയെങ്കിലും നാം അവരോട് കാണിക്കേണ്ടേ? അങ്ങനെയായാൽ അവർ തുടർന്നും ചിരിക്കും. നമ്മുടെ മനസ്സാക്ഷി ശുദ്ധ മായിരിക്കുകയും ചെയ്യും. അല്ലാത്തപക്ഷം നമ്മെപ്പറ്റിയുള്ള നമ്മുടെ തന്നെ അഭിപ്രായങ്ങൾ മാറ്റേണ്ടിവരും. ചിലപ്പോൾ ഭ്രാന്തുപിടിക്കും. അതുകൊണ്ടു കടകളിൽ ഇത്തരം ബോർഡുകൾ പാടില്ല. ഛേ; ഇതു ശരിക്കും ഞെട്ടിപ്പിക്കുന്നതുതന്നെ, പോരെങ്കിൽ എല്ലാവരും എല്ലാം തുറന്നുപറഞ്ഞാൽ യഥാർഥ തൊഴിലും യഥാർഥ വ്യക്തിത്വവും അതേ പടി പ്രദർശിപ്പിച്ചാൽ നമ്മൾ എങ്ങോട്ടു തിരിയണമെന്ന് ഒരു രൂപവും കിട്ടില്ല! ഹാ, അങ്ങനെയൊരവസ്ഥയിലെ വിസിറ്റിങ് കാർഡുകൾ ഒന്നു വിഭാവനം ചെയ്തുനോക്കൂ... ഡ്യൂപോണ്ട്–സ്ഥിരതയില്ലാത്ത ദാർശനി കൻ; അല്ലെങ്കിൽ ക്രിസ്ത്യൻ ഭൂവുടമ. അല്ലെങ്കിൽ വ്യഭിചരിക്കുന്ന മനു ഷ്യസ്നേഹി... തെരഞ്ഞെടുക്കാൻ ഒരുപാടുണ്ടാവും. പക്ഷേ അതും ഒരു നരകമാവും. ശരിയാണ്, നരകം അങ്ങനെത്തന്നെയാവണം. നെയിം ബോർഡുകളും അടയാളങ്ങളും നിറഞ്ഞ തെരുവുകൾ–ഒന്നും വിശദീ കരിച്ചുകൊടുക്കാൻ അവസരവും കിട്ടില്ല. എന്നെന്നേക്കുമായി ഒരു ഗണ ത്തിൽപ്പെട്ടുപോകും.

നിങ്ങൾ മൊസ്യൂ, ഒരുദാഹരണത്തിന് നിങ്ങളുടെ അടയാളമെന്താ യിരിക്കുമെന്ന് ഒന്നാലോചിച്ചുനോക്കൂ. എന്തേ മിണ്ടാത്തത്? ശരി. പിന്നീട് പറഞ്ഞാൽ മതി. എന്റേത് എന്താവുമെന്ന് എനിക്കറിയാം. ഒരു ഇരട്ട മുഖം, ആകർഷകത്വമുള്ള ഒരു ജാനസ്. അതിനുമുകളിൽ ചില വാക്കു കളും 'ഇതിൽ വിശ്വസിക്കരുത്' എന്റെ വിസിറ്റിങ് കാർഡിൽ 'ഷാങ് ബാപ്റ്റിസ്റ്റ് ക്ലമൻസ്–പൊയ്മുഖനടൻ' എന്നും എന്റെ ഒരു സായാഹ്ന ത്തെപ്പറ്റി ഞാൻ മുമ്പു പറഞ്ഞിരുന്നില്ലേ. അന്നു ഞാൻ ഒരു കാര്യം കണ്ടുപിടിച്ചു. ഒരന്ധനെ റോഡിനുകുറുകെ കടക്കാൻ സഹായിച്ചതിനു ശേഷം തൊപ്പിയൂരി ഞാൻ അയാളെ വന്ദിക്കുമായിരുന്നു. അയാൾക്കത് കാണാൻ കഴിയില്ല. പിന്നെ ആർക്കുവേണ്ടിയാണ് അങ്ങനെ ഞാൻ ചെയ്യുന്നത്. സംശയമില്ല പൊതുജനത്തിനുവേണ്ടി. എന്റെ റോൾ കളി ച്ചുകഴിഞ്ഞ് ഞാൻ കുനിഞ്ഞു വിടവാങ്ങുകയാണ്. കൊള്ളാം. അല്ലേ? അതേ കാലത്തുതന്നെ, ഒരു കാൽയാത്രക്കാരനെ സഹായിച്ചപ്പോൾ അയാൾ എന്നോടു നന്ദി പറഞ്ഞു. ആരും അത്രയ്ക്ക് സഹായിക്കില്ല യിരുന്നെന്ന് ഞാൻ മറുപടി കൊടുത്തു. യഥാർഥത്തിൽ ഞാൻ ഉദ്ദേശി ച്ചത് ആരായാലും അത്രയൊക്കെ ചെയ്യും എന്നായിരുന്നു. എന്റെ നാക്കി നുപറ്റിയ പിശക് എനിക്കു വല്ലാത്ത ഭാരമായി അനുഭവപ്പെട്ടു. വിനയ ത്തിന്റെ കാര്യത്തിൽ ഞാൻ ഒരു ചാമ്പ്യൻ തന്നെയായിരുന്നു.

വളരെ വിനയത്തോടെതന്നെ സമ്മതിക്കട്ടെ- ഞാൻ പൊങ്ങച്ചം കൊണ്ടു വീർത്തുപൊട്ടാറായ കാലമായിരുന്നു അത്. ഞാൻ, ഞാൻ, ഞാൻ... എന്റെ ജീവിതത്തിന്റെ പല്ലവിതന്നെ അതായിരുന്നു. സ്വയം പുക ഴ്ത്താതെ എനിക്ക് ഒരു കാര്യവും പറയാൻ കഴിഞ്ഞിരുന്നില്ല. അതും എന്റെ സൂക്ഷ്മമായ ശൈലിയിൽ ആവുമ്പോൾ ഞാൻ അതിൽ തിളങ്ങി. ഞാൻ പരിപൂർണ സ്വതന്ത്രനും ശക്തിമാനുമായാണ് ജീവിച്ചതെന്നത് സത്യം മാത്രമാണ്. എനിക്ക് സമന്മാരായി ഞാൻ ആരേയും കാണാതി രുന്നതുകൊണ്ട് മറ്റെല്ലാവരുമായുള്ള എന്റെ ബന്ധത്തിൽനിന്നും എനിക്ക് ആയാസരഹിതമായി പുറത്തുകടക്കാൻ കഴിഞ്ഞു. ഞാൻ പറഞ്ഞുകഴി ഞ്ഞതുപോലെ മറ്റുള്ളവരേക്കാൾ ബുദ്ധിശക്തിയുള്ളവനെന്നാണ് ഞാൻ സ്വയം കരുതിയിരുന്നത്. അതിനുപുറമെ ഞാൻ സമർഥനും വെടിവെ യ്പിൽ പ്രഥമനും നല്ലൊരു ഡ്രൈവറും പ്രണയകാര്യങ്ങളിൽ നിപുണ നുമാണെന്നായിരുന്നു എന്റെ വിലയിരുത്തൽ. എന്റെ അപകർഷത ബോധ്യപ്പെടാൻ എളുപ്പമായിരുന്ന മേഖലകളിൽപ്പോലും. ഉദാഹരണ ത്തിന് ഞാൻ സഹിക്കാവുന്ന ഒരു പാർട്ണർ മാത്രമാവാൻ കഴിവുള്ള ടെന്നീസ് കളിയിൽ, കുറച്ചു സമയവും കുറച്ചു പ്രാക്ടീസും ചെയ്താൽ ഏറ്റവും നല്ല കളിക്കാരനെയും മറികടക്കാം എന്ന തോന്നൽ ശക്തമായി നിലനിന്നിരുന്നു. എന്നിൽ ശ്രേഷ്ഠതയല്ലാതെ മറ്റൊന്നും ഞാൻ ദർശി ച്ചില്ല. എന്റെ പ്രശാന്തതയ്ക്കും മറ്റുള്ളവരോടുമുള്ള സൗമനസ്യത്തിനും കാരണം മറ്റൊന്നായിരുന്നില്ല. ഞാൻ മറ്റുള്ളവരെ സഹായിക്കാൻ തുനി ഞ്ഞെങ്കിൽ അതെന്നെ സംബന്ധിച്ചിടത്തോളം താഴോട്ടിറങ്ങിവരലായി രുന്നു. സർവതന്ത്ര സ്വതന്ത്രനായിട്ടായിരുന്നു ഞാൻ ഇങ്ങനെ ഇടപെട്ടി രുന്നത്. എല്ലാ അംഗീകാരവും എനിക്കു ലഭിച്ചു. എന്റെ ആത്മാഭിമാനം അല്ലെങ്കിൽ അഹങ്കാരം ഒരു പടികൂടി മുകളിലേക്കു കയറുകയും ചെയ്തു.

ഈ യാഥാർഥ്യങ്ങളും മറ്റു ചില സത്യങ്ങളും ആ പ്രത്യേക സായാ ഹ്നത്തിനുശേഷം ഞാൻ സ്വയം ക്രമേണ കണ്ടെത്തുകയായിരുന്നു. എല്ലാം ഒരുമിച്ചും ഇത്ര വ്യക്തതയോടുമല്ല. ആദ്യം എനിക്കെന്റെ ഓർമ ശക്തി വീണ്ടെടുക്കേണ്ടിയിരുന്നു. അതുവരെ എനിക്ക് മറക്കാനുള്ള ഒരു അസാധാരണ സിദ്ധിയുണ്ടായിരുന്നു. എന്റെ തീരുമാനങ്ങളിൽ തുടങ്ങി, എല്ലാം മറക്കാനുള്ള കഴിവെനിക്കുണ്ടായിരുന്നു. അടിസ്ഥാനപരമായി ഒന്നിനും ഒരു പ്രസക്തിയുമുണ്ടായിരുന്നില്ല. യുദ്ധം, ആത്മഹത്യ, പ്രണ യം, ദാരിദ്ര്യം എല്ലാത്തിലും എന്റെ ശ്രദ്ധ ചെന്നിരുന്നു. എങ്കിലും സാഹ ചര്യങ്ങൾ നിർബന്ധിച്ചാൽ മാത്രം; അതു കേവലം ഉപരിപ്ലവമായി. ചില പ്പോഴൊക്കെ എന്റെ ദൈനംദിന ജീവിതത്തിന് തികച്ചും അന്യമായ ചില കാര്യങ്ങളിൽ ആവേശം കൊള്ളുന്നതായി ഞാൻ ഭാവിച്ചിരുന്നു. എന്നാൽ എന്റെ സ്വാതന്ത്ര്യം ഹനിക്കപ്പെടുന്നു എന്ന തോന്നലുണ്ടാവുമ്പോള ല്ലാതെ ഞാൻ അതിലൊന്നും മൗലികമായി പങ്കുചേർന്നിരുന്നില്ല. എങ്ങ നെയാണ് ഞാൻ അതു വിവരിക്കുക? എല്ലാം തെന്നിപ്പോയി. അതുതന്നെ എന്നിൽനിന്നും ഉരുണ്ട് അകന്നുപോയി.

എന്നോടുതന്നെ നീതിപുലർത്തണമല്ലോ? ചിലപ്പോഴൊക്കെ എന്റെ മറവി അഭിനന്ദനാർഹമായിരുന്നു. എന്തൊക്കെ ധിക്കാരവും അപമാനവുമുണ്ടായാലും അതെല്ലാം ക്ഷമിക്കുക സ്വഭാവമാക്കിയിരിക്കുന്ന ചില ആൾക്കാരെ കണ്ടിട്ടില്ലേ? അവർ ക്ഷമിക്കുമെങ്കിലും അതൊന്നും ഒരിക്കലും മറക്കില്ല. ഞാൻ എനിക്കെതിരെ ഉണ്ടാവുന്ന ആക്രമണങ്ങളെ മാപ്പാക്കാൻ തക്ക മഹാമനസ്ക്കനായിരുന്നില്ല– പക്ഷേ ക്രമേണ ഞാൻ അതെല്ലാം മറക്കുമായിരുന്നു. അങ്ങനെ വരുമ്പോൾ എന്റെ വെറുപ്പിനു പാത്രമാണെന്ന് ധരിച്ചിരുന്ന ഒരുവന് ഞാൻ അയാളെ തൊപ്പിയൂരി അഭിവാദ്യം ചെയ്യുന്നത് സംഭ്രമമുളവാക്കി. അയാളുടെ സ്വഭാവം വെച്ച് അയാൾ എന്റെ സ്വഭാവത്തിന്റെ കുലീനതയെ പ്രശംസിച്ചു; അല്ലെങ്കിൽ ഇവൻ ഒരു നട്ടെല്ലില്ലാത്തവനാണെന്നു ധരിച്ചു. രണ്ടായാലും യഥാർഥ കാരണം ഞാൻ അയാളുടെ പേരുപോലും മറന്നുപോയി എന്നത്-അയാൾ മനസിലാക്കിയില്ല. പലപ്പോഴും അന്യമനസ്കനോ, നന്ദിയില്ലാത്തവനോ എന്ന തെറ്റിദ്ധാരണ ജനിപ്പിച്ച അതേ ദൗർബല്യം ഇങ്ങനെയുള്ള അവസരങ്ങളിൽ എനിക്കു മഹാമനസ്കതയുടെ പരിവേഷം തന്നു.

തൽഫലമായി ഒരു ദിവസത്തിൽനിന്നു മറ്റൊരു ദിവസത്തിലേക്കുള്ള തുടർച്ചയല്ലാതെ മറ്റൊന്നുമില്ലാതെ ഞാൻ ഞാൻ ഞാൻ എന്ന ലോകത്തിൽ ഞാൻ ജീവിച്ചു. സ്ത്രീകളുമൊത്തും നന്മയിലോ, തിന്മയിലോ, നാളെയേപ്പറ്റി ഓർക്കാതെ, നായ്ക്കളെപ്പോലെ ഓരോ ദിവസത്തിലും ജീവിച്ചു. അങ്ങനെ ഞാൻ ജീവിതത്തിന്റെ ഉപരിതലത്തിൽ പുരോഗമിച്ചു. വാക്കുകളുടെ മേഖലയിൽ എന്നു പറയാം. യാഥാർഥ്യത്തിന്റെ തലത്തിൽ തീർച്ചയായും ആയിരുന്നില്ല. വായിച്ചെന്നു വരുത്തിയ പുസ്തകങ്ങളും, സന്ദർശിച്ചുവെന്നു വരുത്തിയ നഗരങ്ങളും സ്വന്തമാക്കിയെന്നു വരുത്തിയ നാരീമണികളും! മടുപ്പുകൊണ്ടോ, മനസ്സാന്നിധ്യമില്ലാത്തതുകൊണ്ടോ ചെയ്തുകൂട്ടിയ വെറും ക്രിയകൾ. പിന്നെ മനുഷ്യ ജീവികൾ വന്നു. അവർക്ക് അള്ളിപ്പിടിച്ചു തൂങ്ങണമായിരുന്നു. എന്നാൽ നിർഭാഗ്യവശാൽ തൂങ്ങാൻ ഒന്നുമുണ്ടായിരുന്നില്ല. എന്നെ സംബന്ധിച്ചിടത്തോളം ഞാൻ എല്ലാം മറന്നു. എന്നെ ഒഴിച്ച് മറ്റാരെയും മറ്റൊന്നിനേയും ഞാൻ ഓർത്തില്ല.

എന്നാൽ ക്രമേണ എന്റെ ഓർമ തിരിച്ചുവന്നു. അല്ലെങ്കിൽ ഞാൻ അതിലേക്കു മടങ്ങിവന്നു. അതിൽ ഞാൻ എന്നെ കാത്തിരുന്ന സ്മൃതികളുടെ കൂട്ടത്തെ കണ്ടു. പക്ഷേ അതേപ്പറ്റി പറയുംമുമ്പ് മൊസ്യൂ, എന്റെ നഗരപര്യവേക്ഷണങ്ങളിൽ ഉണ്ടായ ചില അനുഭവങ്ങളെപ്പറ്റി പറയട്ടെ.

ഒരു ദിവസം എന്റെ കാറിൽ, പച്ച ലൈറ്റിനായി കാത്ത് ഒരു ജംഗ്ഷനിൽ നിൽക്കുകയായിരുന്നു. പച്ച തെളിഞ്ഞിട്ടും മുൻപോട്ടു നീങ്ങാൻ ഞാൻ അൽപ്പം വൈകി. ക്ഷമയുടെ മൂർത്തീകരണങ്ങളായ നമ്മുടെ സഹപൗരന്മാർ പുറകിൽനിന്ന് നിരന്തരം ഹോണടിക്കാൻ തുടങ്ങി. പെട്ടെന്ന് ഞാൻ ഏതാണ്ട് ഇതേപോലത്തെ ഒരു സംഭവം ഓർത്തു. ചുവപ്പു വെളിച്ചം തെളിഞ്ഞപ്പോൾ മോട്ടോർ സൈക്കിളിൽ ഒരു കൊച്ചു മനുഷ്യൻ എന്നെ മറികടന്ന് മുൻപിൽ വന്നു നിറുത്തി. വണ്ടിയുടെ

എഞ്ചിൻ നിന്നുപോയി. അയാൾ വണ്ടി സ്റ്റാർട്ടാക്കാൻ ശ്രമിച്ചുകൊണ്ടി
രുന്നപ്പോൾ പച്ച തെളിഞ്ഞു. മോട്ടോർ സൈക്കിൾ സ്റ്റാർട്ടാവുന്നുമില്ല.
എന്റെ സഹജമായ വിനയത്തോടെ വണ്ടി മാറ്റിത്തരൂ, ഞാൻ കടന്നു
പോകട്ടെ, എന്നു പറഞ്ഞു. തന്റെ മോട്ടോർ സ്റ്റാർട്ടാവാതിരുന്നതിന്റെ
വിഷമത്തിൽ അയാൾ അരിശംപൂണ്ട അവസ്ഥയിലായിരുന്നു. അതുകൊ
ണ്ടയാൾ മറുപടി പറഞ്ഞു:

"പാരീസിന്റെ മാന്യതയുടെ നിയമങ്ങൾ അനുസരിച്ച് താൻ പോയി
ഒരു മരത്തിൽ കയറ്".

അപ്പോഴും വിനയം കൈവെടിയാതെ, എന്നാൽ നേരിയ അക്ഷമ
യോടെ ഞാൻ എന്റെ അഭ്യർഥന ആവർത്തിച്ചു. താൻ വേണമെങ്കിൽ
നരകത്തിൽ പോടോ എന്നായിരുന്നു ഉടൻ കിട്ടിയ മറുപടി. അതിനിടെ
എന്റെ പിന്നിൽ നിരന്തരമായി ഹോണുകൾ മുഴങ്ങുന്നുണ്ടായിരുന്നു.
കുറേക്കൂടി ദൃഢമായ സ്വരത്തിൽ ഞാൻ അയാളോടു മര്യാദയോടെ
സംസാരിക്കാൻ അഭ്യർഥിക്കുകയും അയാൾ ട്രാഫിക് ബ്ലോക്കു ചെയ്യു
കയാണെന്നു മനസിലാക്കാനും ആവശ്യപ്പെട്ടു. ആ മുൻകോപിയായ മനു
ഷ്യൻ, തന്റെ മോട്ടോർസൈക്കിളിന്റെ മര്യാദയില്ലാത്ത പെരുമാറ്റത്തിൽ
വല്ലാതെ അസഹിഷ്ണുവായ അയാൾ, എനിക്കു നിർബന്ധമാണെങ്കിൽ
വളരെ ഭംഗിയായി എന്റെ ദേഹത്തെ പൊടി തട്ടി മാറ്റിത്തരാമെന്ന് നിർദേ
ശിച്ചു. അയാളുടെ അതിരുകടന്ന പ്രകടനത്തിൽ രോഷാകുലനായ ഞാൻ,
അയാൾക്കു രണ്ടു കൊടുക്കാനുള്ള ഉദ്ദേശ്യത്തോടെ കാറിൽനിന്നിറങ്ങി.
ഞാൻ ഒരു ഭീരുവാണെന്ന് എനിക്കു തോന്നുന്നില്ല. (പക്ഷേ ഒരാൾക്ക്
എന്തൊക്കെ തോന്നലുകളായിക്കൂടാ) എന്റെ ശത്രുവിനേക്കാളും എനിക്ക്
ഉയരമുണ്ടായിരുന്നു. എന്റെ മസിലുകൾക്കു നല്ല ദാർഢ്യവുമുണ്ടായിരു
ന്നു. എന്റെ ശരീരത്തിലെ പൊടിയല്ല അയാളുടെ ശരീരത്തിലെ പൊടി
യാണു തട്ടുക എന്നുതന്നെയാണ് ഞാൻ ഇന്നും വിശ്വസിക്കുന്നത്.
എന്നാൽ ഞാൻ കാറിൽനിന്ന് കാലുനിലത്തു കുത്തിയില്ല. അതി
നകംതന്നെ ചുറ്റും കൂടിയ ജനങ്ങളിൽനിന്നൊരാൾ ചാടി എന്റെ അടു
ത്തുവന്നു. ഞാൻ ഈ ഭൂമിയുടെ മാലിന്യമാണെന്നും, തന്റെ കാലു
കൾക്കിടയിൽ ഒരു മോട്ടോർ സൈക്കിൾ ഉള്ളയാൾ എന്നേക്കാൾ പ്രതി
കൂലാവസ്ഥയിലാണെന്നും ഒരു കാരണവശാലും അയാളെ തൊടാൻ
അനുവദിക്കില്ലെന്നും രോഷത്തോടെ അറിയിച്ചു. ആ പോരാളിയുടെ
നേരെ ഞാൻ തിരിഞ്ഞു. എന്നാൽ, എനിക്കയാളെ ശരിക്കൊന്നു
കാണാൻപോലും കഴിഞ്ഞില്ല. ഞാൻ കഷ്ടിച്ച് തല തിരിച്ചതേയുള്ളൂ.
അപ്പോഴേക്കും ചെവിയടച്ച് ഒരടികിട്ടി. ഒപ്പംതന്നെ മോട്ടോർ സൈക്കിൾ
സ്റ്റാർട്ടു ചെയ്യുന്ന ശബ്ദവും. എന്താണ് സംഭവിക്കുന്നതെന്ന് മനസിലാ
ക്കാൻ കഴിയുന്നതിനുമുമ്പുതന്നെ മോട്ടോർ സൈക്കിൾ ദൂരെയെത്തി
ക്കഴിഞ്ഞിരുന്നു. പരിഭ്രമത്തോടെ യാന്ത്രികമായി ഞാൻ ഫുട്പാത്തി
ലേക്കു നടന്നു. അതേനിമിഷംതന്നെ പിന്നിലെ വണ്ടികളുടെ നീണ്ടനിര
യിൽനിന്നും ഹോൺ ശബ്ദങ്ങൾ മുഴങ്ങി. വീണ്ടും പച്ചലൈറ്റ് തെളി
ഞ്ഞിരുന്നു. അപ്പോൾ എന്തുചെയ്യണമെന്നറിയാതെ കുഴങ്ങിയ ഞാൻ

ഇടയ്ക്കുകയറിയ ആ ഇഡിയറ്റിനെ ശരിക്കൊന്നു പൂശുന്നതിനുപകരം തിരിച്ചു വന്നു കാറിൽ കയറി. ആ മനുഷ്യനെ കടന്ന് എന്റെ കാർ നീങ്ങി യപ്പോൾ അയാൾ 'വിഡ്ഢിക്കഴുത' എന്ന് എന്നെ അഭിവാദനം ചെയ്തത് ഞാൻ ഇപ്പോഴും ഓർക്കുന്നു. NP പൂർണമായും നിസ്സാരമായ ഒരു കഥ എന്നാണോ താങ്കളുടെ അഭിപ്രായം. ചിലപ്പോൾ ആവാം. എങ്കിലും അതു മറക്കാൻ ഞാൻ കുറേക്കാലമെടുത്തു. അതാണു പ്രസക്തം. എന്നാൽപോലും എനിക്കു ഒഴിവുകഴിവുകൾ ഉണ്ടായിരുന്നു. തിരിച്ചടി ക്കാതെ അടിവാങ്ങിയെങ്കിലും ഞാൻ പേടിച്ചുപോയി എന്ന് ആരോപി ക്കാൻ കഴിയില്ല. രണ്ടു വശത്തുനിന്നും ആക്രമണമുണ്ടായപ്പോൾ എനി ക്കെല്ലാം തമ്മിൽത്തമ്മിൽ കുഴഞ്ഞുപോയി. വണ്ടികളുടെ ഹോൺ ശബ്ദം കൂടിയായപ്പോൾ ഞാൻ ആകെ നാണക്കേടിലായി. പെരുമാറ്റച്ച ട്ടങ്ങളെ ലംഘിച്ചതു ഞാനാണെന്നപോലെ ഞാൻ ആകുലനായി. യാതൊരു തരത്തിലും പ്രതികരിക്കാതെ ഞാൻ കാറിലേക്കു തിരിച്ചു കയറുന്നതു മനസിൽ പല ആവർത്തി ദർശിച്ചു. ഞാൻ വിലയേറിയ നീലസ്യൂട്ടു ധരിച്ചിരുന്നതുകൊണ്ട് ചുറ്റുംനിന്ന ജനത്തിന്റെ കണ്ണുകളിൽ എനിക്കുണ്ടായ അപമാനത്തിൽ പരിഹാസത്തിനു പുറമേ ഒരുതരം സന്തോഷം നിഴലിക്കുന്നതും ഞാൻ കണ്ടു. 'വിഡ്ഢിക്കഴുത' എന്ന വിളി –അതെനിക്കു വളരെ ചേരുന്നതാണെന്ന് തോന്നിയിരുന്നു– ചെവിയിൽ മുഴങ്ങി. ചുരുക്കിപ്പറഞ്ഞാൽ പൊതുജനമധ്യത്തിൽ ഞാൻ തളർന്നുപോ യിരുന്നു. ശൃംഖലയായി വന്ന സാഹചര്യങ്ങൾ മൂലമായിരുന്നു ഇതെ ങ്കിലും, സാഹചര്യങ്ങൾ എപ്പോഴുമുണ്ടാവുമല്ലോ. പിന്നീടതേപ്പറ്റി ആലോ ചിച്ചപ്പോൾ എന്തായിരുന്നു ഞാൻ ചെയ്യേണ്ടിയിരുന്നതെന്ന് എനിക്കു വ്യക്തമായി കാണാൻ കഴിഞ്ഞു. ഞാൻ മുഷ്ടിചുരുട്ടി താടിയിൽത്തന്നെ ഒത്ത ഒരിടി ഇടിച്ച് പോരാളിയെ വീഴ്ത്തുന്നു. തിരിച്ചു കാറിൽ കയറുന്നു. എന്നെ ഇടിച്ച കുരങ്ങനെ പിൻതുടരുന്നു. അവന്റെ മുന്നിലെത്തി, മോട്ടോർ സൈക്കിൾ ഫുട്പാത്തിനോടു ചേർത്ത് നിറുത്താൻ നിർബ ന്ധിച്ച് അവനെ വലിച്ചിഴച്ച് നല്ലതുപോലെ കൈകാര്യം ചെയ്യുന്നു. അത്രയും അവൻ അർഹിച്ചിരുന്നു. അല്പസ്വല്പ വ്യത്യാസങ്ങളോടെ ഈ സിനിമ ഒരു നൂറുവട്ടം എന്റെ മനസിലോടിച്ചു. പക്ഷേ, ഞാൻ വൈകി പ്പോയിരുന്നല്ലോ. അനേകദിവസങ്ങൾ കടുത്ത നീരസവും അവജ്ഞയും എന്നെ കാർന്നുകൊണ്ടിരുന്നു.

ഓ, വീണ്ടും മഴ തുടങ്ങിയല്ലോ. നമുക്കീ പോർട്ടിക്കോയിൽ അല്പ സമയം നിൽക്കാം. കൊള്ളാം. ഞാൻ എവിടെയായിരുന്നു? ശരി, ശരി, അഭിമാനം. ആ സംഭവത്തിന്റെ ഓർമകൾ തിരിച്ചുകിട്ടിയപ്പോൾ ആ വാക്കിന്റെ അർഥമെന്തെന്ന് എനിക്കു ശരിക്കു മനസിലായി. എന്തു പറഞ്ഞാലും എന്റെ സ്വപ്നം യാഥാർഥ്യത്തിനു നിരക്കുന്നതായിരുന്നി ല്ലല്ലോ? ഞാൻ സ്വപ്നം കണ്ടിരുന്നത്-ഇപ്പോൾ അതു വളരെ വ്യക്തമാ യിരുന്നു- ഒരു സമ്പൂർണ മനുഷ്യനെ ആയിരുന്നു. വ്യക്തിപരമായ ഔന്ന ത്യംകൊണ്ടും തൊഴിൽപരമായ ഔന്നത്യംകൊണ്ടും ബഹുമാനമർഹി ക്കുന്ന ഒരു സമ്പൂർണ മനുഷ്യൻ. വേണമെങ്കിൽ പകുതി സെർഡാൻ,

പകുതി ഡീഗാൾ എന്നു ധരിച്ചോളൂ. ചുരുക്കിപ്പറഞ്ഞാൽ എനിക്കെല്ലാ ത്തിലും മേൽക്കോയ്മ വേണ്ടിയിരുന്നു. അതുകൊണ്ടാണ് ഞാൻ വലിയ ഭാവം അഭിനയിച്ചത്. ബുദ്ധിപരമായ വരദാനങ്ങൾക്കു പകരം ശാരീരി കമായ കഴിവുകൾ പ്രദർശിപ്പിച്ചത്. എന്നാൽ പൊതുജനസമക്ഷം അടി വാങ്ങുകയും, തിരിച്ചു പ്രതികരിക്കാതിരിക്കുകയും ചെയ്തതോടെ, എന്റെ ആ സുന്ദരചിത്രം താലോലിക്കാൻ കഴിയാതെയായി. ഞാൻ അവകാശ പ്പെടുന്നതുപോലെ സത്യത്തിന്റെയും ബുദ്ധിശക്തിയുടേയും ബന്ധു വാണ് ഞാനെങ്കിൽ ആ സംഭവം എന്നെ ഒരു തരത്തിലും പിടിച്ചുകുലു ക്കേണ്ട കാര്യമില്ലല്ലോ? അതിനു ദൃക്സാക്ഷികളായിരുന്നവർ അതെന്നേ മറന്നുകാണും. നിസ്സാരകാര്യത്തിന് രോഷാകുലനാവുകയും ദേഷ്യം പിടി ച്ചതിനുശേഷം അതിന്റെ പരിണിതഫലത്തെ അഭിമുഖീകരിക്കാൻ മന സ്സാന്നിധ്യമില്ലായ്മകൊണ്ട് കഴിയാതിരുന്നതിനും എന്നെത്തന്നെ കുറ്റ പ്പെടുത്തുകയാണു വേണ്ടിയിരുന്നത്. അതിനുപകരം അടിച്ചും കീഴട ക്കിയും പ്രതികാരം ചെയ്യാനാണ് ഞാൻ ആഗ്രഹിച്ചത്. എന്റെ ജീവിതാ ഭിലാഷം ഭൂമിയിലെ ഏറ്റവും ബുദ്ധിമാനോ അല്ലെങ്കിൽ ഏറ്റവും കാരുണ്യ വാനോ ആയ മനുഷ്യനാകുന്നതിനുപകരം ഏറ്റവും പ്രാകൃതമായ രീതി യിൽ ശക്തിമാനായി തോന്നിയവരെ ഒക്കെ അടിക്കുക എന്നതായിരുന്നു. സത്യമെന്തെന്നാൽ ബുദ്ധിശക്തിയുള്ള എല്ലാവരുംതന്നെ വെറും കായിക ശക്തികൊണ്ടുമാത്രം സമൂഹത്തിനെ ഭരിക്കുന്നത് സ്വപ്നം കാണുന്നു എന്നതാണ്. ഡിറ്റക്ടീവ് നോവലുകൾ വിശ്വസിപ്പിക്കാൻ ശ്രമിക്കുന്നതു പോലെ അത്ര എളുപ്പമല്ലാത്തതുകൊണ്ട് നാം സാധാരണ അതിനായി രാഷ്ട്രീയത്തെ ആശ്രയിക്കുന്നു. ഏറ്റവും ക്രൂരത പ്രദർശിപ്പിക്കുന്ന പാർട്ടിയിൽ ചേരുന്നു. സ്വന്തം മനസിന് അവമതിയുണ്ടായാലും മറ്റുള്ള വരുടെമേൽ അധീശത്വം നേടുന്നതിൽ വിജയിക്കുന്നെങ്കിൽ പിന്നെ എന്തു കൊണ്ട് മടിക്കണം? അടിച്ചമർത്തലിന്റെ മധുരസ്വപ്നങ്ങൾ എന്നിൽ ഉറ ങ്ങിക്കിടക്കുന്നത് ഞാൻ തിരിച്ചറിഞ്ഞു.

അവരുടെ കുറ്റം എനിക്ക് ഉപദ്രവമൊന്നും ഉണ്ടാക്കുന്നില്ല എന്ന പരിധിവരെ മാത്രമേ ഞാൻ കുറ്റമാരോപിക്കപ്പെട്ടവരുടെ ഭാഗത്തുള്ളൂ എന്നു ഞാൻ മനസിലാക്കി. അവരുടെ അപരാധം എന്നെ വാചാലനാ ക്കി. കാരണം ഞാനായിരുന്നില്ല അവരുടെ ഇര. എനിക്കൊരു ഭീഷണി യുണ്ടായപ്പോൾ ഒരു ജഡ്ജി മാത്രമല്ല, നിയമങ്ങളൊന്നും കണക്കിലെ ടുക്കാത്ത, അക്രമിയെ അടിച്ചുവീഴ്ത്തി മുട്ടുകുത്തിക്കാൻ തീവ്രമായി ആഗ്രഹിക്കുന്ന മുൻശുണ്ഠിക്കാരനായ ഉടമസ്ഥനായി മാറി. അതിനു ശേഷം മൊസ്യൂ എനിക്കു നീതിന്യായ തൊഴിലാണ് വിധിച്ചിട്ടുള്ളതെന്നും വിധവകളുടെയും അനാഥരുടെയും കർമവിധിപ്രകാരമുള്ള രക്ഷകനാണ് ഞാനെന്നും ഞാനെങ്ങനെയാണു തുടർന്നു വിശ്വസിക്കുക.

മഴ പൂർവാധികം ശക്തിയോടെ പെയ്യുന്നതുകൊണ്ടും നമുക്കു ധാരാളം സമയമുള്ളതുകൊണ്ടും എന്റെ ഓർമകളുടെ ചെപ്പിൽനിന്നും ഞാൻ നടത്തിയ മറ്റൊരു കണ്ടെത്തൽ നിങ്ങളോടു പങ്കുവെക്കട്ടെയോ? മഴ നനയാതെ നമുക്കീ ബഞ്ചിൽ ഇരിക്കാം. നൂറ്റാണ്ടുകളായി പൈപ്പു

വലിക്കുന്നവൻ ഈ ബഞ്ചിലിരുന്ന് ഇതേ മഴ ഇതേ കനാലിൽ വീഴു
ന്നതു കണ്ടിട്ടുണ്ടാവും, ഇല്ലേ? എനിക്ക് ഇനി നിങ്ങളോട് പറയാനുള്ളത്
കുറേക്കൂടി വൈഷമ്യം നിറഞ്ഞതാണ്. ഇത്തവണ ഇതൊരു സ്ത്രീയെ
പ്പറ്റിയാണ്. വലിയ അധ്വാനം കൂടാതെതന്നെ സ്ത്രീകളുമായുള്ള ഇട
പാടുകളിൽ ഞാൻ എപ്പോഴും വിജയിച്ചിരുന്നു എന്നു തുടക്കത്തിൽ
ത്തന്നെ നിങ്ങൾ മനസിലാക്കണം. അവരെ സന്തോഷിപ്പിക്കുന്നതിലോ
അവരിലൂടെ ഞാൻ സന്തോഷം കണ്ടെത്തുന്നതിലോ വിജയിച്ചു എന്നല്ല
ഞാൻ പറയുന്നത്. വെറും വിജയം മാത്രം. എന്റെ ലക്ഷ്യങ്ങൾ എന്താ
യിരുന്നുവോ അവയൊക്കെ എനിക്കുവേണ്ടപ്പോൾത്തന്നെ നേടാൻ കഴി
ഞ്ഞു. എനിക്കൊരു മാന്ത്രികശക്തിയുണ്ടെന്നായിരുന്നു പൊതുധാരണ.
കൊള്ളാം അല്ലേ! ആ മാന്ത്രികശക്തി എന്തെന്നറിയുമോ, വ്യക്തമായ
ഒരു ചോദ്യം ചോദിക്കാതെതന്നെ 'സമ്മതമാണ്' എന്ന ഉത്തരം ലഭ്യമാ
ക്കുന്ന രീതി. എന്നെ സംബന്ധിച്ചിടത്തോളം ആ കാലത്ത് അതൊരു
സത്യമായിരുന്നു. ഇതു നിങ്ങളെ അത്ഭുതപ്പെടുത്തുന്നു. അല്ലേ? എനി
ക്കറിയാം, ഇല്ലെന്നു പറയണ്ട! ഇപ്പോഴത്തെ എന്റെ മുഖസൗന്ദര്യം വച്ചു
നോക്കുമ്പോൾ നിങ്ങളുടെ സംശയം വളരെ സഹജമാണ്. കഷ്ടം, ഒരു
പ്രായം കഴിഞ്ഞാൽ ഓരോ പുരുഷനും അവന്റെ മുഖകാന്തിക്ക് ഉത്തര
വാദിയാണ്. എന്റെ...പക്ഷെ..എന്തുകാര്യം?   ഇതേതായാലും ഒരു
യാഥാർഥ്യമാണ്– എനിക്ക് ആകർഷണശക്തിയുള്ളതായി കരുതപ്പെട്ടി
രുന്നു. ഞാനതു പൂർണമായി ഉപയോഗിക്കുകയും ചെയ്തു.

മുൻകൂർ കണക്കുകൂട്ടലുകളോടെയായിരുന്നില്ല കേട്ടോ, ഞാൻ
പൂർണ ആത്മാർഥതയോടെയാണു പെരുമാറിയിരുന്നത്. അല്ലെങ്കിൽ
ഏറെക്കുറെ. സ്ത്രീകളുമായുള്ള എന്റെ ബന്ധം സ്വാഭാവികമായും സ്വത
ന്ത്രവും പഴഞ്ചൊല്ലിൽ പറയുന്നതുപോലെ ആയാസരഹിതവുമായി
രുന്നു. അവരോടുള്ള ആരാധനയായി അവർ കണക്കാക്കിയിരുന്ന കൗശ
ലമല്ലാതെ മറ്റു കാപട്യങ്ങൾ എന്റെ പെരുമാറ്റത്തിൽ ഉണ്ടായിരുന്നില്ല.
ഞാൻ അവരെ സ്നേഹിച്ചിരുന്നു എന്നുപറയുന്നത് ഞാൻ അവരെ
ആരെയും ഒരിക്കലും സ്നേഹിച്ചിരുന്നില്ല എന്നുപറയുന്നതിനു തുല്യ
മാണ്. സ്ത്രീ വിദ്വേഷത്തെ പരമവിഡ്ഢിത്തമായാണ് ഞാനെന്നും കണ
ക്കാക്കിയിരുന്നത്. മാത്രമല്ല ഞാനറിഞ്ഞിരുന്നത് എല്ലാ സ്ത്രീകളും
എന്നേക്കാൾ ഭേദപ്പെട്ടവരാണെന്നായിരുന്നു. എങ്കിലും അത്ര ഉയരത്തിൽ
ഇരുത്തി, അവരെ സേവിക്കുന്നതിനുപകരം ഉപയോഗിക്കുകയാണു
ഞാൻ ചെയ്തത്. രണ്ടും തമ്മിൽ വേർതിരിക്കുന്നതെങ്ങനെ?

തീർച്ചയായും, യഥാർഥസ്നേഹം വേറിട്ടു നിൽക്കുന്നു. ഏറിയും
കുറഞ്ഞും ഒരു നൂറ്റാണ്ടിൽ രണ്ടോ മൂന്നോ. മറ്റവസരങ്ങളിലൊക്കെ
വെറും പൊങ്ങച്ചമോ മടുപ്പോ മാത്രം. എന്നെ സംബന്ധിച്ചിടത്തോളം
ഞാനൊരു പോർച്ചുഗീസ് കന്യാസ്ത്രീയൊന്നുമായിരുന്നില്ലല്ലോ.
ഞാനൊരു കഠിനഹൃദയനല്ല; നേരേമറിച്ച് സഹതാപം നിറഞ്ഞ
മനസാണ് എനിക്കുള്ളത്. ഒരു തുള്ളി കണ്ണുനീർ എപ്പോഴും തയ്യാർ!
എന്നാൽ, എന്റെ വികാരപരമായ ചോദനകൾ എന്നോടു തന്നെയാണ്.

എന്റെ സഹതാപവും എന്നെ ചുറ്റിപ്പറ്റിത്തന്നെയാണ്. ഞാൻ ഒരിക്കലും സ്നേഹിച്ചിട്ടില്ല എന്നു പറഞ്ഞാൽ അതു സത്യമല്ല. ഒരു മഹത്തായ സ്നേഹത്തിന് എന്റെ ജീവിതം സാക്ഷ്യം വഹിച്ചു; ഇവിടെയും ഞാൻ തന്നെയായിരുന്നു കേന്ദ്രബിന്ദു. യുവത്വത്തിന്റെ അനിവാര്യമായ ബുദ്ധി മുട്ടുകൾക്കും യാതനകൾക്കും ശേഷം ഞാൻ വൈകാതെതന്നെ ജീവിത ത്തിൽ സ്ഥിരത കണ്ടെത്തി. ഭോഗേച്ഛ മാത്രമായി എന്റെ പ്രണയ ജീവിതം. സുഖിക്കാനും കീഴടക്കാനും വേണ്ടി മാത്രം ഞാൻ തരുണി കളെ തേടി. എന്റെ ആകാരവും സൗന്ദര്യവും ഇതിലെന്നെ സഹായിച്ചു. പ്രകൃതി എന്നോട് വളരെ കരുണ കാണിച്ചിരുന്നു. ഇതിൽ ഞാൻ വള രെയേറെ ഊറ്റം കൊണ്ടിരുന്നു. പലതരം സംതൃപ്തികൾ ഇതിൽനിന്നും നേടുകയും ചെയ്തു. ശാരീരികസുഖംകൊണ്ടോ അതിൽനിന്നും ലഭിച്ച മാന്യതയിൽ നിന്നോ ആ സംതൃപ്തി എന്ന് ഇന്നെനിക്കറിയില്ല. ഞാൻ വെറുതെ പൊങ്ങച്ചം പറയുകയാണെന്നു നിങ്ങൾ തീർച്ചയായും കരു തും. ഞാനതിനെ നിഷേധിക്കുന്നില്ല. തന്നെയുമല്ല, അതിലെനിക്കു പ്രത്യേകിച്ച് അഭിമാനിക്കാനും ഒന്നുമില്ല. കാരണം സത്യമായിരുന്നതി നെപ്പറ്റിയാണു ഞാൻ പൊങ്ങച്ചം പറയുന്നത്.

പിന്നീടു ഞാൻ ഖേദിച്ചിരുന്നെങ്കിലും പത്തു മിനിട്ടുനേരത്തെ ഒരു സാഹസികതയ്ക്കുവേണ്ടി അച്ഛനെയും അമ്മയെയും നിരാകരിക്കാൻ തയ്യാറാവുന്നത്ര വാസ്തവമായിരുന്നു എന്റെ ഭോഗതൃഷ്ണ. സത്യം, പ്രത്യേകിച്ച് ഒരു പത്തുമിനിട്ടു നേരത്തെ ഇടപാടിന്, അതിനൊരു രണ്ടാം ഭാഗം ഉണ്ടാവില്ലെന്ന് ഉറപ്പുണ്ടെങ്കിൽ അത്രമേൽ തീവ്രവും. എനിക്കു തീർച്ചയായും ചില മൂല്യങ്ങൾ ഉണ്ടായിരുന്നു. ഉദാഹരണത്തിന് സുഹൃ ത്തിന്റെ ഭാര്യയെ മോഹിക്കാൻ പാടില്ല. എന്നാൽ എനിക്ക് വളരെ ആത്മാർഥമായിത്തന്നെ, നടക്കാൻപോകുന്ന സംഭവത്തിന് ഏതാനും ദിവ സങ്ങൾക്കുമുൻപുതന്നെ ഭർത്താവിനോടുള്ള സൗഹൃദം നഷ്ടമാവുമാ യിരുന്നു. ഇതിനെ ഞാൻ ഭോഗേച്ഛ എന്നു വിളിക്കരുതായിരിക്കും. 'ഭോഗേച്ഛ' അറപ്പുളവാക്കുന്നതല്ല. നമുക്ക് ഉദാരമനസ്കരായി കുറേക്കൂടി ലളിതമായ വാക്കുകൾ ഉപയോഗിക്കാം. ബലഹീനത എന്നു പറയാം. സ്നേഹത്തിൽ ശാരീരികസുഖമല്ലാതെ മറ്റൊന്നും കാണാൻ കഴിയാ ത്ത, ജന്മനാ ഉള്ള ഒരു കഴിവുകുറവ്. ആ ദൗർബല്യം വളരെ സൗകര്യ പ്രദവുമായിരുന്നു. മറക്കാനുള്ള എന്റെ കഴിവിനോടു കൂടിച്ചേർന്നപ്പോൾ അതെനിക്ക് അനിയന്ത്രിതമായ സ്വാതന്ത്ര്യം തന്നു. പുതിയ പുതിയ വിജയങ്ങൾക്ക് അവസരവും ഉണ്ടാക്കിത്തന്നു. ഒരു വികാരജീവി അല്ലാ തിരുന്നതിന്റെ ഫലമായി ഞാൻ പ്രണയത്തിനു പുതിയൊരു മാനം നൽകി. ബോണപ്പാർട്ടുമായി നമ്മുടെ വനിതാ സുഹൃത്തുക്കൾ പങ്കുവ ക്കുന്ന ഒന്നുണ്ടല്ലോ, എല്ലാവരും പരാജയപ്പെട്ടിടത്ത് വിജയിക്കാമെന്നുള്ള അവരുടെ ചിന്ത.

ഈ ഇടപാടുകൾക്കിടയിൽ എന്റെ സുഖലോലുപതയ്ക്കപ്പുറം ചൂതാ ടാനുള്ള എന്റെ ആവേശവും പൂരിതമാക്കി. നിഷ്കളങ്കതയുടെ നേരിയ ചുവയെങ്കിലുമുള്ള കളികളിൽ എന്റെ പങ്കാളികളാവാൻ താൽപ്പര്യം

കാണിച്ച സ്ത്രീകളെ ഞാൻ മറ്റുള്ളവരെക്കാൾ ഇഷ്ടപ്പെട്ടു. നോക്കൂ, മടുപ്പ് എനിക്കു സഹിക്കാനാവില്ല. ജീവിതത്തിലെ വിനോദങ്ങളെയാണു ഞാൻ കാംക്ഷിക്കുന്നത്. എത്ര മിടുക്കൻ കൂട്ടത്തിലാണു ഞാനെങ്കിലും അതെന്നെ വേഗംതന്നെ തകർക്കുന്നു. പക്ഷേ, ഞാനിഷ്ടപ്പെടുന്ന സ്ത്രീകളുടെ സാമീപ്യം എന്നെ ഒരിക്കലും മടുപ്പിച്ചില്ല. എനിക്കു തുറന്നു പറയുന്നതിൽ വിഷമമുണ്ട്. ഐൻസ്റ്റീനുമൊത്ത് പത്തു സമാഗമങ്ങളെ ഒരു സുന്ദരി പെൺകുട്ടിയുമായുള്ള ആദ്യസമാഗമത്തിനുവേണ്ടി ത്യജി ക്കാൻ ഞാൻ തയാറാണ്. അവളുമായുള്ള പത്താമത്തെ സമാഗമത്തിൽ ഞാൻ ഐൻസ്റ്റീനുവേണ്ടിയോ അല്ലെങ്കിൽ ഗൗരവം കലർന്ന ഒരു പുസ്തകത്തിനുവേണ്ടിയോ ആണ് കൂടുതൽ കൊതിച്ചത് എന്നതും സത്യ മാണ്. ചുരുക്കിപ്പറഞ്ഞാൽ എന്റെ കൊച്ചുകൊച്ചുഅതിക്രമങ്ങളുടെ ഇട വേളകളിൽ മാത്രമാണ് വലിയ വലിയ പ്രശ്നങ്ങൾ എന്റെ പരിഗണ നയ്ക്ക് വിധേയമായത്. പാതവക്കിൽ സുഹൃത്തുക്കളുമായി ആവേശഭ രിതമായ ചർച്ചകൾക്കിടയിൽ ഒരു വിശ്വമോഹിനി റോഡിനു കുറുകേ നടക്കുന്നതുകണ്ട് എന്റെ വാദഗതിയുടെ ചരട് എത്രയേറെ പ്രാവശ്യ മാണ് എനിക്കു നഷ്ടപ്പെട്ടിട്ടുള്ളത്!

അതുകൊണ്ട്, ഞാൻ അവരുടെ കളി കളിച്ചു. നമ്മുടെ ഉദ്ദേശ്യം എന്തെന്ന് അത്ര വേഗം വെളിപ്പെടുത്തുന്നത് അവർക്കിഷ്ടമല്ലെന്ന് എനി ക്കറിയാമായിരുന്നു. ആദ്യം കൊച്ചുവർത്തമാനം വേണം. അവരുടെ ഭാഷ യിൽ 'ഇഷ്ടം നിറഞ്ഞ ശ്രദ്ധ' ഒരു വക്കീൽ ആയതിനാൽ പ്രഭാഷണ ങ്ങളെപ്പറ്റി ഞാൻ വേവലാതിപ്പെട്ടില്ല. കടക്കണ്ണുകൊണ്ടുള്ള നോട്ടങ്ങളും എനിക്കു പ്രശ്നമായിരുന്നില്ല. കാരണം പട്ടാളത്തിലായിരുന്നപ്പോൾ ഞാനൊരു അമെചർ നടനായിരുന്നു. പലപ്പോഴും ഞാൻ റോൾ മാറിക്ക ളിച്ചു. എന്നാൽ നാടകം ഒന്നുതന്നെയായിരുന്നു. ഉദാഹരണത്തിന്,

'നിന്നിലുള്ള നിഗൂഢമായ ആ എന്തോ ഒന്നിനോടുള്ള' മനസിലാ ക്കാൻ പറ്റാത്ത ആകർഷണം, 'ഇതു ന്യായമല്ല, ആരെയെങ്കിലും ആകർഷിക്കണമെന്ന് എനിക്കു യാതൊരു താൽപ്പര്യവുമുണ്ടായിരുന്നില്ല. ഞാൻ പ്രണയത്തിനെ മടുത്തിരുന്നു. മറ്റും മറ്റും..'

വളരെ പുരാതനമായ ഡയലോഗുകളായിരുന്നെങ്കിലും ഇവ മിക്ക വാറും എല്ലായ്പ്പോഴും ഫലപ്രദമായി. 'മറ്റൊരു സ്ത്രീയും ഇതുവരെ നിങ്ങൾക്കു പകർന്നുതന്നിട്ടില്ലാത്ത സുഖവും സന്തോഷവും,' ഇതും ഉപയോഗപ്രദമായിരുന്നു. മറ്റുള്ളവർ ഉപയോഗിച്ചിരിക്കാൻ സാധ്യതയി ല്ലാത്ത ഒരു വാചകമായിരുന്നു. എല്ലാറ്റിനുമുപരി ഞാൻ കൃത്യതയോടെ തയ്യാറാക്കിയിരുന്ന ഒരു ലഘുപ്രസംഗമുണ്ടായിരുന്നു. വളരെ നല്ല പ്രതി കരണം ഉണ്ടാക്കിയിരുന്ന അതിനെ നിങ്ങളും കൈയടിച്ചു സ്വീകരിക്കു മെന്ന് എനിക്കുറപ്പുണ്ട്. ആ നാടകത്തിന്റെ സത്ത നിലനിന്നിരുന്നത് വിഷാദത്തോടും വേദനയോടുമുള്ള എന്റെ ആവർത്തനങ്ങളിലായിരുന്നു –ഞാനൊന്നുമല്ല, എനിക്കൊന്നുമില്ല, ഞാനുമായി ഒരു ബന്ധം ഉണ്ടാ ക്കുന്നതിൽ അർഥമില്ല. നിത്യജീവിതത്തിലെ സുഖവും സന്തോഷവു മായി യാതൊരു ബന്ധവുമില്ലാത്ത ഏതോ ഒരിടത്താണ് എന്റെ ജീവിതം.

ആ സുഖവും സന്തോഷവും തന്നെയായിരുന്നിരിക്കാം ഞാൻ കാംക്ഷി
ക്കേണ്ടത്. എന്നാൽ വളരെ വൈകിപ്പോയി. ഈ വൈകിപ്പോകലിന്റെ
പിന്നിലുള്ള കാരണങ്ങൾ ഞാൻ തീർത്തും രഹസ്യമാക്കിത്തന്നെ വച്ചു.
കാരണം, എനിക്കറിയാം, ഒരു പെണ്ണുമായി ഒരു കിടക്കയിൽ ഉറങ്ങാൻ
പോകുമ്പോൾ അൽപ്പം നിഗൂഢത സുഖത്തിന് ആക്കം കൂട്ടുമെന്ന്. ഒരർഥ
ത്തിൽ ഞാൻ പറഞ്ഞതൊക്കെ ഞാനും വിശ്വസിച്ചു. ഞാനെന്റെ റോളിൽ
ശരിക്കും ജീവിക്കുകയായിരുന്നു. എന്റെ പങ്കാളികൾ താൽപ്പര്യത്തോടെ
എനിക്കൊപ്പം എത്താൻ ശ്രമിച്ചു എന്നതിൽ അതിശയമില്ല. അവരിൽ
ഏറ്റവും ലോലഹൃദയയായവൾ എന്നെ മനസിലാക്കാൻ ശ്രമിച്ചു. ആ
ശ്രമം അവരെ എത്തിച്ചത് അതിരുകളില്ലാത്ത വിഷാദത്തിലേക്കാണ്.
കളിയുടെ നിയമങ്ങൾ ഞാൻ പാലിക്കുന്നുണ്ടെന്നു കണ്ട് തൃപ്തരായ
മറ്റു പെൺകുട്ടികൾ അധികം താമസിപ്പിക്കാതെതന്നെ യാഥാർഥ്യങ്ങ
ളിലേക്കു കടന്നു. ഞാൻ ജയിച്ചു എന്നായിരുന്നു ഇതിന്റെയർഥം. ഒരി
ക്കലല്ല, രണ്ടാവൃത്തി. കാരണം, അവരോടുള്ള അഭിനിവേശത്തിനു
പുറമേ ഓരോ പ്രാവശ്യ വും എന്റെ പ്രത്യേകമായ കഴിവുകൾ തെളി
യിക്കുകവഴി എന്നോടുതന്നെ എനിക്കുള്ള സ്നേഹത്തെ തൃപ്തമാക്കു
കയായിരുന്നു ഞാൻ.

ഇവരിൽ ചിലരെങ്കിലും എനിക്കു നേരിയ ആനന്ദമെങ്കിലും തന്നാൽ
നീണ്ട ഇടവേളകൾക്കുശേഷമാണെങ്കിലും അവരുമായുള്ള ബന്ധം പുതു
ക്കാൻ ഞാൻ ശ്രമിച്ചിരുന്നു. നീണ്ട കാലത്തെ വേർപാട് ജനിപ്പിക്കുന്ന
വിചിത്രമായ കാമാസക്തിയുടെ സഹായവും ആ ബന്ധങ്ങളുടെ പുന
രുജ്ജീവനത്തിനു സഹായകമായി. ഞങ്ങൾ തമ്മിലുള്ള ബന്ധം ഇന്നും
നിലനിൽക്കുന്നു എന്ന വസ്തുത പരീക്ഷിച്ചു ബോധ്യപ്പെടാനുള്ള ഒര
വസരവും ഇതെന്റെ മാത്രം അവകാശമാണെന്നുള്ള ബോധം സ്ഥിരീക
രിക്കാനുള്ള അവസരവുമായി. ചിലപ്പൊളൊക്കെ മറ്റൊരു പുരുഷനും
തന്നെത്തന്നെ സമർപ്പിക്കില്ലെന്ന പ്രതിജ്ഞയെടുപ്പിക്കത്തക്ക ദൂരംവരെ
ഞാൻ പോയി; പിന്നെ ഞാൻ അതിനെപ്പറ്റി ബേജാറാവണ്ടല്ലോ. എന്നാൽ
ഉള്ളിന്റെയുള്ളിൽ എനിക്ക് അങ്ങനെയൊരു വിഷമമേയുണ്ടായിരുന്നില്ല.
അവർ പോകുന്നെങ്കിൽ പോകട്ടെ. ഒരിക്കൽ എന്റേതായ, എന്റേതുമാ
ത്രമായ ഒരു സ്ത്രീ എന്നെങ്കിലും മറ്റൊരു പുരുഷന്റേതാവുമെന്ന് വിശ്വ
സിക്കാൻ കഴിവില്ലാത്തവിധം ഒരു നാട്യം എന്റെ വ്യക്തിത്വത്തിൽ കട
ന്നുകൂടിയിരുന്നു. എന്നാൽ, അവരെനിക്കു തന്ന വാഗ്ദാനം എന്നെ സ്വ
തന്ത്രനാക്കി. പക്ഷേ, അവരെ വാഗ്ദാനത്താൽ ബന്ധിതരാക്കി. അവർ
ഇനി ഒരിക്കലും മറ്റാരുടേയും ആവില്ല എന്നുറപ്പ് കിട്ടുന്ന നിമിഷം അവ
രുമായുള്ള എല്ലാ ബന്ധവും വിച്ഛേദിക്കാൻ എനിക്കു കഴിഞ്ഞിരുന്നു.
അങ്ങനെ ഒരുറപ്പും കിട്ടിയിരുന്നില്ലെങ്കിൽ എന്നെ സംബന്ധിച്ചിടത്തോളം
അത് അസംഭവ്യമാവുമായിരുന്നു. അവരെ സംബന്ധിച്ചിടത്തോളം അവർ
എന്റേതു മാത്രമാണെന്ന് ഞാൻ തെളിയിച്ചിരുന്നു. അവരുടെ മേലുള്ള
എന്റെ അധീശത്വം ഞാൻ ഉറപ്പുവരുത്തിയിരിക്കുന്നു. അതു പൊട്ടിച്ചെ
റിയാൻ അവർക്ക് അടുത്തകാലത്തെങ്ങും കഴിയില്ല. ആകെ വിചിത്രം,

അല്ലേ? പക്ഷേ, കാര്യങ്ങൾ അങ്ങനെയായിരുന്നു മൊസ്യൂ. ചിലർ കരഞ്ഞു വിളിക്കുന്നു 'എന്നെ സ്നേഹിക്കൂ', മറ്റു ചിലർ...'എന്നെ സ്നേഹിക്കരുത്!' 'എന്നാൽ ഒരു പ്രത്യേക ജനുസ്സ് ഏറ്റവും മോശവും ഏറ്റവും അസന്തുഷ്ടവും വിളിച്ചു പറയുന്നു– 'എന്നെ സ്നേഹിക്കേണ്ട, പക്ഷേ എന്നോടു വിശ്വസ്തത പുലർത്തണം.'

കൃത്യമായ തെളിവുകളുണ്ടാവില്ലാ എന്നൊരു പ്രശ്നമുണ്ട്. ഓരോ പുതിയ ആളുമായും പുതുതായി തുടങ്ങണമല്ലോ. പലരുമായി ഒരേ പല്ല വിയും ഒരേ പ്രീണന–ലാളന രീതികളും ആവർത്തിക്കുമ്പോൾ അതും ഒരു സ്വഭാവമായി രൂപാന്തരപ്പെടുന്നു. അധികം വൈകാതെ തന്നെ സംഭാഷണം അനർഗളമായി പ്രവഹിച്ചുതുടങ്ങും. അടുത്ത നടപടികളും ഏതാണ്ട് യാന്ത്രികമായിത്തന്നെ പിൻതുടരും. അങ്ങനെ ഒരു ദിവസം മോഹിക്കുകയോ കാമിക്കുകയോ ചെയ്യാതെതന്നെ പ്രാപിക്കുന്ന ഒരവ സ്ഥയിലേക്കെത്തും. ചില മനുഷ്യർക്കെങ്കിലും കൊതിക്കാത്തത് പ്രാപി ക്കേണ്ടിവരുക വളരെ കഠിനമായ ഒരു ജോലിയായി മാറുന്നു.

എന്റെ കാര്യത്തിൽ ഇതാണ് അവസാനം സംഭവിച്ചത്. അവൾ ആരായിരുന്നെന്നു പറയുന്നതിൽ പ്രസക്തിയൊന്നുമില്ല. അവളെക്കണ്ട് അത്രയ്ക്കൊന്നും ഞാൻ ഇളകിയില്ലെങ്കിലും അവളുടെ നിഷ്ക്രിയമായ ഒരുതരം ആർത്തി എന്നെ അവളിലേക്കാകർഷിച്ചു. തുറന്നുപറയട്ടെ, അതൊരു മോശം അനുഭവമായിരുന്നു. അതു ഞാൻ പ്രതീക്ഷിക്കേണ്ട തുമായിരുന്നു. എന്നാൽ അത് എന്നിൽ ഒന്നുംതന്നെ അവശേഷിപ്പിച്ചില്ല. ഞാൻ പിന്നീടവളെ കാണാതിരുന്നതുകൊണ്ട് എല്ലാംതന്നെ മനസിൽ നിന്നു മായുകയും ചെയ്തു. ഞങ്ങളുടെ ആ സംഗമത്തിൽ അവൾ പ്രത്യേ കിച്ച് എന്തെങ്കിലും ശ്രദ്ധിച്ചിട്ടുണ്ടെന്നോ അവൾക്കും അതേപ്പറ്റി ഒരഭി പ്രായം ഉണ്ടായിരിക്കുമെന്നോ ഞാൻ കരുതിയേ ഇല്ല. പോരെങ്കിൽ അവ ളുടെ നിഷ്ക്രിയമായ സ്വഭാവ പെരുമാറ്റരീതികൾ മൂലം എന്നെ സംബ ന്ധിച്ചിടത്തോളം അവൾ ഈ ലോകത്തിലേ ഇല്ലാതായിരുന്നു. എന്നാൽ, ഏതാനും ആഴ്ചകൾക്കുശേഷമാണ് ഞാൻ അറിയുന്നത് എന്റെ കുറ വുകളെപ്പറ്റി അവൾ ഒരു മൂന്നാമനോടു പറഞ്ഞുവെന്ന്. വഞ്ചിക്കപ്പെട്ട തായാണ് ആദ്യം എനിക്കു തോന്നിയത്. കൊള്ളാമല്ലോ അവൾ. ഞാൻ കരുതിയതുപോലെ നിഷ്ക്രിയയും ഒരഭിപ്രായം രൂപീകരിക്കാൻ കഴി വില്ലാത്തവളുമല്ലല്ലോ. പിന്നെ ഞാനതിനെ ചിരിച്ചുതള്ളി. അക്ഷരാർഥ ത്തിൽ ഞാൻ ഉറക്കെ ചിരിച്ചു. വ്യക്തമായും വളരെ അപ്രധാനമായ ഒരു സംഭവം. അഹംഭാവമില്ലായ്മയും ഒതുക്കവും ഏതെങ്കിലും മേഖ ലയിൽ അഭികാമ്യമാണെങ്കിൽ മുൻകൂർവിധി സാധ്യമല്ലാത്ത ലൈംഗി കതയുടെ മേഖലയിൽ ആണ് ഏറ്റവും പ്രസക്തം. എന്നാൽ സംഭവി ക്കുന്നത് അങ്ങനെയല്ല. ഓരോരുത്തരും അവനവൻ സമർഥമായാണ് എല്ലാം നിർവഹിച്ചത് എന്നുതന്നെ ഉറപ്പിക്കാൻ ശ്രമിക്കും. ചിരിച്ചുതള്ളി യെങ്കിലും ഞാനും അവസാനം ചെയ്തതെന്താണ്? കുറച്ചു നാളുകൾക്കു ശേഷം വീണ്ടും അവളെ കാണാനിടയായപ്പോൾ അവളെ ആകർഷി ക്കാനും വീണ്ടെടുക്കാനും ശ്രമിച്ചു. അതിന് അത്ര ബുദ്ധിമുട്ടും ഉണ്ടാ

യില്ല. കാരണം അവർക്കും ഒരു പരാജയമായി അവസാനിക്കാൻ താൽപ്പ
ര്യമില്ല. അന്നുമുതൽ മനഃപൂർവമല്ലാതെതന്നെ കഴിയുന്ന രീതിയിലെല്ലാം
അവളെ വേദനിപ്പിക്കാൻ തുടങ്ങി. അവളെ ഞാൻ സ്വീകരിക്കും, ഉപേ
ക്ഷിക്കും, വീണ്ടും സ്വീകരിക്കും. തീരെ അനുയോജ്യമല്ലാത്ത സമയ
ത്തും, അനുയോജ്യമല്ലാത്ത സ്ഥലത്തും വച്ച് സംഭോഗത്തിനു നിർബ
ന്ധിക്കും. പലപ്പോഴും വളരെ ക്രൂരമായിത്തന്നെ അവളെ പ്രാപിക്കും.
അങ്ങനെ ഒരു ജയിലർ തന്റെ തടവുകാരനോട് സ്വീകരിക്കുന്ന മനോഭാ
വമായി എനിക്കു അവളോട്. ഒരിക്കൽ ആക്രമണസ്വഭാവമുണ്ടായിരുന്ന
ഒരു സംഭോഗത്തിനിടെ വേദന നിറഞ്ഞ നിർവൃതിയിൽ അവളെ അടിമ
പ്പെടുത്തിയിരുന്ന എന്റെ മൃഗീയമായ പെരുമാറ്റത്തെപ്പറ്റി അവൾ പ്രശം
സിച്ചു. ആ ദിവസം മുതൽ ഞാനവളോട് അകലാൻ തുടങ്ങി. പിന്നീട
വളെ പൂർണമായും മറന്നു.

മര്യാദമൂലം ഒരു വാക്കുപോലും നിങ്ങൾ ഇടയ്ക്കു പറഞ്ഞില്ലെ
ങ്കിലും ആ സംഭവം അത്ര സുന്ദരമായ ഒന്നായിരുന്നില്ലെന്ന് നിങ്ങളോ
ടൊപ്പം ഞാനും സമ്മതിക്കുന്നു. എന്നാലും മൊസ്യൂ, നിങ്ങളുടെ സ്വന്തം
ജീവിതം ഒന്ന് അവലോകനം ചെയ്തുനോക്കൂ. ഓർമയിൽ തിരഞ്ഞാൽ
ഇതേപോലുള്ള ഒരു കഥ നിങ്ങൾക്കും പിന്നീടെന്നോട് പറയാനുണ്ടാവും.
എന്നെ സംബന്ധിച്ചിടത്തോളം, കൊച്ചുസാഹസം വീണ്ടും മനസിലേക്ക്
കടന്നുവന്നപ്പോൾ ഞാൻ ചിരിക്കാൻ തുടങ്ങി. പക്ഷേ അതൊരു വ്യത്യ
സ്ത ചിരിയായിരുന്നു. ആർട്ട് മ്യൂസിയത്തിനടുത്തുവച്ചു ഞാൻ കേട്ട
ചിരിപോലെ, എന്റെ ലഘുപ്രഭാഷണങ്ങളേയും കോടതിയിലെ എന്റെ
വാദങ്ങളെയും ഓർത്ത് ഞാൻ ചിരിച്ചു. സ്ത്രീകളോടുള്ള എന്റെ പ്രഭാ
ഷണങ്ങളേക്കാളും കോടതിയിലെ എന്റെ വാദങ്ങളായിരുന്നു എന്നെ കൂടു
തൽ ചിരിപ്പിച്ചത്. അവരോട് ഞാൻ അത്രയേറെ നുണകൾ പറഞ്ഞിരു
ന്നില്ല. സ്ത്രീകളോടുള്ള സംഭാഷണങ്ങളിൽ സഹജമായ വാസന
കൾക്കായിരുന്നു മുൻതൂക്കം. കൗശലങ്ങൾ കുറവായിരുന്നു. ഉദാഹര
ണത്തിന് സ്നേഹത്തിന്റെ പ്രവൃത്തി, സംഭോഗം ഒരു കുമ്പസാരമാണ്.
സ്വാർഥത ഉച്ചത്തിൽ അലറുന്നു. പൊങ്ങച്ചം പ്രദർശിപ്പിക്കപ്പെടുന്നു.
അല്ലെങ്കിൽ മഹാമനസ്കതയും കുലീനത്വവും സ്വയം വെളിവാക്കപ്പെ
ടുന്നു. എന്റെ മറ്റിടപാടുകളെക്കാളും, ആ പശ്ചാത്താപാർഹമായ സംഭവ
ത്തിനിടെ ഞാൻ എന്നെപ്പറ്റി വളരെയേറെ സംസാരിച്ചുപോയി; ഞാൻ
ശരിക്കും എന്താണെന്നും, ഞാൻ എങ്ങനെയാണ് ജീവിക്കുന്നതെന്നും
വെളിപ്പെടുത്തിപ്പോയി. പുറംകാഴ്ചയ്ക്ക് എങ്ങനെയാണെങ്കിലും, ഞാൻ
നിങ്ങളോടു പറഞ്ഞ സംഭവത്തിൽപോലും തൊഴിൽപരമായി നീതി
യേയും നിഷ്കളങ്കതയേയുംപറ്റി പ്രസംഗിക്കുന്ന എന്നേക്കാൾ ഞാനെന്ന
സ്വകാര്യവ്യക്തിയാണ് എന്റെ സത്തയോട് കൂടുതൽ കൂറുപുലർത്തിയ
ത്. മറ്റൊരാളുമായി ചേർന്നുള്ള ഗാഢമായുള്ള പ്രവൃത്തിയിൽ എന്റെ
സഹജവും സ്വാഭാവികവുമായുള്ള പ്രകൃതത്തെ ഒളിപ്പിക്കാൻ കഴി
ഞ്ഞില്ല. ഒരു മനുഷ്യനും സ്വന്തം ആനന്ദത്തിനിടെ കപടനാട്യക്കാരനാ
വാൻ കഴിയില്ല. ഇതു ഞാനെവിടെയെങ്കിലും വായിച്ചതോ, എന്റെ സ്വന്തം
ചിന്തയോ മൊസ്യൂ?

ഒരു സ്ത്രീയുമായി എന്നെന്നേക്കുമായി അകലാൻ എനിക്കുണ്ടാ
വുന്ന ബുദ്ധിമുട്ടുകളെ വിശകലനം ചെയ്തപ്പോൾ– ആ ബുദ്ധിമുട്ടുകൾ
ഒരേസമയത്ത് പല സ്ത്രീകളുമായി ബന്ധം പുലർത്തുന്നതിൽ എന്നെ
ക്കൊണ്ടെത്തിച്ചു– എനിക്കെന്റെ ലോലഹൃദയത്തെ കുറ്റപ്പെടുത്താൻ
കഴിഞ്ഞില്ല. എന്റെ മറ്റൊരു കൂട്ടുകാരി, ഞങ്ങളുടെ പരസ്പരാവേശ
ത്തിന്റെ പരിണാമഗുപ്തിക്കുവേണ്ടി കാത്തുമടുത്ത്, എന്നെ വിട്ടുപിരി
യുന്നതിനെപ്പറ്റി പറഞ്ഞപ്പോൾ അങ്ങനെ ചെയ്യരുത് എന്നു പറയാൻ
പ്രേരിപ്പിച്ചത് എന്റെ ലോലഹൃദയമായിരുന്നില്ല. അപ്പോൾ ഞാനായിരുന്നു
മുൻകൈയെടുത്തതും വാചാലനായതും കീഴടങ്ങിയതും. ഇത് അവളിൽ
പ്രേമവും അലിവും ഉളവാക്കി. പക്ഷേ അവളുടെ ആദ്യതീരുമാനം
എന്നിൽ അസ്വസ്ഥതയാണുണ്ടാക്കിയത്. ഒരു മമതാബന്ധം നഷ്ടപ്പെ
ടുന്നതിലുള്ള അസ്വസ്ഥത. ചിലപ്പോഴൊക്കെ ഒരു വേർപിരിയൽ സത്യ
മായും എന്നെ ദു:ഖിപ്പിക്കാറുണ്ടായിരുന്നു. എന്നാൽ എന്റെ വാക്കുകൾ
മാനിക്കാതെ ഒരുവൾ എന്നെ വിട്ടുപിരിഞ്ഞാൽ, പ്രത്യേകിച്ചു യാതൊരു
വൈഷമ്യവും കൂടാതെ എനിക്കവളെ മറക്കാൻ കഴിഞ്ഞു. (അവൾ ഇനി
തിരിച്ചു വന്നാൽത്തന്നെയും എന്റെ പാർശ്വത്തിൽ അവൾ ഉണ്ടെന്ന്
ഞാൻ മറന്നുപോകുന്നതുപോലെ തന്നെ) എന്നെ ആരെങ്കിലും ഉപേ
ക്ഷിക്കാനൊരുങ്ങുമ്പോൾ എന്നെ ഉണർത്തിയത് സ്നേഹവും മഹാമ
നസ്കതയുമായിരുന്നില്ല. മറിച്ച് സ്നേഹിക്കപ്പെടാനുള്ള അദമ്യമായ
മോഹവും എന്റെ അഭിപ്രായത്തിൽ എനിക്ക് അർഹമായതു പിടിച്ചെടു
ക്കാനുള്ള ആഗ്രഹവുമായിരുന്നു. ഞാൻ സ്നേഹിക്കപ്പെടുകയും എന്റെ
പങ്കാളിയെ ഞാൻ വിസ്മൃതിയിലേക്കു തള്ളുകയും ചെയ്തുകഴിയു
മ്പോൾ എനിക്കു ആശ്വാസമായി. ഞാൻ വീണ്ടും ഇഷ്ടപ്പെടാവുന്ന ഒരാ
ളായി മാറുന്നു.

ആ സ്നേഹം വീണ്ടെടുത്തുകഴിഞ്ഞാൽ ഉടൻതന്നെ അതിന്റെ ഭാര
ത്തെപ്പറ്റി ഞാൻ ബോധവാനാകുമായിരുന്നു എന്നു പറയട്ടെ. അസ്വസ്ഥ
നാകുന്ന ചില നിമിഷങ്ങളിൽ എന്റെ പ്രേമത്തിനു പാത്രമായവൾ മരി
ക്കുന്നതാവും ഏറ്റവും ശ്രേഷ്ഠമായ പരിഹാരം എന്ന് ഞാൻ സ്വയം പറ
യാറുണ്ടായിരുന്നു. അവളുടെ മരണം എക്കാലത്തേക്കും ഞങ്ങളുടെ
ബന്ധം അരക്കിട്ടുറപ്പിക്കുമെന്നു മാത്രമല്ല, ഒരു ബന്ധത്തിന്റെ അല്ലലു
കൾ ഇല്ലാതാക്കുകയും ചെയ്യുമല്ലോ. എന്നാൽ ഒരാൾക്ക് തനിക്കു പ്രിയ
പ്പെട്ടവരുടെയെല്ലാം മരണം മോഹിക്കാൻ കഴിയില്ലല്ലോ?– ആ ഭാവനയുടെ
മറ്റേ അറ്റത്തേക്കു പോയാൽ ഭൂമിയിലെ എല്ലാ മനുഷ്യരെയും ഇല്ലായ്മ
ചെയ്ത് അനിയന്ത്രിതമായ സ്വാതന്ത്ര്യം അനുഭവിക്കുക എന്നതിലേ
ക്കാവും എത്തുക. മനുഷ്യവംശത്തോടുള്ള എന്റെ സ്നേഹവും, എന്റെ
സംവേദനശക്തിയും ഇങ്ങനെയൊരു ചിന്തയ്ക്കു വിരുദ്ധമായിരുന്നു.

ഈ പ്രണയബന്ധങ്ങളിലൊക്കെ എനിക്കുണ്ടായ ആഴത്തിലുള്ള
ഒരേ വികാരം നന്ദിയുടേതായിരുന്നു. എല്ലാം നന്നായി പോകുന്നു.
യാതൊരു അലട്ടലുകളുമില്ലാതെ ഞാൻ സമാധാനത്തിൽ കഴിയുന്നു..
വരാനും പോകാനുമുള്ള സ്വാതന്ത്ര്യം ഒരു യുവതിയുടെ കിടക്കയിൽ

നിന്ന് മറ്റൊരു യുവതിയുടെ സവിധത്തിലെത്തുമ്പോൾ അവളോടും പ്രേമ പൂർവം സന്തോഷത്തോടെ പെരുമാറാൻ കഴിയുന്നു. ഒരുവളോടു ഞാൻ അപ്പോൾ മാത്രമുണ്ടാക്കിയ കടപ്പാട് മറ്റു സ്ത്രീകളോടും തോന്നുന്നു. ഇതിനൊക്കെയായുള്ള നന്ദിയായിരുന്നു ആ ആഴത്തിലുള്ള വികാരം. എന്തായാലും എന്റെ വികാര-വിചാരങ്ങൾ എത്ര സങ്കീർണമായിരുന്നെ ങ്കിലും എനിക്കു കിട്ടിയ ഫലം വളരെ വ്യക്തതയുള്ളതായിരുന്നു. എല്ലാ മമതാബന്ധങ്ങളെയും ഞാൻ കൈയകലത്തിൽത്തന്നെ നിറുത്തി, എനിക്കു ജീവിതത്തിൽ സന്തോഷമുണ്ടാവാനുള്ള ഉപാധികൾ എന്തൊ ക്കെയായിരുന്നെന്നോ– ഈ ഭൂമിയിലുള്ള എല്ലാ വ്യക്തികളും, അതുക ഴിയില്ലെങ്കിൽ പരമാവധി വ്യക്തികളും എന്നെ ശ്രദ്ധിക്കണം. അവർക്ക് ഒരു കാലത്തും മറ്റു കെട്ടുപാടുകൾ പാടില്ല, മറ്റൊരു അസ്തിത്വം ഇല്ലാ ത്തതിനാൽ, എന്റെ ക്ഷണം സ്വീകരിക്കാൻ ഓരോ നിമിഷവും തയ്യാറാ യിരിക്കണം.

ചുരുക്കത്തിൽ ഞാൻ എന്റെ സൗമനസ്യം അവരിൽ ചൊരിയുംവ രെയും വന്ധ്യതയ്ക്ക് വിധിക്കപ്പെട്ടവരാവണം. അതായത്, എനിക്കു സുഖമായും സന്തോഷമായും ജീവിക്കാനായി, ഞാൻ തെരഞ്ഞെടുക്കുന്ന വ്യക്തികൾ അവരുടേതായ ജീവിതം നയിക്കാനേ പാടില്ല. അവർക്ക് അവ രുടെ ജീവിതം ലഭിക്കും. വല്ലപ്പോഴും എനിക്ക് അങ്ങനെ തോന്നുമ്പോൾ മാത്രം.

ഓ, നിങ്ങളോട് ഇതൊക്കെ പറയുന്നതിൽനിന്ന് എനിക്ക് ആത്മ സംതൃപ്തിയൊന്നും ലഭിക്കുന്നില്ല, സത്യം. ഞാനായി ഒന്നും നൽകാതെ എല്ലാം ആവശ്യപ്പെട്ടിരുന്ന ആ കാലത്തെപ്പറ്റി ചിന്തിക്കുമ്പോൾ, എന്റെ സേവനത്തിനായി അനേകരെ തടുത്തുകൂട്ടാറുണ്ടായിരുന്നു. ഒരർഥത്തിൽ പറഞ്ഞാൽ അവരെ റെഫ്രിജറേറ്ററിൽ സൂക്ഷിച്ചുവയ്ക്കാറുണ്ടായിരുന്ന (ആവശ്യത്തിന് ഉപയോഗിക്കാൻ) ആ കാലത്തെപ്പറ്റി ചിന്തിക്കുമ്പോൾ എനിക്കുണ്ടാവുന്ന അസാധാരണമായ തോന്നലുകളെ ഞാൻ എന്തു പേരിട്ടു വിളിക്കും? ചിലപ്പോൾ 'ലജ്ജ'യായിരിക്കും. അല്ലേ? പറയൂ മൊസ്യൂ, ലജ്ജയും ചിലപ്പോൾ കൊത്താറില്ലേ? ഉവ്വല്ലേ? എങ്കിൽ അതു ലജ്ജതന്നെയാവും, അല്ലെങ്കിൽ മാനാഭിമാനവുമായി ഇടപാടുകളുള്ള ബാലിശമായ ഏതെങ്കിലും വികാരമാവും. എന്തായാലും എന്റെ സ്മൃതി ച്ചെപ്പിൽ ഞാൻ കണ്ടെത്തിയ എന്റെ സാഹസികതയുടെ അറിവിനുശേ ഷം, ആ വികാരം എന്നെ ഒരിക്കലും വിട്ടുപോയിട്ടില്ല. അതേപ്പറ്റി എനിക്കു പറയാതിരിക്കാനും കഴിയുന്നില്ല.

നോക്കൂ, മഴ മാറി! എന്നോടൊപ്പം വീടുവരെ നടക്കാൻ ദയ കാണിക്കൂ. ഞാൻ വല്ലാതെ ക്ഷീണിതനാണ്. ഇത്രയും സംസാരിച്ചതു കൊണ്ടല്ല, ഇനിയും പറയാനുള്ളതിനെപ്പറ്റി ആലോചിച്ചിട്ടാണ്. എന്റെ സുപ്രധാനമായ കണ്ടുപിടിത്തം വിവരിക്കാൻ, പക്ഷേ വളരെ കുറച്ചു വാക്കുകൾ മതി. ഒരുപാടു സംസാരിച്ചിട്ടും എന്തുകാര്യം? സുന്ദരഭാഷ ണങ്ങൾ പറന്നുമാറിയാലേ ശിൽപ്പം അതിന്റെ നഗ്നസൗന്ദര്യത്തിൽ വെളി പ്പെടുകയുള്ളൂ. അതുകൊണ്ട് ഇതാ പിടിച്ചോളൂ. എന്റെ പിന്നിൽനിന്ന്

പൊട്ടിച്ചിരികേട്ടുവെന്ന് എനിക്കു തോന്നിയ ആ സായാഹ്നത്തിന് രണ്ടോ മൂന്നോ വർഷം മുമ്പൊരു നവംബർ രാത്രിയിൽ ഞാൻ പോൻട്രോയൽ വഴി ഇടതുകരയിലെ എന്റെ വീട്ടിലേക്കു മടങ്ങുകയായിരുന്നു. അർദ്ധ രാത്രി കഴിഞ്ഞ് ഒരു മണിക്കൂർ കൂടിയായിരുന്നു. നല്ലൊരു മഴ പെയ്യു ന്നുണ്ടായിരുന്നു. തെരുവുകളിൽ വളരെക്കുറച്ചു മനുഷ്യരേ ഉണ്ടായിരു ന്നുള്ളൂ. ഞാനൊരു കൂട്ടുകാരിയുടെ അടുത്തുനിന്നും പോരുകയായിരു ന്നു. അപ്പോഴേക്കും അവൾ തീർച്ചയായും ഉറങ്ങിക്കഴിഞ്ഞിരിക്കണം. ഞാൻ ആ നടപ്പ് ശരിക്കും ആസ്വദിക്കുകയായിരുന്നു. ശരീരം അൽപ്പം മരവിച്ചിരുന്നെങ്കിലും, മഴ പെയ്യുന്നതുപോലെ എന്റെ ശരീരത്തിലൂടെ രക്തം ഒഴുകിയതുമൂലം ഞാൻ ശാന്തചിത്തനായിരുന്നു. പാലത്തിലൂടെ നടക്കുമ്പോൾ കൈവരികളിൽ പിടിച്ച് പുഴയിലേക്കു നോക്കി നിൽക്കുന്ന ഒരു രൂപത്തെ കണ്ടു. അടുത്തെത്തിയപ്പോൾ ആ രൂപം കറുത്ത വസ്ത്ര ങ്ങൾ ധരിച്ച ഒരു മെലിഞ്ഞ യുവതിയാണെന്ന് മനസിലായി. അവളുടെ കറുത്ത മുടിക്കെട്ടിനും കോട്ടിന്റെ കോളറിനുമിടയിലായി ശീതളമായ നനവാർന്ന കഴുത്തു കാണാമായിരുന്നു. അതെന്നെ ഞൊടിനേരത്തേക്കു ഭ്രമിപ്പിച്ചു. എന്നാൽ ഒരു നിമിഷനേരത്തെ അറച്ചുനിൽക്കലിനുശേഷം ഞാൻ വീണ്ടും നടന്നു. പാലം കടന്ന് ഞാൻ താമസിച്ചിരുന്ന ഇടത്തേക്ക് കഷ്ടിച്ച് അൻപതുവാര പിന്നിട്ടു കാണും. ഒരു ശബ്ദം കേട്ടു. ദൂരത്തി ലായിരുന്നെങ്കിലും രാത്രിയുടെ നിശ്ശബ്ദതയിൽ അതൊരു വലിയ ശബ്ദംതന്നെയായിരുന്നു. ഒരു ശരീരം വെള്ളത്തിൽ വീഴുന്ന ശബ്ദം. ഞാൻ പെട്ടെന്ന് നിന്നു. എന്നാൽ തിരിഞ്ഞുനോക്കിയില്ല. ഏതാണ്ട് അപ്പോൾത്തന്നെ പുഴയിൽനിന്ന് ഒരു കരച്ചിൽ കേട്ടു. ഒരിക്കലല്ല പല ആവർത്തി. പെട്ടെന്ന് അത് കേൾക്കാതായി. തുടർന്നുണ്ടായ നിശ്ശബ്ദത ഒരിക്കലും അവസാനിക്കില്ലെന്നു തോന്നി. രാത്രി ചലനമറ്റു നിന്നതു പോലെ. എനിക്ക് ഓടണമെന്ന് തോന്നി.

എന്നാൽ ഒരിഞ്ചുപോലും നീങ്ങാൻ കഴിഞ്ഞില്ല. ഞാൻ വിറയ്ക്കു ന്നുണ്ടായിരുന്നു. ശീതക്കാറ്റിലും, ഞെട്ടലിലും വേഗത അത്യാവശ്യമാ യിരുന്നു. എന്നാൽ തടയാനാവാത്ത ഒരു ബലഹീനത എന്നെ ചുഴുന്ന തായി എനിക്ക് അനുഭവപ്പെട്ടു. അപ്പോൾ കൃത്യമായും എന്തായിരുന്നു മനസിലെ ചിന്തയെന്ന് ഞാൻ ഓർക്കുന്നില്ല. 'വളരെ വൈകി, വളരെ ദൂരെ...' അങ്ങനെയെന്തോ ആയിരുന്നു. നിശ്ചലനായി നിന്ന ഞാൻ ശബ്ദ ങ്ങൾക്കുവേണ്ടി ശ്രദ്ധിക്കുകയായിരുന്നു. പിന്നെ മഴയിൽ മന്ദം മന്ദം ഞാൻ നടന്നുപോയി. ഇതൊന്നും ആരോടും ഉരിയാടിയില്ല.

പക്ഷേ ദാ, നമ്മൾ എത്തിക്കഴിഞ്ഞല്ലോ. എന്റെ വീട്, എന്റെ ആശ്രയം! നാളെ? ശരി, താങ്കൾക്ക് അങ്ങനെ ആഗ്രഹമുണ്ടെങ്കിൽ താങ്കളെ മാർകെൻ ദ്വീപിലേക്കു കൊണ്ടുപോയാൽ കൊള്ളാമെന്നുണ്ട്. നാളെ പതിനൊന്നുമണിക്ക് 'മെക്സിക്കോ സിറ്റിയിൽ'വച്ചു കാണാം. എന്ത്? ആ യുവതിയോ? അയ്യോ എനിക്കറിയില്ല. സത്യമായും എനിക്ക റിയില്ല. അടുത്ത ദിവസവും അതിനടുത്ത ദിവസവും അതിനടുത്ത ദിവ സങ്ങളിലും ഞാൻ ദിനപത്രങ്ങൾ വായിച്ചതേയില്ല.

നാല്

പാവകളുടെ ഒരു ഗ്രാമം അല്ലേ? ആകർഷണങ്ങൾക്ക് ഇവിടെ യാതൊരു കുറവുമില്ല. പക്ഷേ, ആകർഷണങ്ങൾ കാട്ടിത്തരാനല്ല സുഹൃത്തേ ഞാൻ നിങ്ങളെ ഈ ദ്വീപിൽ കൊണ്ടുവന്നത്. കർഷക രുടെ തലപ്പാവും മരച്ചെരിപ്പുകളും അലങ്കരിച്ച വീടുകളും പുകവലിക്കുന്ന മുക്കുവരേയും മറ്റും ആർക്കും കാണിച്ചുതരാം. എന്നാൽ ഇവിടെ ശരിക്കും കാണേണ്ട കാഴ്ചകൾ ചൂണ്ടിക്കാട്ടിത്തരാൻ കഴിവുള്ള ചുരുക്കം പേരിൽ ഒരാളാണ് ഞാൻ.

നമ്മൾ അണക്കെട്ടിനടുത്തെത്തുകയയാണ്. അതു ചുറ്റിപ്പോയാലേ ഈ ഭംഗിയുള്ള വീടുകളിൽനിന്ന് ദൂരെയെത്താൻ കഴിയൂ. വരൂ നമുക്കി വിടെ ഇരിക്കാം. നോക്കൂ എന്തു തോന്നുന്നു? ഇത്ര സുന്ദരമായ പ്രകൃതി ദൃശ്യം വേറെയുണ്ടാവുമോ? ഇത്ര നിരാശാജനകം? ഇടതുവശത്തു കാണുന്ന ചാരക്കുനകളെ ഇവിടത്തുകാർ കുന്നുകളെന്നാണ് വിളിക്കു ന്നത്. ആ കാണുന്നത് അണക്കെട്ടിന്റെ കൂറ്റൻ മതിലുകൾ, നമ്മുടെ കാൽക്കീഴിൽ ഇരുണ്ട മണലുള്ള ബീച്ച്, ചാരം കലക്കിയ നിറമുള്ള കടൽ, അതേനിറം പ്രതിഫലിപ്പിക്കുന്ന വിശാല ആകാശം കെട്ടുറപ്പി ല്ലാത്ത ഒരു നരകം തന്നെ! എല്ലാം തിരശ്ചീനം. വ്യതിയാനങ്ങളൊന്നു മില്ല. വർണവിതാനങ്ങളില്ലാത്ത പരപ്പ്. മരിച്ച ജീവിതം. സാർവത്രിക മായ തുടച്ചുമാറ്റൽ, അല്ലേ? അനശ്വരമായ ശൂന്യത ദൃഷ്ടിഗോചരമാക്കി യിരിക്കുന്നു. ഒരു മനുഷ്യജീവിയുമില്ല, എല്ലാത്തിനുമുപരി അതാണ്. ഒരു മനുഷ്യജീവിയുമില്ല. എല്ലാവരും ഒഴിഞ്ഞുപോയ ഈ ഭൂഗോളത്തെ നോക്കി നിങ്ങളും ഞാനും മാത്രം. ആകാശം ജീവസ്സുറ്റതാണെന്നോ? ശരിയാണ് സുഹൃത്തേ, അതിന്റെ കട്ടികൂടുന്നു, ഉള്ളു കുഴിയുന്നു. വായു തരംഗങ്ങൾ ഉയരുന്നു. മേഘകവാടങ്ങൾ അടയുന്നു. അവ പ്രാവുക ളാണ്. ഹോളണ്ടിന്റെ ആകാശം ദശലക്ഷക്കണക്കിനു പ്രാവുകളെ കൊണ്ടു നിറഞ്ഞതാണെന്നു നിങ്ങൾ ശ്രദ്ധിച്ചിട്ടില്ലേ. വളരെ ഉയരത്തി ലായതുകൊണ്ട് അവയെ കാണാൻ കഴിയുന്നില്ല. അവ ചിറകടിക്കുന്നു. ഒത്തൊരുമിച്ച് ഉയർന്നുപൊങ്ങുകയും താഴേക്കു കുതിക്കുകയും ചെയ്യു ന്നു. ആകാശദേശം മുഴുവൻ അവയുടെ ചാരനിറമുള്ള തൂവലുകൾ പറ ക്കുന്നു. പ്രാവുകൾ എക്കാലവും മുകൾപ്പരപ്പിൽ കാത്തുനിൽക്കുന്നു. അവർ ഭൂമിയുടെ മുകളിൽ വട്ടത്തിൽ പറക്കുന്നു. താഴേക്കു നോക്കു ന്നു. അവയ്ക്ക് താഴേക്കു വരണമെന്നുണ്ട്. എന്നാൽ താഴെ കടലും കനാ ലുകളും കടകളുടെ അടയാളങ്ങളുള്ള മേൽക്കുരയും മാത്രമേയുള്ളു. പറന്നുവന്നിരിക്കാൻ ഒരു മനുഷ്യശിരസ്സുപോലുമില്ല.

ഞാനെന്താണർഥമാക്കുന്നതെന്ന് നിങ്ങൾക്കു മനസ്സിലാവുന്നില്ലെ ന്നോ? ഞാൻ വല്ലാതെ ക്ഷീണിതനാണെന്ന് സമ്മതിക്കാം. എന്റെ സംഭാ ഷണത്തിന്റെ ഇഴകൾ മുറിഞ്ഞുപോകുന്നു; സുഹൃത്തുക്കൾ പുകഴ്ത്തി യിരുന്ന എന്റെ വ്യക്തത നഷ്ടപ്പെട്ടിരിക്കുന്നു. ഞാൻ സുഹൃത്തുക്കൾ

എന്നു പറയുന്നത് താത്വികമായി മാത്രമാണു കേട്ടോ. എനിക്ക് കൂട്ടു കാർ ഇല്ലാതായിട്ടും കുറേക്കാലമായി. ഇന്നെനിക്കുള്ളതു കൂട്ടാളികൾ മാത്രമാണ്. അതിനു പുരകമെന്നോണം അവരുടെ എണ്ണം ക്രമാതീത മായി വർധിച്ചിട്ടുണ്ട്. മനുഷ്യവംശം മൊത്തം എന്റെ കൂട്ടാളികളാണ്. മനുഷ്യവംശത്തിൽ നിങ്ങളാണ് ഒന്നാമൻ. ഏറ്റവും അടുത്തുള്ള ആളാണ് ഒന്നാമൻ. എനിക്ക് സുഹൃത്തുക്കളില്ലെന്ന് എനിക്കെങ്ങനെ അറിയാം? അതു വളരെ എളുപ്പമാണ്. അവരെ ഒന്നു കളിപ്പിക്കാൻ, ഒരർഥ ത്തിൽ അവരെ ശിക്ഷിക്കാനായി ആത്മഹത്യ ചെയ്യുന്നതായി ഒരു ട്രിക്ക് ഇറക്കിയ ദിവസം. എനിക്കതു മനസിലായി. എന്നാൽ ശിക്ഷയോ? ആരെ ശിക്ഷിക്കാൻ? ചിലർക്ക് ആത്മഹത്യയിൽ അതിശയം തോന്നിയേക്കാം. ആർക്കും അവരോർ ശിക്ഷിക്കപ്പെട്ടതായി തോന്നില്ല. അന്നാണെനിക്കു മനസിലായത്. എനിക്കു സുഹൃത്തുക്കളില്ലെന്ന്. ഇനി ഉണ്ടെങ്കിൽ ത്തന്നെയും എനിക്ക് വലിയ മെച്ചമൊന്നുമില്ല. ആത്മഹത്യ ചെയ്തതി നുശേഷം അവരുടെ മുഖത്തെ പ്രതികരണം കാണാൻ കഴിഞ്ഞിരുന്നെ ങ്കിൽ ആ കളിക്ക് എന്തെങ്കിലും അർഥമുണ്ടാവുമായിരുന്നു. എന്നാൽ എന്റെ സുഹൃത്തേ ഭൂമി ഇരുണ്ടതാണ്, ശവപ്പെട്ടിക്ക് കട്ടിയുണ്ട്, ശവ വസ്ത്രത്തിലൂടെ വെളിച്ചം കടക്കുകയുമില്ല. ആത്മാവിന്റെ കണ്ണുകളോ –ശരി., പക്ഷേ ആത്മാവ് ഉണ്ടാവുകയും അതിനു കണ്ണുകളുണ്ടാവുകയും ചെയ്താലല്ലേ? പക്ഷേ, നമുക്കതേപ്പറ്റി ഉറപ്പില്ലല്ലോ. ഉറപ്പുണ്ടാവാൻ പറ്റി ല്ലല്ലോ. അങ്ങനെയല്ലായിരുന്നെങ്കിൽ പരിഹാരമുണ്ടായേനെ, ഏറ്റവും കുറ ഞ്ഞത് എന്റെ ആത്മഹത്യയെ ഗൗരവത്തോടെ കാണുകയെങ്കിലും ചെയ്തേനെ. നിങ്ങളുടെ കാര്യകാരണങ്ങൾ, നിങ്ങളുടെ ആത്മാർഥത, നിങ്ങളുടെ കഷ്ടപ്പാടുകളുടെ ഗൗരവം ഇതൊക്കെ നിങ്ങളുടെ മരണ ത്തിലൂടെ മാത്രമേ മറ്റു മനുഷ്യർ മനസിലാക്കൂ. നിങ്ങൾ ജീവനോടെ ഇരിക്കുന്നിടത്തോളം നിങ്ങളെ സംബന്ധിക്കുന്ന എല്ലാം സംശയാസ്പ ദമാണ്. അവരുടെ വിശ്വാസമില്ലായ്മയ്ക്കു പാത്രമാവുക എന്ന ഒരവ കാശമേ നിങ്ങൾക്കുള്ളു. അതുകൊണ്ട് അവർ വിശ്വസിക്കാൻ തയ്യാറ ല്ലാത്തത് വിശ്വസിക്കേണ്ടിയിരുന്നതാണെന്ന് തെളിയിച്ച് അവരെ അതി ശയിപ്പിക്കാൻ ഒരവസരം ഉണ്ടാക്കുന്നതു നല്ലതുതന്നെ. പക്ഷേ, നിങ്ങൾ തന്നെത്തന്നെ കൊലചെയ്തു കഴിഞ്ഞിട്ട് മറ്റുള്ളവർ നിങ്ങളെ വിശ്വസി ച്ചാലും നിങ്ങൾക്കെന്ത്? അവരുടെ അതിശയവും അവരുടെ പശ്ചാത്താ പവും കാണാൻ നിങ്ങൾ അവിടെയില്ലല്ലോ. ഓരോ മനുഷ്യന്റേയും സ്വപ്നമായ സ്വന്തം ശവസംസ്കാരത്തിനു സാക്ഷിയാവുക സാധ്യമല്ല ല്ലോ. മറ്റുള്ളവരുടെ സംശയങ്ങൾക്ക് അതീതരാവണമെങ്കിൽ പരേതനാ വുക എന്ന ഒരു മാർഗമേ ഉള്ളു.

പിന്നെ, അതുതന്നെയല്ലേ ഭേദം? മറ്റുള്ളവരുടെ അന്യമനസ്കത മൂലം നാം എന്തുമാത്രം ക്ലേശിക്കുന്നു. "നിങ്ങൾ ഇതിനു വലിയ വില കൊടുക്കേണ്ടി വരും!" തനിക്കിഷ്ടപ്പെട്ട പുരുഷനെ വിവാഹം കഴിക്കാൻ അനുവാദം കൊടുക്കാതിരുന്ന അച്ഛനോട് ഒരു മകൾ പറഞ്ഞു. എന്നിട്ട് അവൾ ആത്മഹത്യ ചെയ്തു. എന്നാൽ ആ അച്ഛൻ ഒരു വിലയും കൊടു

ക്കേണ്ടി വന്നില്ല. ചൂണ്ടയിട്ടു മത്സ്യം പിടിക്കുക അയാളുടെ വിനോദമാ
യിരുന്നു. മൂന്നു ഞായറാഴ്ചകൾ കഴിഞ്ഞു അയാൾ പുഴയിലേക്കു തിരി
ച്ചുപോയി– മറക്കാനായി എന്നയാൾ പറഞ്ഞു. ശരിയായിരുന്നു. അയാൾ
മറന്നു. സത്യം പറഞ്ഞാൽ തിരിച്ചായിരുന്നെങ്കിലേ അത്ഭുതപ്പെടേണ്ട
കാര്യമുള്ളു. ഭാര്യയെ ശിക്ഷിക്കുക എന്ന ഉദ്ദേശ്യത്തോടെ നിങ്ങൾ ആത്മ
ഹത്യ ചെയ്യുന്നു; എന്നാൽ യഥാർഥത്തിൽ നിങ്ങൾ അവളെ സ്വതന്ത്ര
യാക്കുകയാണു ചെയ്യുന്നത്. അതു കാണാതിരിക്കുന്നതുതന്നെയാണു
നല്ലത്. നിങ്ങളുടെ പ്രവൃത്തിക്ക് അവർ ഓരോരുത്തരും നൽകുന്ന കാര
ണങ്ങളും കേൾക്കേണ്ടിവരും.

എന്നെ സംബന്ധിച്ചിടത്തോളം അവരുടെ അഭിപ്രായങ്ങൾ എനി
ക്കിപ്പൊഴേ കേൾക്കാം:

"അയാൾ ആത്മഹത്യ ചെയ്തത് അയാൾക്ക് അത് സഹിക്കാൻ
വയ്യാത്തതു...."

സുഹൃത്തേ, മനുഷ്യന് ഭാവന തീരെയില്ലല്ലോ. ആത്മഹത്യ ചെയ്യു
ന്നതിന് ഒരു കാരണം വേണമെന്നാണ് അവർ എപ്പോഴും ചിന്തിക്കുന്ന
ത്. എന്നാൽ രണ്ടു കാരണങ്ങൾ മൂലവും ആത്മഹത്യ ചെയ്യാം. എന്നാൽ
അത് അവരുടെ മനസിലേക്ക് വരുകയേ ഇല്ല. അതുകൊണ്ട് മന:പൂർവം
മരിക്കുന്നതിൽ, ആൾക്കാർ നിങ്ങളെപ്പറ്റി ഇന്നതു വിചാരിക്കണമെന്ന
തിനായി സ്വയം ബലികൊടുക്കുന്നതിൽ ഒരു കാര്യവുമില്ല. നിങ്ങൾ
മരിച്ചുകഴിഞ്ഞാൽ, നിങ്ങളുടെ പ്രവൃത്തിക്ക് എന്തെങ്കിലും മണ്ടൻ ന്യാ
യങ്ങൾ അവർ കണ്ടുപിടിക്കും. പൂർണമായും മറക്കപ്പെടുക, കളിയാ
ക്കപ്പെടുക, അല്ലെങ്കിൽ സ്വാർഥതാൽപ്പര്യങ്ങൾ ക്കായി ഉപയോഗിക്ക
പ്പെടുക, രക്തസാക്ഷികളാവാൻ വെമ്പുന്നവർ ഇതിൽനിന്ന് ഒന്നു തെര
ഞ്ഞെടുക്കാൻ നിർബന്ധിതരാവും. എന്നാൽ മനസിലാക്കപ്പെടുക–ഒരി
ക്കലുമില്ല.

നമ്മൾ പ്രശ്നത്തിനു ചുറ്റും വട്ടം കറങ്ങിയിട്ടെന്തു കാര്യം? ഞാൻ
ജീവിതത്തെ സ്നേഹിക്കുന്നു; അതാണെന്റെ ദൗർബല്യം. ജീവിതമെ
ന്തെല്ലാം എന്ന് വിഭാവനം ചെയ്യാൻപോലും എനിക്കു കഴിയില്ല. അത്ര
മേൽ ഞാൻ ജീവിതത്തെ സ്നേഹിക്കുന്നു. ഈ ആർത്തിയിൽ തീരെ
കുലീനമല്ലാത്ത എന്തോ ഒന്നുണ്ട്. അല്ലേ? പ്രഭുത്വത്തിന് ഇത്ര ജീവി
താസക്തിയില്ല. മരിക്കണമെങ്കിൽ മരിക്കുന്നു. ഒടിയാൻ തയ്യാറാണ്.
പക്ഷേ, വളയില്ല. എന്നാൽ ഞാൻ വളയുന്നു. കാരണം ഞാൻ എന്നെ
ത്തന്നെ സ്നേഹിച്ചുകൊണ്ടിരിക്കുന്നു. ഉദാഹരണത്തിന് ഞാൻ ഇത്ര
യൊക്കെ പറഞ്ഞല്ലോ, എന്നിട്ട് ഞാൻ എവിടെ എത്തിച്ചേർന്നുവെന്നാണ്
നിങ്ങൾ ധരിക്കുന്നത്? എന്നോടുതന്നെയുള്ള വെറുപ്പിലോ? തീരെയുമല്ല.
മറ്റുള്ളവരേയാണ് ഞാൻ മടുത്തത്, എന്നേയല്ല. എന്റെ പരാജയങ്ങളെ
പ്പറ്റി ഞാൻ ബോധവാനായിരുന്നു അതേപ്പറ്റി ഖേദവുമുണ്ടായിരുന്നു.
എന്നാൽ ഒരു ദുർവാശികൊണ്ടെന്നപോലെ അവയൊക്കെ ഞാൻ മറ
ക്കാൻ തുടങ്ങി. എന്നാൽ മറ്റുള്ളവരെ ശിക്ഷിക്കുക എന്ന പ്രക്രിയ എന്റെ
ഉള്ളിൽ തുടർന്നുകൊണ്ടേയിരുന്നു. ഇതു നിങ്ങളെ ഞെട്ടിക്കുന്നോ? ഇത്

യുക്തിസഹജമല്ലെന്നു തോന്നുന്നുവോ? എന്നാൽ എങ്ങനെ യുക്തി
സഹമായിരിക്കാമെന്നതല്ല പ്രശ്നം. എങ്ങനെയാണ് പിടികൊടുക്കാതെ
രക്ഷപ്പെടുകയെന്നതാണ്. എങ്ങനെ വിധിക്കപ്പെടുന്നതിൽനിന്നും രക്ഷ
പ്പെടാമെന്നതാണ്. ശിക്ഷ ഒഴിവാക്കുന്നതിനെപ്പറ്റിയല്ല ഞാൻ പറയുന്നത്.
വിധിക്കപ്പെടാതുള്ള ശിക്ഷ ഒഴിവാക്കുന്നതിനെപ്പറ്റിയല്ല ഞാൻ പറയു
ന്നത്. വിധിക്കപ്പെടാതുള്ള ശിക്ഷ സഹിക്കാവുന്നതേയുള്ളു. അങ്ങനെ
യുള്ള ശിക്ഷയ്ക്ക് ഒരു പേരുമുണ്ട്, 'നിർഭാഗ്യം.' ഒരുതരം നിർദോഷിത
യവും ആ വാക്ക് ദ്യോതിപ്പിക്കുന്നു. അതുകൊണ്ട് ശിക്ഷയല്ല, വിധിക്ക
പ്പെടലിൽനിന്നുള്ള രക്ഷപ്പെടലാണ് പ്രധാനം. ഒരു കാലത്തും വിധിക്ക
പ്പെട്ട ശിക്ഷയ്ക്കു വിധേയനാവാൻ പാടില്ല.

അത്ര എളുപ്പമല്ല പിടികൊടുക്കാതിരിക്കൽ. ഇന്നു നാം ഏതു സമ
യവും ഭോഗത്തിനു തയ്യാറാണെന്നതുപോലെ മറ്റുള്ളവരുടെമേൽ വിധി
ന്യായം പുറപ്പെടുവിക്കാനും എപ്പോഴും തയാറാണ്. ഒരു ചെറിയ
വ്യത്യാസം മാത്രമേയുള്ളു. ഇതിൽ സ്വന്തം കഴിവുകുറവിനെ പേടിക്കേ
ണ്ടതുമില്ല. സംശയമുണ്ടെങ്കിൽ വേനൽക്കാല ഹോട്ടലുകളിൽ ബോറടി
മാറ്റാൻ എത്തുന്ന നമ്മുടെ സഹരാജ്യക്കാർ ലഘുഭക്ഷണവും ഡിന്നറും
കഴിക്കുമ്പോൾ സംസാരിക്കുന്നതു ശ്രദ്ധിച്ചാൽ മതി. എന്നിട്ടും ഒരു തീരു
മാനത്തിലെത്താൻ കഴിയുന്നില്ലെങ്കിൽ ഇക്കാലത്തെ നമ്മുടെ മഹദ്വ്യ
ക്തികൾ എഴുതുന്നതു വായിച്ചാൽ മതി. അതുമല്ലെങ്കിൽ നിങ്ങളുടെ
സ്വന്തം കുടുംബത്തെ നിരീക്ഷിച്ചാൽ മതി. ഒന്നുരണ്ടു കാര്യങ്ങളെങ്കിലും
മനസിലാക്കാൻ കഴിയും. സുഹൃത്തേ, എത്ര നിസ്സാരമാണെങ്കിലും
നമ്മളെ ജഡ്ജ് ചെയ്യാൻ അവർക്ക് അവസരം കൊടുക്കാതിരിക്കുക
അല്ലെങ്കിൽ അവർ നമ്മെ പിച്ചിച്ചീന്തും. സിംഹത്തിനെ മെരുക്കുന്നവൻ
എടുക്കുന്നത്ര മുൻകരുതലുകളെടുക്കാൻ നമ്മൾ നിർബന്ധിതരാണ്.
കൂട്ടിൽ കയറുന്നതിനുമുമ്പ് ഷേവ് ചെയ്യുമ്പോൾ മുറിഞ്ഞ് അൽപ്പം രക്തം
ചിന്തിയാൽ മതി, പിന്നെ എന്തൊരു സദ്യയായിരിക്കും ആ മൃഗങ്ങൾക്ക്!
ഞാൻ അത്ര ആദരണീയനൊന്നുമല്ല എന്ന സംശയം ആദ്യമായി നിഴ
ലിട്ട ദിവസമാണ് എനിക്ക് ഇതെല്ലാം പെട്ടെന്ന് മനസിലായത്. അന്നുമു
തൽ ഞാൻ അവിശ്വാസത്തോടെയേ എന്തിനേയും കാണാറുള്ളൂ.
അപ്പോൾത്തന്നെ അൽപ്പം രക്തം ചിന്തിയിരുന്നതിനാൽ എനിക്ക് രക്ഷ
പ്പെടൽ ബുദ്ധിമുട്ടായിരുന്നു. അവർ എന്നെ വാരി വിഴുങ്ങുമായിരുന്നു.

എന്റെ ഒപ്പമുള്ളവരുമായുള്ള ബന്ധം പ്രത്യക്ഷത്തിൽ പഴയതു
പോലെതന്നെയായിരുന്നെങ്കിലും സൂക്ഷ്മതയിൽ താളം തെറ്റിക്കഴിഞ്ഞി
രുന്നു. എന്റെ സുഹൃത്തുക്കളിൽ മാറ്റങ്ങളുമുണ്ടായിരുന്നില്ല. എന്റെ
യൊപ്പം ചെലവഴിക്കുന്ന സമയങ്ങളിൽ അവർ അനുഭവിച്ച സ്വരച്ചേർച്ച
യെപ്പറ്റിയും സുരക്ഷിതത്വത്തെപ്പറ്റിയും അവർ പുകഴ്ത്തിപ്പറയാറുണ്ടാ
യിരുന്നു. എന്നാൽ എന്നെ ആഗിരണം ചെയ്തിരുന്ന അപസ്വരങ്ങളെപ്പ
റ്റിയും പൊരുത്തക്കേടുകളെപ്പറ്റിയും ഞാൻ ബോധവാനായിരുന്നു. ഏതു
സമയത്തും മുറിവേൽക്കുമെന്നു തോന്നി. പൊതുവിചാരണയ്ക്ക് എന്നെ
സമർപ്പിച്ചതുപോലെ തോന്നി. എന്റെ ദൃഷ്ടിയിൽ ഞാൻ പരിചയിച്ചിരു

ന്ന, എനിക്കു മാന്യത അനുവദിച്ചുതരുന്ന പൊതുജനമല്ലാതായി മാറി എന്റെ കൂട്ടുകാർ. ഞാൻ കേന്ദ്രബിന്ദുവായിരുന്ന വൃത്തം തകർന്ന് അവ രെല്ലാം ന്യായാധിപന്റെ ബഞ്ചിൽ വരിയായി ഇരിപ്പുറപ്പിച്ചു. എന്നെ വിചാ രണ ചെയ്യുവാൻ തക്കതായ എന്തോ ചിലതുണ്ടെന്ന തോന്നലിനോടൊപ്പം തന്നെ എന്റെ കൂട്ടുകാർക്കൊക്കെ ന്യായാധിപന്മാരാവാനുള്ള അഭിരുചി യുണ്ടെന്നും എനിക്കു ബോധ്യമായി. അവർ മുമ്പിരുന്നതുപോലെ തന്നെ യായിരുന്നു; എന്നാൽ അവർ ചിരിക്കുന്നുണ്ടായിരുന്നു. ഞാൻ കാണു ന്നവരെല്ലാം ഒളിപ്പിച്ച ചിരിയോടെയാണ് എന്നെ നോക്കുന്നതെന്നു തോന്നി അവർ എന്നെ വീഴ്ത്താൻ ശ്രമിക്കുകയാണോ എന്നുപോലും ഞാൻ ഭയപ്പെട്ടു. രണ്ടുമൂന്നു പ്രാവശ്യം പൊതുസ്ഥലങ്ങളിൽ വച്ച് ഞാൻ കാലിടറി വീഴുകയും ചെയ്തു. ഒരു ഫ്രഞ്ചുകാരന്റെ യുക്തിവാദമുപ യോഗിച്ച് അതെല്ലാം കേവലം അപകടങ്ങൾ മാത്രമാണെന്ന് ന്യായീക രിച്ചെങ്കിലും വിശ്വാസമില്ലായ്മ നിലനിന്നു.

എന്റെ ശ്രദ്ധ ഉണർന്നുകഴിഞ്ഞപ്പോൾ എനിക്കു ശത്രുക്കളുണ്ടെന്ന് തിരിച്ചറിയാൻ അധികസമയമെടുത്തില്ല. എന്റെ തൊഴിലിലും പൊതു ജീവിതത്തിലും ശത്രുക്കൾ. ചിലർ എന്നോടു കടപ്പാടുള്ളവർ. ഞാൻ ഒത്താശകൾ ചെയ്തുകൊടുക്കേണ്ടിയിരുന്നവർ. എന്നാൽ ഞാൻ കനി യാതിരുന്നവരായിരുന്നു മറ്റു ചിലർ. ഇതൊക്കെ മനുഷ്യസഹജമായിരു ന്നതിനാൽ എനിക്കു വലിയ വിഷമമൊന്നും തോന്നിയില്ല. എന്നാൽ എനിക്കു നേരിയ പരിചയംപോലുമില്ലാത്തവരിലും എനിക്കു ശത്രുക്ക ളുണ്ടായി എന്നത് എന്നെ അതിയായി വേദനിപ്പിച്ചു. എന്നെ പരിചയമി ല്ലാത്തവർ ഒരിക്കൽ പരിചയപ്പെട്ടുകഴിഞ്ഞാൽ, അവർക്ക് എന്നെ ഇഷ്ട പ്പെടാതിരിക്കാൻ കഴിയില്ല എന്നതായിരുന്നു എന്റെ വിചാരം. എന്നാൽ കാര്യങ്ങൾ അങ്ങനെ ആയിരുന്നില്ല. എന്നെ വിദൂരത്തു നിന്നുമാത്രം അറി ഞ്ഞിട്ടുള്ളവരിലായിരുന്നു ഏറ്റവും തീവ്രമായ ശത്രുത അനുഭവപ്പെട്ടത്. ഞാൻ അവരെ ഒരിക്കലും പരിചയപ്പെട്ടിരുന്നില്ല. ഞാൻ ഒരു സമ്പൂർണ ജീവിതം നയിച്ചുവെന്നും ആനന്ദത്തിനായി ജീവിതം ഉഴിഞ്ഞുവച്ചു വെന്നും അവർ സംശയിച്ചു; അത് പൊറുക്കാനാവില്ലല്ലോ, വിജയത്തിന്റെ പരിവേഷം അതൊരു പ്രത്യേകരീതിയിൽ എടുത്തണിയുമ്പോൾ പല രിലും അത് അരിശം ജനിപ്പിക്കും. എന്റെ ജീവിതം നിറഞ്ഞതായിരുന്നു; എനിക്ക് തീരെ സമയമുണ്ടായിരുന്നില്ല; അതുകൊണ്ടുതന്നെ ഞാനുമായി ബന്ധപ്പെടാൻ ശ്രമിച്ച പലരേയും ഞാൻ നിരാകരിച്ചിരുന്നു. ഞാന തൊക്കെ അപ്പോൾത്തന്നെ മറക്കുകയും ചെയ്തിരുന്നു. എന്നാൽ അവ രുടെ ജീവിതത്തിലെ ശൂന്യത നികത്താനായിരുന്നു അവർ എന്നോടു ബന്ധപ്പെടാൻ ശ്രമിച്ചത്. അതുകൊണ്ടുതന്നെ എന്റെ നിരാകരണം അവർ ഒരിക്കലും മറന്നില്ല.

സ്ത്രീകളുമായുള്ള എന്റെ വ്യാപകമായ ബന്ധത്തിനു ഞാൻ വലിയ വിലകൊടുക്കേണ്ടിവന്നു. അവർക്കുവേണ്ടി ഞാൻ ചെലവിട്ടത്ര സമയം പുരുഷന്മാർക്കായി നീക്കിവെക്കാൻ എനിക്കു കഴിഞ്ഞിരുന്നില്ല. അവർ അതിനെനിക്ക് മാപ്പു തന്നില്ല. നിങ്ങളുടെ വിജയവും സന്തോഷ

വുമെല്ലാം മാപ്പാക്കപ്പെടണമെങ്കിൽ നിങ്ങൾ അതിന്റെ ഒരു പങ്ക് മറ്റുള്ള
വർക്കും നൽകാൻ തയ്യാറാവണം. എന്നാൽ മറ്റുള്ളവരുടെ കാര്യത്തിൽ
ധാരാളമായി ഇടപെടാതിരിക്കുക. നിങ്ങളുടെ സന്തോഷത്തിന് അനി
വാര്യമാണ്. അതുകൊണ്ട് രണ്ടുവിധത്തിലും രക്ഷയില്ല. എന്റെ കാര്യ
ത്തിലുണ്ടായ അനീതി വളരെ ക്രൂരമായിരുന്നു. കഴിഞ്ഞകാല വിജയ
ങ്ങളുടെ പേരിലായിരുന്നു ഞാൻ വിധിക്കപ്പെട്ടത്. കൂരമ്പുകളും പരിഹാ
സങ്ങളും അന്യായവിധികളും എനിക്കു ചുറ്റും പ്രവഹിച്ചുകൊണ്ടിരുന്ന
പ്പോൾ ഇതൊന്നുമറിയാതെ ഒരു പൊതുധാരണയുടെ മിഥ്യയ്ക്കു മറ
വിൽ ജീവിക്കുകയായിരുന്നു ഞാൻ. ഒരു സൂചന കിട്ടിയതോടെ എനി
ക്കെല്ലാം വ്യക്തമായി. എല്ലാ മുറിവുകളും ഒരേസമയത്ത് ഏറ്റുവാങ്ങി,
എന്റെ ശക്തി മുഴുവൻ ഒരു ഞൊടികൊണ്ട് ചോർന്നുപോയി. ഈ
ഭൂലോകം മുഴുവൻ എന്നെ നോക്കി ചിരിച്ചു.

ഇതൊന്നും ഒരു മനുഷ്യനും (യഥാർഥത്തിൽ ജീവിച്ചിരിപ്പില്ലാത്ത
വർ–അതായത് ബുദ്ധിമാന്മാർ ഒഴികെ) സഹിക്കാൻ കഴിയില്ല. ദ്രോഹ
വിചാരം മാത്രമാണ് സാധ്യമായ ഒരു ആഡംബരം. അവനവൻ ജഡ്ജ്
ചെയ്യപ്പെടാതിരിക്കാനായി മറ്റുള്ളവരെ ജഡ്ജ് ചെയ്യാൻ എല്ലാവരും
തിരക്കു കൂട്ടുന്നു. നിങ്ങൾ എന്താണ് പ്രതീക്ഷിക്കുന്നത്? മനുഷ്യന്
ഏറ്റവും സഹജമായുണ്ടാവുന്ന ആശയം, അതവന്റെ പ്രകൃതത്തിൽ
ത്തന്നെയുണ്ട്; നിർദോഷിത്വത്തിന്റെയാണ്. ആ അർഥത്തിൽ നാമെല്ലാം
ജയിലിലെത്തിയ ആ ഫ്രഞ്ചുകാരനെപ്പോലെയാണ്. അയാൾ ജയിൽ
ക്ലാർക്കിനോട് (അയാളും ഒരു തടവുകാരനായിരുന്നു) പറഞ്ഞു;
"എനിക്കൊരു പരാതി നൽകാനുണ്ട്."
പരാതി?
ക്ലാർക്കും കൂട്ടുകാരും ചിരിച്ചു.
"വെറുതേയാണ് സുഹൃത്തേ. ഇവിടെ പരാതികൾ സ്വീകരിക്കാ
റില്ല."-
"പക്ഷേ എന്റെ അവസ്ഥ വളരെ വ്യത്യസ്തമാണ് സർ".
ആ ഫ്രഞ്ചുകാരൻ പറഞ്ഞു:"
"ഞാൻ നിരപരാധിയാണ്."
നമ്മൾ എല്ലാവരും വ്യത്യസ്തരാണ്. അപൂർവതകളാണ്. നമു
ക്കെല്ലാം എന്തിനെങ്കിലുമെതിരെ അപേക്ഷിക്കാനുണ്ട്! ഓരോരുത്തരും
നിരപരാധിയാണ് താനെന്ന് ശഠിക്കുന്നു. സമ്പൂർണ മനുഷ്യവംശ
ത്തെയും ദൈവത്തെത്തന്നെയും കുറ്റംപിടിച്ചാലും വേണ്ടില്ല. എത്ര കഠി
നാധ്വാനം ചെയ്താണ് ഈ ബുദ്ധിശക്തിയും മഹാമനസ്കതയും താങ്കൾ
കൈവരിച്ചത് എന്നു പറഞ്ഞ് ഒരാളെ അഭിനന്ദിച്ചാൽ അയാൾക്കു വലിയ
സന്തോഷമൊന്നും ഉണ്ടാവില്ല. നേരെമറിച്ച് അയാൾ ജന്മംകൊണ്ടേ ഒരു
മഹാമനസ്കനാണെന്നു പറഞ്ഞുനോക്കു, അയാൾ ഹർഷപുളകിതനാ
കും. എന്നാൽ ഒരു കുറ്റവാളിയോട് അയാൾ ചെയ്ത കുറ്റം അയാളുടെ
പ്രകൃതികൊണ്ടോ, സ്വഭാവം കൊണ്ടോ അല്ല, നിർഭാഗ്യ സാഹചര്യങ്ങ

ളുടെ സൃഷ്ടിയാണെന്നു പറഞ്ഞുനോക്കൂ, അയാൾ നിങ്ങളോടു നന്ദി യുള്ളവനായിരിക്കും.

അയാളുടെ വക്കീൽ തന്റെ വാദത്തിനിടെ ഇതു പറയുന്ന സമയ ത്താവും കുറ്റവാളി തേങ്ങിക്കരയുക. ഇതൊക്കെയാണെങ്കിലും ജന്മനാ സത്യസന്ധനോ ബുദ്ധിശാലിയോ ആവുന്നതിനു പ്രത്യേക പരിഗണന ലഭിക്കാറില്ല. സാഹചര്യങ്ങളുടെ സമ്മർദംമൂലം കുറ്റവാളിയാകുന്നതി നേക്കാൾ കൂടുതൽ ഉത്തരവാദിത്വമൊന്നുമില്ലല്ലോ, ജന്മനാ കുറ്റവാളി യായാലും. എങ്കിലും ഈ റാസ്ക്കലുകൾക്ക് സൗജന്യം വേണം; ഒരു നാണവുമില്ലാതെ പരസ്പര വിരുദ്ധമാണെങ്കിൽക്കൂടി പ്രകൃത്യാ ഇങ്ങനെ ആയതിന് തങ്ങൾ ഉത്തരവാദികളല്ലെന്നും സാഹചര്യങ്ങളുടെ സമ്മർദം മൂലമാണെന്നും മാറിമാറി അപേക്ഷിക്കും. അവർ നിരപരാധികളായിരി ക്കണമെന്നുള്ളതാണ് സാരവത്തായ കാര്യം. ജനിച്ചപ്പോൾ അവർക്കു ണ്ടായിരുന്ന നന്മ ചോദ്യം ചെയ്യപ്പെടാനേ പാടില്ല. നൈമിഷികമായ ദൗർഭാഗ്യത്തിൽനിന്നുടലെടുത്ത അവരുടെ തെറ്റുകൾ താൽക്കാലികമാ യിത്തന്നെയിരിക്കണം. ഞാൻ പറഞ്ഞതുപോലെ ന്യായവിധിയെ ഒഴി വാക്കുന്നതിലാണ് കാര്യം. ഒരാളുടെ പ്രകൃതത്തിന് ഒരേ സമയം പ്രശം സയും മാപ്പും ലഭിക്കില്ലാത്തതുകൊണ്ട് വിധിക്കപ്പെടലിൽനിന്ന് ഒഴിവാ കുന്നതും എളുപ്പമല്ല. അതുകൊണ്ട് എല്ലാവരും ധനികരാകാൻ ശ്രമി ക്കുന്നു. എന്തിന്? സ്വയം ഈ ചോദ്യം നിങ്ങൾ ചോദിച്ചിട്ടുണ്ടോ? നിശ്ച യമായും അധികാരത്തിനു വേണ്ടിത്തന്നെ; ധനം നിങ്ങളെ പലതിൽ നിന്നും സംരക്ഷിക്കുന്നു എന്നതുകൊണ്ടും. ധനമുണ്ടെങ്കിൽ ഉടനെ ഒരു വിചാരണയ്ക്കു നിന്നുകൊടുക്കേണ്ടി വരില്ല. അതു നിങ്ങളെ തെരുവിലെ മനുഷ്യരുടെ തിരക്കിൽനിന്നും ക്രോമിയം പ്ലേറ്റു ചെയ്ത വാഹനത്തി ലിരുത്തുന്നു; വൃത്തിയായി സൂക്ഷിക്കുന്ന പുൽത്തകിടിയിൽ ഉലാത്താൻ അവസരം തരുന്നു. സാധാരണക്കാരന് അപ്രാപ്യമായ ക്ലബുകളിൽ വിരുന്നു നൽകുന്നു. ഫസ്റ്റ്ക്ലാസ് ക്യാബിനുകളിൽ യാത്ര ചെയ്യാൻ സൗക ര്യം തരുന്നു. ധനം സുഹൃത്തേ, ഒരു മോചനമല്ല, ശിക്ഷയുടെ താൽക്കാ ലിക നീട്ടിവയ്പുമാത്രമാണ്. എങ്കിലും അതു സ്വാഗതാർഹമാണ്.

എല്ലാത്തിലുമുപരി, ആത്മാർഥമായ അഭിപ്രായം പറയണമെന്ന് നിങ്ങളുടെ സുഹൃത്തുക്കൾ ആവശ്യപ്പെട്ടാൽ അവരെ വിശ്വസിക്കരുതേ! അവർക്ക് തങ്ങളെപ്പറ്റിത്തന്നെയുള്ള നല്ല അഭിപ്രായം അരക്കിട്ടുറപ്പി ക്കാൻ 'ആത്മാർഥതയിൽ' നിന്നുയരുന്ന നിങ്ങളുടെ അഭിപ്രായത്തിന്റെ ഗ്യാരന്റികൂടി ലഭിക്കുമല്ലോ എന്നു മാത്രമേ അവർ ഉദ്ദേശിക്കുന്നുള്ളൂ. സൗഹൃദത്തിന്റെ ഒരു ഉപാധിയാവാൻ ആത്മാർഥതയ്ക്കെങ്ങനെ കഴിയും? സത്യത്തിനോടുള്ള അനുഭാവത്തിനെ ചെറുക്കാൻ ഒന്നിനും കഴിയുകയില്ല. അതൊന്നിനേയും ഒഴിവാക്കുകയുമില്ല. അത് ഒരു ദുർഗു ണമാണ്. ചിലപ്പോൾ ഒരു സുഖം അല്ലെങ്കിൽ ഒരു സ്വാർഥത. അതു കൊണ്ട് അങ്ങനെ ഒരു അവസ്ഥയിൽ ചെന്നുപെട്ടാൽ ഒട്ടും ശങ്കിക്കേ ണ്ട, സത്യമേ പറയൂ എന്നു വാഗ്ദാനം ചെയ്യുക, എന്നിട്ട് ആവുന്നത്ര നന്നായി ഭംഗിയായി കള്ളം പറയുക. അവരുടെ ഒളിഞ്ഞിരിക്കുന്ന ആഗ്ര

ഹത്തെ തൃപ്തിപ്പെടുത്തുകയും നിങ്ങളുടെ മമതയുടെ ആഴം തെളിയി
ക്കപ്പെടുകയും ചെയ്യും.

നമ്മളേക്കാൾ ഭേദപ്പെട്ട സാമൂഹിക ധനസ്ഥിതിയിലുള്ളവരോടു
വളരെ അപൂർവമായല്ലേ രഹസ്യസ്വഭാവമുള്ള നമ്മുടെ കാര്യങ്ങൾ ചർച്ച
ചെയ്യാറുള്ളൂ. മറിച്ച് നമ്മേപ്പോലുള്ളവരോടും നമ്മുടെ ദൗർബല്യങ്ങൾ
പങ്കു വയ്ക്കുന്നവരോടും തുറന്നു പറയുകയും ചെയ്യും. അതായത് നാം
സ്വയം നന്നാവാൻ ശ്രമിക്കില്ല. നാം തിരഞ്ഞെടുത്തിരിക്കുന്ന വഴിയിലൂടെ
തന്നെ പോവാൻ പ്രോത്സാഹനം തേടുകയും സഹതാപം കാംക്ഷിക്കു
കയും ചെയ്യുന്നു. ചുരുക്കത്തിൽ ഒരേ സമയത്തുതന്നെ നമുക്ക് അപരാ
ധികൾ അല്ലാതാവുകയും വേണം. എന്നാൽ അതിനുവേണ്ടി സ്വയം
ശുദ്ധീകരിക്കാൻ തയ്യാറുമല്ല. തിന്മയ്ക്ക് വേണ്ട ശക്തിയുമില്ല, നന്മ
ചെയ്യാൻ വേണ്ട ശക്തിയും നമുക്കില്ല. നിങ്ങൾ ഡാന്റേ വായിച്ചിട്ടുണ്ടോ?
സത്യമായും? കൊള്ളാമല്ലോ. ദൈവവും സാത്താനും തമ്മിലുള്ള ബല
പരീക്ഷണത്തിൽ നിഷ്പക്ഷരായ മാലാഖമാർ ഉണ്ടായിരുന്നു എന്നുള്ള
ആശയം ഡാന്റേ അംഗീകരിക്കുന്നു. അദ്ദേഹം തന്റെ നരകത്തിന്റെ പൂമു
ഖമായ 'ലിംബോ' യിലാണ് അവർക്കു സ്ഥാനം കണ്ടെത്തിയത്. നമ്മളും
അതേ പൂമുഖത്താണു സുഹൃത്തേ.

ക്ഷമ പ്രദർശിപ്പിക്കണമെന്നോ? നിങ്ങൾ ചിലപ്പോൾ ശരിയായിരി
ക്കാം. അന്തിമവിധിക്കായി കാക്കാൻ നല്ല ക്ഷമ വേണം. എന്നാൽ നമ്മൾ
തിരക്കിലാണല്ലോ. എത്ര തിരക്കെന്നുവച്ചാൽ, എന്നെത്തന്നെ പശ്ചാത്താ
പഭരിതനായ ഒരു ജഡ്ജിയാക്കുന്നത്ര! എന്നാൽ ആദ്യം എന്റെ തിരിച്ച
റിയലുകളുടെ വെളിച്ചത്തിൽ എന്റെ സമകാലികരുടെ പരിഹാസവുമായി
സമരസപ്പെടേണ്ടിയിരുന്നു. എന്നെ വിളിപ്പിച്ച സായാഹ്നം മുതൽ എനിക്ക്
ഉത്തരം പറയേണ്ടി വന്നു. അല്ലെങ്കിൽ ഒരുത്തരം തേടേണ്ടിവന്നു.
അതത്ര എളുപ്പമായിരുന്നില്ല. ചിലപ്പൊഴൊക്കെ ഞാൻ തെന്നിവീണു.
തുടക്കത്തിൽ ആ പൊട്ടിച്ചിരികൾ എന്നെ ഉള്ളിലേക്കു നോക്കാൻ പ്രേരി
പ്പിക്കുകയും അത്രതന്നെ ലാളിത്യമുള്ള ഒരാളല്ല ഞാൻ എന്ന തിരിച്ചറി
വിലേക്കു നയിക്കുകയും ചെയ്തു. നിങ്ങൾ ചിരിക്കേണ്ട. സത്യമെന്നത്
കാണുന്നതുപോലെ അത്ര മൗലികത്വമുള്ളതല്ല. മൗലിക സത്യങ്ങൾ
എന്നു നാം വിളിക്കുന്നവ, മറ്റുള്ളവർ വളരെമുൻപേ തിരിച്ചറിഞ്ഞത്,
നമുക്കു മുന്നിലെത്തുമ്പോൾ നമുക്കും സത്യമായി തോന്നുന്നു, അത്ര
തന്നെ.

അതൊക്കെ എങ്ങനെയായാലും എന്റെമേൽ തന്നെയുള്ള നീണ്ട
ഗവേഷണങ്ങളിലൂടെ മനുഷ്യനിലുള്ള അടിസ്ഥാനപരമായ കാപട്യത്തെ
ഞാൻ പുറത്തുകൊണ്ടുവന്നു. എന്റെ ഓർമയുടെ ചെപ്പിൽ പരതി ഞാൻ
ചില കാര്യങ്ങൾ മനസിലാക്കി. താഴ്മ എന്നെ തിളങ്ങാൻ സഹായിച്ചു!
വിനയംകൊണ്ടു ഞാൻ കീഴടങ്ങി. നന്മകൊണ്ട് അടിച്ചമർത്തി. സമാധാ
നപരമായ മാർഗങ്ങളിലൂടെ യുദ്ധം ചെയ്ത്, സ്വാർഥപരമല്ലാത്ത മാർഗ
ങ്ങളിലൂടെ ഞാൻ മോഹിച്ചതെല്ലാം കൈയടക്കി. ഉദാഹരണത്തിന്
എന്റെ ജന്മദിനം ആരുമറിയാതെ പോയതിനെപ്പറ്റി ഞാൻ ഒരിക്കലും

പരാതി പറഞ്ഞില്ല. ആ കാര്യത്തിൽ ഞാൻ കാണിച്ച ഔചിത്യത്തിൽ പലരും അതിശയം കുറി, ചിലരൊക്കെ പ്രശംസിക്കുകയും ചെയ്തു. എന്നാൽ എന്റെ നിസ്സംഗതയുടെ കാരണം കുറേക്കൂടി ഗൂഢമായിരുന്നു, എന്നോടുതന്നെ പരിഭവിക്കാനായി ഞാൻ മറക്കപ്പെടാനാഗ്രഹിച്ചു. ആ പ്രശസ്തമായ ദിനത്തിന് (അതെനിക്കു നല്ലപോലെ ഓർമയുണ്ടായിരു ന്നു) വളരെ മുമ്പുതന്നെ ഞാൻ ജാഗരൂകനായിരുന്നു, ആരുടെയൊക്കെ ഭാഗത്തുനിന്നും ഈ വീഴ്ചയുണ്ടാകുമെന്നു ഞാൻ കരുതിയോ അവരി ലാരുടെയും ശ്രദ്ധയുണർത്താനോ അവരെയാരെയും ഓർമിപ്പിക്കാനോ ഉതകുന്ന ഒന്നും എന്റെ നാവിൽനിന്നും വരാതിരിക്കാൻ. എന്റെ ഒറ്റപ്പെ ടൽ വിശദമായി തെളിയിക്കപ്പെട്ടുകഴിഞ്ഞാൽ പിന്നെയെനിക്കു സ്വയം സഹതാപത്തിന്റെ ആകർഷണങ്ങൾക്കു കീഴടങ്ങാമല്ലോ.

അങ്ങനെ എന്റെ സദ്ഗുണങ്ങളുടെ ഉപരിതലത്തിന് അത്രതന്നെ തിളക്കമില്ലാത്ത ഒരു മറുവശവുമുണ്ടായിരുന്നു. എന്റെ ബലഹീനതകൾ മറ്റൊരർഥത്തിൽ എന്റെ സഹായത്തിനെത്തി എന്നതും സത്യമാണ്. എന്റെ ജീവിതത്തിലെ ദുർവൃത്തികളെ മറച്ചു വയ്ക്കണമെന്നുള്ള എന്റെ ആഗ്രഹം എന്റെ ദൃഷ്ടികൾക്ക് ഒരു മരവിച്ച ഭാവം പ്രദാനം ചെയ്തി രുന്നു. എന്നാൽ മറ്റുള്ളവർ അതിനെ നന്മയുടെ ദൃഷ്ടിയായി തെറ്റിദ്ധരി ച്ചു. എന്റെ നിസ്സംഗത എന്നെ മറ്റുള്ളവരുടെ സ്നേഹത്തിനു പാത്രമാ ക്കി, എന്റെ സ്വാർഥത ദയാവായ്പുകളിൽ എത്തിച്ചേർന്നു. ഞാനിവിടെ നിർത്തുകയാണ്. എന്തെന്നാൽ ചേർച്ചകൾ ഏറിയാൽ അത് എന്റെ വാദ ങ്ങളെ തകിടം മറിക്കും. എന്നാലും വളരെ പരുക്കനായ ഒരു ബാഹ്യ രൂപം ഞാൻ പ്രദർശിപ്പിച്ചെങ്കിലും ഒരു ഗ്ലാസ് മദ്യമോ ഒരു സ്ത്രീയേയോ എനിക്കു ചെറുത്തു നിൽക്കാനായില്ല! ഞാൻ ഉത്സാഹിയും ഊർജസ്വ ലനുമായി കണക്കാക്കപ്പെട്ടു, കിടക്കയിലെ രാജാവായും! എന്റെ ആത്മാർഥതയും കൂറും കൊട്ടിഘോഷിച്ചിരുന്നെങ്കിലും അന്തിമമായി ഞാൻ വഞ്ചിക്കാത്ത ഒരൊറ്റ വ്യക്തിയും എന്റെ സ്നേഹവലയത്തിൽ ഉണ്ടായിരുന്നില്ല. തീർച്ചയായും എന്റെ വഞ്ചനകളൊന്നും എന്റെ ആത്മാർഥതയിൽ നിഴൽ വീഴ്ത്തിയില്ല. നീണ്ടുനിന്ന അലസതയുടെ കാലത്തും ഞാൻ വളരെയേറെ ജോലികൾ ചെയ്തുതീർക്കാറുണ്ടായി രുന്നു; അയൽക്കാരനെ സഹായിക്കുന്നതിൽ ആനന്ദം കണ്ടെത്തിയിരു ന്നതുകൊണ്ട് ഞാനതു നിർത്തിയിരുന്നില്ല. ഈ സത്യങ്ങളെല്ലാം എത്രയാവർത്തി എന്നോടുതന്നെ പറഞ്ഞെങ്കിലും അവ എനിക്ക് ഉപരി പ്ലവമായ ആശ്വാസം മാത്രമേ നൽകിയുള്ളൂ. ചില പ്രഭാതങ്ങളിൽ എനി ക്കെതിരെയുള്ള കേസ് വളരെ വിശദമായി പഠിച്ച് വെറുപ്പിന്റെ കാര്യ ത്തിൽ ഞാൻ മറ്റെല്ലാവരിലും മുകളിലായിരുന്നുവെന്നുള്ള നിഗമനത്തിൽ എത്താറുണ്ടായിരുന്നു. ഞാൻ ഏറ്റവുമധികം സഹായിച്ചിട്ടുള്ള ആളു കൾ തന്നെയായിരുന്നു എനിക്ക് ഏറ്റവും വെറുക്കപ്പെട്ടവരും. മര്യാദ യോടെ വികാര വിവശതയോടെ എല്ലാ അസ്ഥനമാരുടേയും മുഖത്ത് ഞാൻ ദിവസവും തുപ്പാറുണ്ടായിരുന്നു.

തുറന്നു പറയൂ, അതിന് എന്റെ ഭാഗത്ത് എന്തെങ്കിലും ന്യായീകര ണമുണ്ടോ? ഒന്നുണ്ട്. എന്നാൽ അതുവളരെ നികൃഷ്ടമാണ്. അതു

മുന്നോട്ടു വയ്ക്കാൻ സ്വപ്നത്തിൽ പോലും എനിക്ക് കഴിയില്ല. എങ്കിലും പറയുകയാണ്. മനുഷ്യന്റെ ഇടപാടുകൾ അത്ര ഗൗരവമർഹിക്കുന്നതായി ഞാൻ ഒരിക്കലും കരുതിയിട്ടില്ല. ആ ഗൗരവം എവിടെയാണ് കുടിയിരി ക്കുന്നതെന്ന് എനിക്ക് ഒരു വിവരവുമില്ലായിരുന്നു. എന്തായാലും എന്റെ ചുറ്റും കണ്ടതിൽ ഒന്നുമല്ല എന്നുറപ്പായിരുന്നു. അതൊക്കെ കേവലം തമാശകളായേ എനിക്കു തോന്നിയുള്ളു. എനിക്കൊരിക്കലും ശരിക്കു മനസിലാക്കാൻ പറ്റാത്ത എന്തൊക്കെയോ പരിശ്രമങ്ങളും വിശ്വാസങ്ങ ളുമൊക്കെയുണ്ട്, പണത്തിനുവേണ്ടി മരിക്കുന്ന വിചിത്ര ജീവികളേയും 'സ്ഥാനം' നഷ്ടപ്പെട്ടതിൽ നിരാശ പൂണ്ടവരേയും കുടുംബത്തിന്റെ അഭി വൃദ്ധിക്കായി സ്വയം ബലികൊടുക്കുന്നവരേയും ഞാൻ അതിശയ ത്തോടും ഒരുതരം സംശയത്തോടുമാണ് വീക്ഷിച്ചത്. ഇച്ഛാശക്തി ഉപ യോഗിച്ച് പുകവലി അവസാനിപ്പിച്ച എന്റെ സുഹൃത്തിന്റെ നടപടിയെ എനിക്ക് ഇതുവരെപറഞ്ഞ കാര്യങ്ങളേക്കാൾ മനസിലാകും. ഒരു ദിവസം പത്രമെടുത്തുതുറന്നപ്പോൾ അയാൾ ആദ്യം വായിച്ചത് ഹൈഡ്രജൻ ബോംബ് വിസ്ഫോടനത്തെപ്പറ്റിയാണ്. അതിന്റെ 'അതിശയകരമായ' ആഘാതങ്ങളെപ്പറ്റിയും വായിച്ച അയാൾ നേരെ നടന്നത് പുകയില– സിഗരറ്റ് കടയിലേക്കാണ്.

തീർച്ചയായും, ചിലപ്പോഴൊക്കെ ജീവിതത്തെ വളരെ ഗൗരവ ത്തോടെ വീക്ഷിക്കുന്നു എന്നു ഞാൻ നടിക്കാറുണ്ട്. എന്നാൽ വളരെ വേഗംതന്നെ ഈ ഗൗരവത്തിന്റെ അർഥശൂന്യത എനിക്കു ബോധ്യപ്പെട്ടു. അപ്പോൾമുതൽ ഞാൻ എന്നെക്കൊണ്ടു കഴിയുന്നത്ര ഭംഗിയായി എന്റെ റോൾ കളിച്ചുപോന്നു. കാര്യക്ഷമതയുള്ളവൻ, ബുദ്ധിമാൻ, സദ്ഗുണ സമ്പന്നൻ, പൗരബോധമുള്ളവൻ, ഉദാരൻ, ഉത്തരവാദിത്വമുള്ളവൻ, ഉയർന്ന ചിന്താഗതിക്കാരൻ...ഇങ്ങനെയെത്രയെത്ര വ്യത്യസ്ത മുഖങ്ങൾ ഞാൻ പ്രദർശിപ്പിച്ചു. ചുരുക്കിപ്പറഞ്ഞാൽ ഇവിടെയുണ്ടായിട്ടും ഇവിടെ യെങ്ങുമില്ലാത്ത ഡച്ചുകാരുടെ അവസ്ഥയിലായിരുന്നു ഞാനെന്ന് നിങ്ങൾക്കു മനസിലായല്ലോ. പരമാവധി വ്യാപ്തിയിൽ ഞാൻ പര ന്നപ്പോഴും ഞാൻ ഉള്ളുകൊണ്ട് ആ നിമിഷങ്ങളിൽ അവിടെ ഉണ്ടായിരു ന്നില്ല. പട്ടാളത്തിലായിരുന്നപ്പോൾ കായികവിനോദങ്ങളിൽ ഏർപ്പെടു മ്പോഴും ഞങ്ങളുടെതന്നെ രസത്തിനായി നാടകങ്ങളിൽ അഭിനയിക്കു മ്പോഴുമല്ലാതെ ആത്മാർഥതയോ ശുഷ്കാന്തിയോ എന്റെ പ്രവൃത്തിക ളിൽ ഉണ്ടായിട്ടില്ല. ആ രണ്ടിലും ആ കളികളുടേതായ സ്റ്റേജിന്റേതായ അത്ര ഗൗരവതരമല്ലാത്ത നിയമങ്ങളുണ്ടായിരുന്നു. എങ്കിലും അവയെ ഞങ്ങൾ ഗൗരവപൂർണമായിത്തന്നെ ഉൾക്കൊണ്ടു; കാരണം അതിലാ യിരുന്നു സന്തോഷം. ഇന്നും ജനങ്ങൾ തിങ്ങിനിറഞ്ഞ സ്റ്റേഡിയങ്ങളിലും ഞാൻ വളരെയേറെ ഇഷ്ടപ്പെടുന്ന നാടകശാലകളിലും ഇരിക്കുമ്പോൾ മാത്രമാണ് എനിക്ക് ഈ ലോകവുമായി നിഷ്കളങ്കമായ ബന്ധം തോന്നാ റുള്ളു.

സ്നേഹത്തിന്റെയും മരണത്തിന്റെയും ദാരിദ്ര്യത്തിന്റെയും മുൻപിൽ ഇങ്ങനെയൊരു മനോഭാവം നീതിപൂർവമാണെന്ന് ആരു കരുതും?

എങ്കിലും അതിനായി എന്തുചെയ്യാൻ പറ്റും? ഇസോൾഡെയുടെ പോലുള്ള സ്നേഹം എനിക്കു നോവലുകളിലും നാടകങ്ങളിലും മാത്രമേ വിഭാവന ചെയ്യാൻ പറ്റൂ. മരണക്കിടക്കയിൽ കിടക്കുന്ന ചിലർക്ക് അവരുടെ റോളിനെപ്പറ്റി നല്ല തിട്ടമുണ്ടെന്ന് എനിക്കു തോന്നിയിട്ടുണ്ട്. എന്റെ ധനികരല്ലാത്ത കക്ഷികളുടെ സംഭാഷണത്തെപ്പറ്റിയും എനിക്ക് അങ്ങനെ തോന്നിയിട്ടുണ്ട്. അതായത് ആരുടെ ഒപ്പം ജീവിക്കുന്നോ അവരുടെ താൽപ്പര്യങ്ങളിൽ ആത്മാർഥതയോടെ പങ്കാളിയാവാൻ കഴിയാത്തതുമൂലം എന്റെ നിയോഗങ്ങളിൽ എനിക്കുതന്നെ വിശ്വസിക്കാൻ കഴിയാതെയായി. തൊഴിലിലും കുടുംബജീവിതത്തിലും ഒരു പൗരനെന്ന നിലയിലും എന്നിൽനിന്ന് എന്തൊക്കെയാണോ പ്രതീക്ഷിച്ചിരുന്നത് അതിനൊത്ത് ഉയരുവാൻ എനിക്കു കഴിഞ്ഞെങ്കിലും ഉള്ളിന്റെയുള്ളിൽ പുലർത്തിയിരുന്ന അന്യമനസ്കത എല്ലാം മോശമാക്കി. രണ്ടു വ്യത്യസ്ത നിയമാവലികളാണ് എന്റെ ജീവിതത്തെ ഭരിച്ചത്; എനിക്ക് ഏറ്റവും കുറച്ചു പങ്കുണ്ടായിരുന്ന കാര്യങ്ങളാണ് എന്റെ ജീവിതത്തിലെ ഗണനീയമായ പ്രവൃത്തികളായി മാറിയത്. ഇതുകൊണ്ടല്ലേ എന്നെത്തന്നെ മാപ്പാക്കാൻ കഴിയാത്തത്? ഇതുതന്നെയല്ലേ എന്നെക്കൊണ്ട് എനിക്കു ചുറ്റും രൂപം കൊണ്ട വിധിക്കെതിരെ കലാപത്തിനു പ്രേരിപ്പിച്ചത്? ഇതുതന്നെയല്ലേ ഒരു രക്ഷപ്പെടൽ തേടാൻ എന്നെ നിർബന്ധിതനാക്കിയത്?

കുറേക്കാലത്തേക്ക് ഒന്നും സംഭവിച്ചിട്ടില്ല, ഒരു മാറ്റവുമുണ്ടായിട്ടില്ല എന്ന മട്ടിൽത്തന്നെ എന്റെ ജീവിതം മുന്നോട്ടുപോയി. പാളത്തിൽത്തന്നെയായിരുന്ന എന്റെ ചക്രങ്ങൾ വേഗതയോടെ പാഞ്ഞു. മന:പൂർവമെന്നോണം ആൾക്കാരുടെ പുകഴ്ത്തലും വർധിച്ചു. അവിടെനിന്നാണ് എപ്പോഴും പ്രശ്നങ്ങൾ ആരംഭിക്കുന്നതും. ഈ വചനം ഓർക്കുന്നില്ലേ. 'എല്ലാവരും നിന്നെപ്പറ്റി നല്ലതുമാത്രം പറയുമ്പോൾ നിനക്കു ദുർഗതി വരുന്നു.' എന്തൊരു അറിവുള്ള വാക്കുകൾ! എനിക്കു ദുർഗതി! അതുപോലെതന്നെ സംഭവിച്ചു. എന്റെ എഞ്ചിൻ അകാരണമായി നിലയ്ക്കാൻ തുടങ്ങി.

അപ്പോഴാണ് എന്റെ നിത്യജീവിതത്തിലേക്ക് മരണമെന്ന ചിന്ത കടന്നുവന്നത്. എന്റെ അവസാനത്തിന് ഇനി എത്ര വർഷങ്ങൾകൂടിയെന്ന് ഞാൻ അളക്കാൻ തുടങ്ങി. എന്റെ പ്രായത്തിൽത്തന്നെ മരിച്ചവരെപ്പറ്റി ഞാൻ ഓർത്തു. എന്റെ ജോലി ചെയ്തുതീർക്കാൻ സമയം ലഭിച്ചില്ലെങ്കിലോ എന്ന ചിന്ത എന്നെ വ്യാകുലനാക്കി. എന്തു ജോലി? അതേപ്പറ്റി, പക്ഷേ, എനിക്ക് ഒരു രൂപവുമില്ലായിരുന്നു. ഞാൻ ചെയ്തു കൊണ്ടിരുന്ന കർമം തുടർന്നുകൊണ്ടുപോകുന്നതിൽ എന്തെങ്കിലും അർഥ മുണ്ടോ? എന്നാൽ അതുകൊണ്ടും തീർന്നില്ല. പരിഹാസ്യമായ ഒരു ചിന്ത, ഒരു ഭയം എന്നെ പിന്തുടർന്നു. സ്വന്തം കാപട്യങ്ങൾ കുമ്പസാരിക്കുന്നതുവരെ ആർക്കും മരിക്കാൻ കഴിയില്ല. ദൈവത്തോടല്ല, ദൈവത്തിന്റെ പ്രതിപുരുഷന്മാരോടുമല്ല, ഞാൻ അതിലൊക്കെ ഉപരിയായിരുന്നുവെന്ന് നിങ്ങൾക്ക് ഊഹിക്കാമല്ലോ. അപ്പോൾ അതല്ല; മറ്റു മനുഷ്യരോട്, ഒരു

സുഹൃത്തിനോട്, ഒരു പ്രിയപ്പെട്ട കൂട്ടുകാരിയോട് കുമ്പസാരിക്കുക എന്ന താണ് കാര്യം. അതു ചെയ്തില്ലെങ്കിൽ ഒരു ജീവനിൽ ഒരേ ഒരു കള്ളം മാത്രം ഒളിഞ്ഞിരുന്നാലും മരണം അതിനെ നിർണായകമാക്കുന്നു. ഒരാളും പിന്നീടൊരിക്കലും അതിന്റെ സത്യം അറിയില്ല, കാരണം അത റിയാവുന്ന ഒരേ ഒരാൾ തന്റെ രഹസ്യത്തിന്റെ പുറത്ത് ഉറങ്ങിക്കിടക്കുന്ന മരിച്ച മനുഷ്യൻ മാത്രമാണ്. സത്യത്തിന്റെ ആ സമ്പൂർണമായ കൊല പാതകത്തെപ്പറ്റി ചിന്തിക്കുന്നതുപോലും എനിക്കു തലചുറ്റലുണ്ടാക്കി. നേരേമറിച്ച് ഇന്ന് ആ ചിന്ത എന്നെ സന്തോഷിപ്പിക്കുകയേ ഉള്ളൂ. ഉദാ ഹരണത്തിന് എല്ലാവരും പരതുന്നത് എനിക്കു മാത്രമേ അറിയൂ എന്നതും മൂന്നു രാജ്യങ്ങളിലെ പൊലീസ് തേടിനടക്കുന്ന ഒരു വസ്തു എന്റെ വീട്ടിൽ ഭദ്രമായി ഇരിക്കുന്നുണ്ടെന്നതും എന്നെ ഏറെ ഉന്മത്ത നാക്കുന്നു. എന്നാൽ നമുക്ക് അതിലേക്കു പ്രവേശിക്കേണ്ട. അന്നുപക്ഷേ, ഞാൻ പാചകവിധി കണ്ടുപിടിച്ചിരുന്നില്ല. വല്ലാത്ത അലട്ടലും അനുഭവ പ്പെട്ടു.

എന്നാൽ, ക്രമേണ ഞാൻ ശാന്തചിത്തനായി. ഒരു മനുഷ്യന്റെ കാപ ട്യത്തിന് തലമുറകളുടെ ചരിത്രത്തിൽ എന്തു പ്രസക്തി? സമുദ്രത്തിൽ ലയിച്ചുപോയ ഒരു മൺതരിപോലെ കാലക്കടലിൽ മുങ്ങിപ്പോയ ഒരു നിസ്സാരകാപട്യത്തെ സത്യത്തിന്റെ തീക്ഷ്ണവെളിച്ചത്തിലേക്ക് വലിച്ചി ഴയ്ക്കണമെന്ന മോഹംതന്നെ എന്തൊരു ധിക്കാരം! ശരീരത്തിന്റെ മരണ മതിയായ ശിക്ഷയാണെന്നും അതോടെ പാപവിമോചനമായെന്നും ഞാൻ എന്നോടുതന്നെ പറഞ്ഞു. മോക്ഷം (അതായത് എന്നെന്നേക്കുമായി അപ്ര ത്യക്ഷമാകാനുള്ള അവകാശം) ലഭിക്കുന്നത് മരണവെപ്രാളത്തിന്റെ വിയർപ്പിലൂടെയാണല്ലോ. ഇങ്ങനെയൊക്കെ സമാധാനിച്ചെങ്കിലും അസ ്വസ്ഥത വളർന്നു; മരണം എന്റെ കിടക്കയ്ക്കരികിൽ അന്നെ വിശ്വസ്ത മായി തങ്ങിനിന്നു. അതുമൊത്താണ് ഞാൻ ഉണർന്നെണീറ്റത്. അഭിന ന്ദനങ്ങൾ എനിക്ക് അസഹനീയമായി. അവരുടെ കാപട്യം അനിയന്ത്രി തമായി വർധിച്ചു. എനിക്കൊരിക്കലും ശരിയുടെ ഭാഗത്ത് എത്താൻ കഴി യില്ല എന്നുറപ്പായി.

ഇനി അൽപ്പം പോലും സഹിക്കാൻ കഴിയില്ല എന്ന അവസ്ഥയിൽ ഒരുദിനം ഞാനെത്തി. അതിരുകടന്നതായിരുന്നു എന്റെ ആദ്യ പ്രതികര ണം. ഞാൻ ഒരു കള്ളനായതുകൊണ്ട് അവർ കണ്ടുപിടിക്കുന്നതിനു മുമ്പ് എന്റെ കാപട്യം ആ കിറുക്കന്മാരുടെ മുഖത്തേക്കെറിഞ്ഞുകൊടു ക്കണം. ഞാൻ അവരുടെ വെല്ലുവിളി സ്വീകരിക്കും. അവരുടെ പൊട്ടി ച്ചിരി ഒഴിവാക്കാനായി ഞാനും ബഹളത്തിൽ പങ്കുചേരും. വാസ്തവ ത്തിൽ അപ്പോഴും പ്രശ്നം വിധി ഒഴിവാക്കുന്നതുതന്നെയായിരുന്നു. പരി ഹാസക്കാരെ എന്റെ പക്ഷത്തു കൊണ്ടുവരണം. കുറഞ്ഞത് എനിക്ക് അവരുടെ പക്ഷത്തു ചേരാനെങ്കിലും കഴിയണം. അന്ധന്മാരെ സഹാ യിക്കുന്നതിനു പകരം അവരെ പിറകിൽനിന്ന് തള്ളിയിടുന്നത് ഞാനാ ലോചിച്ചു; ആ ചിന്തതന്നെ അപ്രതീക്ഷിതമായ സന്തോഷം എനിക്കു തന്നു. ആ നിമിഷത്തിലാണ് എന്റെ ആത്മാവിന്റെ ഒരു കോണിൽ അവ

രോടുള്ള വെറുപ്പു നിറഞ്ഞിരിക്കുന്നു എന്ന് എനിക്ക് അവബോധമുണ്ടാ
യത്. വികലാംഗരുടെ വീൽച്ചെയറിന്റെ ടയറുകളിലെ കാറ്റൂരിവിടണ
മെന്നും തൊഴിലാളികളെ മുടിഞ്ഞ പ്രൊലറ്റേറിയൻ എന്നു വിളിക്കണ
മെന്നും സബ്‌വേയിലൂടെ നടക്കുന്ന കൊച്ചുകുട്ടികളെ കിഴുക്കണമെന്നും
എനിക്കു തോന്നി. ഇതെല്ലാം ഞാൻ സ്വപ്നം കണ്ടതേയുള്ളൂ. ഒന്നും
ചെയ്തില്ല. ഇനി എന്തെങ്കിലും ചെയ്തെങ്കിൽത്തന്നെ ഞാൻ
അതൊന്നും ഓർക്കുന്നില്ല. എന്തായാലും 'നീതി' എന്ന വാക്ക് എന്നെ
ആകെ ഇളക്കി മറിച്ചു. നിവൃത്തിയില്ലാത്തതുകൊണ്ട് കോടതിയിലെ വാദ
ങ്ങളിൽ എനിക്കാ വാക്ക് ഉപയോഗിക്കേണ്ടിവന്നു. മാനവീയ
തയ്ക്കെതിരെ ഘോരമായി പ്രസംഗിച്ച് ഞാൻ പ്രതികാരംവീട്ടി. 'അടിച്ച
മർത്തപ്പെട്ടവർ' മാന്യന്മാരെ അടിച്ചമർത്തുന്നതിനെപ്പറ്റി ഒരു
മാനിഫെസ്റ്റോ പ്രസിദ്ധീകരിക്കാൻ ഉദ്ദേശിക്കുന്നുവെന്നും വിളംബരം
ചെയ്തു. ഒരു ദിവസം ഒരു വലിയ റെസ്റ്റോറന്റിൽ ഇരുന്ന് ഡിന്നർ കഴി
ക്കുമ്പോൾ അടുത്തുവന്ന ഭിക്ഷക്കാരനെ ഓടിക്കുവാൻ ഞാൻ റെസ്റ്റോ
റന്റിന്റെ ഉടമസ്ഥനെ വിളിച്ചു. അയാൾ ആ ഭിക്ഷക്കാരനെ പറഞ്ഞുവി
ടാൻ ഉപയോഗിച്ച വാക്കുകളെ ഞാൻ ഉച്ചത്തിൽ സ്വാഗതം ചെയ്തു.
'നിങ്ങൾ മാന്യന്മാരെ ലജ്ജിപ്പിക്കുന്നു.' അയാൾ പറഞ്ഞു. 'നിങ്ങളെ
ത്തന്നെ ഈ മാന്യസ്ത്രീകളുടെയും പുരുഷന്മാരുടെയും കസേരകളിൽ
സങ്കൽപ്പിച്ച് നോക്ക്. അപ്പോൾ മനസിലാകും! കേൾക്കാൻ തയാറാവു
ന്നവരോടൊക്കെ ഞാൻ ബഹുമാനിക്കുന്ന ഒരു റഷ്യൻ ഭൂവുടമയെ
പ്പോലെ പെരുമാറാൻ ഇക്കാലത്തു കഴിയില്ലല്ലോ എന്ന് ഖേദം പ്രകടി
പ്പിച്ചിരുന്നു. ആ ഭൂവുടമ അയാളെ വന്ദിക്കുന്ന കൃഷിക്കാരെയും വന്ദി
ക്കാത്ത കൃഷിക്കാരെയും ചാട്ടവാർ അടികൊടുക്കുമായിരുന്നു. 'ഇവൻ
എന്നെ വന്ദിക്കാതിരിക്കാനുള്ള അഹങ്കാരമോ?' 'ഇവന് എന്നെ വന്ദിക്കാ
തിരിക്കാനുള്ള അഹങ്കാരമോ?'

ഇതിലും ഗൗരവപരമായ അതിക്രമങ്ങളിലേക്കും ഞാൻ വഴുതി
വീണു. 'പൊലീസിനൊരു സ്തുതിഗീതം' 'ഗില്ലറ്റിന്റെ മഹത്വം' തുട
ങ്ങിയ കാവ്യങ്ങളുടെ രചന തുടങ്ങി. അറിയപ്പെടുന്ന മാനവിക ദാർശ
നികരും യുക്തിവാദികളും ഒത്തുചേരാറുള്ള കഫേകളിൽ ഞാൻ കൃത
്യമായി പോവാൻ തുടങ്ങി. എന്റെ നല്ല പഴയകാലം മൂലം അവിടെ
എനിക്കു സ്വാഗതം ലഭിച്ചു. അവിടെ ഇരുന്ന് അറിയാതെയെന്ന മട്ടിൽ
വിലക്കപ്പെട്ട ചില വാക്കുകൾ ഉച്ചത്തിൽ ഉരുവിട്ടു. 'എന്റെ ദൈവമേ'
'ദൈവത്തിനു നന്ദി...' നമ്മുടെ കാപ്പിക്കട യുക്തിവാദികൾ വെറും പിള്ളേ
രാണു കേട്ടോ. അതിശയത്തിന്റെ ചില നിമിഷങ്ങൾ കഴിഞ്ഞ് സ്തബ്ധ
രായി പരസ്പരം നോക്കിയിരിക്കും. ചിലർ എഴുന്നേറ്റുപോകും. മറ്റുള്ള
വർ യാതൊന്നും ശ്രദ്ധിക്കാതെ ഉറക്കെ സംസാരം തുടങ്ങും. എല്ലാവരും
തന്നെ വിശുദ്ധജലത്തിൽ വീണ പിശാചിനെപ്പോലെ പുളയും.

ഇതൊക്കെ വെറും ബാലിശമായി നിങ്ങൾക്കു തോന്നാം. എങ്കിലും
ഈ കൊച്ചു തമാശകൾക്കു പിന്നിൽ ഗൗരവമുള്ള ഒരു കാരണം ഉണ്ടാ
യിക്കൂടെന്നില്ലല്ലോ. മൊത്തം കളിയെ തകർക്കുക; എനിക്കതുവരെ ഉണ്ടാ

യിരുന്ന കീർത്തി നശിപ്പിക്കുക (ആ അഭിനന്ദനങ്ങളെപ്പറ്റി ഓർക്കുമ്പോൾ
ത്തന്നെ എനിക്ക് അരിശംമൂക്കുമായിരുന്നു). 'താങ്കളെപ്പോലുള്ള ഒരു
മാന്യവ്യക്തി...' ജനം മധുരശബ്ദത്തിൽ പറഞ്ഞുതുടങ്ങും. എനിക്ക്
ഓക്കാനവും വരും. എനിക്കവരുടെ ബഹുമാനം ആവശ്യമില്ലായിരുന്നു.
കാരണം അതു പൊതുവായ ഒന്നായിരുന്നില്ല. ഞാൻ അതിൽ പങ്കു ചേരാ
ത്തിടത്തോളം അതു പൊതുവായ ഒന്നാകുന്നതെങ്ങനെ? അതുകൊണ്ട്
എല്ലാം, വിധിയും ബഹുമാനവുമെല്ലാം, പരിഹാസത്തിന്റെ കുപ്പായം
കൊണ്ടു മറയ്ക്കുക. എന്നെ ശ്വാസം മുട്ടിച്ചുകൊണ്ടിരുന്ന വികാരത്തെ
എങ്ങനെയും സ്വതന്ത്രമാക്കണമായിരുന്നു. ഞാൻ യഥാർഥത്തിൽ എന്താ
ണെന്നതു എല്ലാവരുടേയും കണ്ണുകൾക്കു മുൻപിൽ പ്രദർശിപ്പിക്കാൻ
'എന്റേതായി' ഞാൻ കൊണ്ടുനടന്ന ആ സുന്ദരമെഴുകുരൂപത്തെ തകർ
ക്കേണ്ടിയിരുന്നു. ഒരിക്കൽ ചെറുപ്പക്കാരും തുടക്കക്കാരുമായ വക്കീല
ന്മാരുടെ ഒരു യോഗത്തിൽ പ്രസംഗിക്കേണ്ടിയിരുന്നു. എന്നെ പരിചയ
പ്പെടുത്തിയ അധ്യക്ഷന്റെ വിചിത്രമായ സ്തുതിവചനങ്ങൾ എന്നെ വെറി
പിടിപ്പിച്ചു. എന്റെ സാധാരണമായ ഊർജത്തോടും വികാരത്തോടും
തന്നെ പ്രസംഗം തുടങ്ങിയ ഞാൻ നടപ്പു നീതിന്യായവ്യവസ്ഥ വെല്ലു
വിളിച്ചു. അതെന്റെ ചെറുപ്പക്കാരായ സുഹൃത്തുക്കളെ അലോസരപ്പെ
ടുത്തി. ഒരു നിമിഷത്തിനുശേഷം അതോർത്തു ചിരിക്കാമെന്നവർ തീരു
മാനിച്ചു. പ്രസംഗാവസാനം ഞാൻ മനുഷ്യനെന്ന വ്യക്തിയേയും
അവന്റെ അവകാശങ്ങളേയുംപ്പറ്റി സംസാരിച്ചതോടെ അവർക്ക് ആശ്വാ
സമായി. അന്നേ ദിവസം സ്വഭാവംതന്നെ അവസാനം ജയിച്ചു.

ഇതുപോലുള്ള സംഭവങ്ങൾവഴി എന്നെപ്പറ്റിയുള്ള അഭിപ്രായത്തിൽ
ചെറിയ ഇളക്കം സൃഷ്ടിക്കാൻ കഴിഞ്ഞു. എന്റെ കേൾവിക്കാർ പ്രദർശി
പ്പിച്ച അസ്വസ്ഥതയും പ്രദർശിപ്പിക്കാതെ ഒതുക്കാൻ ശ്രമിച്ച നാണക്കേ
ടിന്റെ വല്ലായ്മയും എനിക്ക് ആശ്വാസം തന്നില്ല. തന്നെപ്പറ്റിത്തന്നെ
ആരോപണങ്ങൾ ഉന്നയിച്ചുകൊണ്ടു മാത്രം എല്ലാം വെടിപ്പാവില്ല;
അങ്ങനെ ആയിരുന്നെങ്കിൽ ഞാൻ ഇപ്പോൾ ഒരു കുഞ്ഞാടിനെപ്പോലെ
നിഷ്കളങ്കനായേനെ. ഒരു പ്രത്യേക രീതിയിൽ കുറ്റാരോപണം നടത്തി
യാലേ ഉദ്ദേശിച്ച പ്രതികരണം ജനിപ്പിക്കാനാവൂ. ആ രീതി ശരിക്കു പഠി
ച്ചെടുക്കാൻ ഞാൻ ഏറെക്കാലമെടുത്തു. ഏറ്റവും നിസ്സഹായാവസ്ഥ
യിൽ പതിച്ചതിനുശേഷമേ എനിക്കതു തിരിച്ചറിയാൻ കഴിഞ്ഞുള്ളൂ.
അതുവരെ ആ ചിരി എന്റെ നേരെ ഒഴുകിവന്നു. എന്നെ വേദനിപ്പിച്ചി
രുന്ന അതിന്റെ ഉദാരതയും മൃദുലസ്വഭാവവും ഇല്ലാതാക്കാനുള്ള എന്റെ
ശ്രമങ്ങൾ അതുവരെയും വിജയിച്ചിരുന്നില്ല.

വേലിയേറ്റമായിയെന്ന് എനിക്കു തോന്നുന്നു. നമ്മുടെ ബോട്ട് പോവാ
റായിട്ടുണ്ടാവും. ഈ ദിവസം അവസാനിക്കാറായി. നോക്കൂ, പ്രാവുകൾ
അങ്ങുയരെ ഒരുമിച്ചുകൂടുന്നു. അവർ പരസ്പരം തിങ്ങിയിരിക്കുന്നു.
കഷ്ടിച്ചു മാത്രമേ ചലിക്കുന്നുള്ളു. വെളിച്ചം മങ്ങുകയാണ്. ഈ ഭീഷ
ണമായ നിമിഷം ആസ്വദിക്കാനായി നമ്മൾ നിശ്ശബ്ദത പാലിക്കണമെന്നു
തോന്നുന്നില്ലേ? ഇല്ലേ? പക്ഷേ, എന്നിൽ താൽപ്പര്യമുണ്ടെന്നോ? നിങ്ങൾ

വളരെ മാന്യതയുള്ളയാളാണ്. പോരെങ്കിൽ നിങ്ങൾക്ക് എന്നിൽ ശരിക്കും താൽപ്പര്യമുണ്ടാവാനുള്ള ഒരു അപകടവും ഞാൻ കാണുന്നു. പശ്ചാത്താപവിവശനായ ജഡ്ജിയുടെ വിഷയത്തിലേക്ക് കടക്കുന്ന തിനുമുമ്പ് വിഷയലമ്പടത്വത്തെപ്പറ്റി പറയാം.

അഞ്ച്

പരിചയസമ്പന്നനായ ഒരു പുരുഷനെന്നനിലയിൽ മുമ്പ് ഒരിക്കലും ചോദിക്കാറില്ലാതിരുന്ന ഒരു ചോദ്യം ഇടയ്ക്കിടെ ഞാൻ ഉന്നയിക്കാൻ തുടങ്ങിയത് എന്നെ അത്ഭുതപ്പെടുത്തി. എന്റെ ചോദ്യം ഇതായിരുന്നു. 'നീ എന്നെ സ്നേഹിക്കുന്നുണ്ടോ'? അതിന്റെ സാധാരണയുള്ള മറു പടി നിങ്ങൾക്കറിയാമല്ലോ. 'നിങ്ങളോ'? ഞാൻ 'ഉവ്വ്' എന്നു പറഞ്ഞാൽ എന്റെ യഥാർഥ വികാരങ്ങൾക്കുമപ്പുറത്തുള്ള ഒരു മറുപടിയാവും. ഞാൻ 'ഇല്ല' എന്നു പറഞ്ഞാൽ ആ സ്നേഹബന്ധം അവിടെവെച്ച് അവസാനി ച്ചേക്കുമെന്ന അപകടമുണ്ട്. ഞാനാവും പിന്നെ വിഷമിക്കുക. സമാധാനം ലഭിക്കുമെന്ന് ഞാൻ ആശിച്ച വികാരത്തിന് എത്രയേറെ ഭീഷണി ഉയ രുന്നോ, എന്റെ പങ്കാളിയിൽനിന്ന് ഞാൻ ആ വികാരം അത്രയേറെ ആ വശ്യപ്പെട്ടു. അങ്ങനെ ഞാൻ കൂടുതൽ കൂടുതൽ വാഗ്ദാനങ്ങൾ നൽകാൻ തുടങ്ങി. ഒരു വിഡ്ഢിസുന്ദരിയോട് വഞ്ചനാത്മകമായ ആവേശം എന്നിൽ ഉദിച്ചു. പൈങ്കിളിസാഹിത്യം വായിച്ചു വായിച്ചു വർഗ രഹിത സമൂഹത്തെപ്പറ്റി ഒരു ബുദ്ധിജീവി സംസാരിക്കുന്ന അതേ വിശ ്വാസത്തോടും ഉറപ്പോടുമാണ് അവൾ സ്നേഹത്തെപ്പറ്റി സംസാരിച്ചിരു ന്നത്. അങ്ങനെയൊരു വിശ്വാസം നിങ്ങൾക്കറിയാം, സാംക്രമികമാണ്. അവളെപ്പോലെതന്നെ സ്നേഹത്തെപ്പറ്റി സംസാരിക്കാൻ ഞാനും പരി ശ്രമിച്ചു. ക്രമേണ എനിക്കും വിശ്വാസമായി. ആ വിശ്വാസം അവൾ എന്റെ കിടക്ക പങ്കിടുന്നതുവരെയേ നിലനിന്നുള്ളു. അപ്പോഴാണ് ഞാൻ മന സിലാക്കുന്നത്. പൈങ്കിളി സാഹിത്യം സ്നേഹത്തെപ്പറ്റി വാചാലമായി സംസാരിക്കാൻ പഠിപ്പിക്കുമെങ്കിലും സ്നേഹപ്രവൃത്തിയെങ്ങനെയെന്നു പഠിപ്പിക്കുന്നില്ലായെന്ന്. ഒരു തത്തയെ സ്നേഹിച്ചതിനുശേഷം ഒരു സർപ്പ വുമായി ഉറങ്ങാൻ പോകേണ്ടിവന്നു. അതുകൊണ്ട് ഞാൻ ഒരിക്കലും വായിച്ചിട്ടില്ലാത്ത ആ പൈങ്കിളി പുസ്തകങ്ങളിൽ വാഗ്ദാനം ചെയ്യുന്ന സ്നേഹത്തിനായി വേറെ അന്വേഷിക്കേണ്ടിവന്നു.

എന്നാൽ എനിക്ക് പ്രാക്ടീസ് ഇല്ലായിരുന്നു. മുപ്പതു വർഷത്തി ലേറെ ഞാൻ എന്നെ മാത്രമേ സ്നേഹിച്ചിരുന്നുള്ളൂ. ആ ഒരു സ്വഭാവം പെട്ടെന്ന് എങ്ങനെ ഇല്ലാതാവാൻ? എന്റെ കാര്യത്തിൽ അതുണ്ടായില്ല. അതുകൊണ്ട് പ്രണയമേഖലയിൽ ഞാൻ ഒരു നിസ്സാരനായി തുടർന്നു. എന്റെ വാഗ്ദാനങ്ങൾ ഗുണീഭവിച്ചു. മുൻപൊരുകാലത്ത് ഒരേസമയത്ത് പല സ്ത്രീകളുമായി ലൈംഗികബന്ധം പുലർത്തിയിരുന്നതുപോലെ ഇപ്പോൾ ഞാൻ പലരുമായും ഒരേ സമയത്ത് പ്രണയബന്ധങ്ങൾ ഉണ്ടാ ക്കി. ഇതുമൂലം എന്റെ ദൗർഭാഗ്യങ്ങൾ വർധിച്ചു. എന്റെ തത്ത നൈരാ

ശ്യാമൂത്ത് മരിക്കാനായി പട്ടിണി കിടന്നുവെന്ന് ഞാൻ പറഞ്ഞിരുന്നോ? ഭാഗ്യവശാൽ ഞാൻ തക്കസമയത്ത് അവളുടെ അടുത്തെത്തി. അവളെ സമാശ്വസിപ്പിക്കുവാൻ സ്വയം വഴങ്ങിക്കൊടുത്തു. ഏതായാലും അപ്പോ ഴേക്കും അവളുടെ പൈങ്കിളിവാരിക ശുപാർശചെയ്യാറുള്ള ആദർശകാമു കന്റെ രൂപസ്വഭാവസാദൃശ്യങ്ങളുള്ള ഒരു എൻജിനീയർ, ബാലിയിലേ ക്കുള്ള ഒരു യാത്രയും കഴിഞ്ഞ് തിരിച്ചെത്തി. അവളുടെ അടുത്ത് ഓടി യെത്തി എന്നെ രക്ഷിച്ചു. എന്തായാലും അനശ്വര പ്രണയത്തിന്റെ വർണശബളമായ ചിറകുകളിൽ അനന്തമായി പറന്നുനടക്കാൻ എനിക്കു കഴിഞ്ഞില്ലെന്നു മാത്രമല്ല, എന്റെ അപരാധങ്ങളുടെ ഭാരം കൂട്ടുക മാത്ര മായിരുന്നു ഞാൻ ചെയ്തുകൊണ്ടിരുന്നത്. അതിന്റെ സ്വാഭാവിക പ്രതി കരണമെന്നപോലെ വർഷങ്ങളോളം ഞാൻ പ്രേമഗീതങ്ങളെങ്കിലും, അറി യാതെ ശ്രവണപുടങ്ങളിൽ എത്തിയാൽപ്പോലും പല്ലുകടിച്ചുപോകുമാ യിരുന്നു. അത്രയ്ക്കായിരുന്നു പ്രേമമെന്ന ആശയത്തോടു പോലും എനി ക്കുണ്ടായ വെറുപ്പ്. അതുകൊണ്ട് ജീവിതത്തിൽ നിന്ന് സ്ത്രീകളെ ഒഴി വാക്കി ബ്രഹ്മചാരിയായി ജീവിക്കാൻ ഒരു ശ്രമം നടത്തി. അവരുടെ സൗഹൃദം മാത്രം കൊണ്ട് ഞാൻ തൃപ്തനായിക്കൂടെന്നില്ലല്ലോ. എന്നാൽ ഇത് ചൂതാട്ടം വേണ്ടെന്നുവെക്കുന്നതിനു തുല്യമായിരുന്നു. മോഹമോ വികാരാവേശമോ ഇല്ലെങ്കിൽ സ്ത്രീകൾ എന്നെ സംബന്ധിച്ചിടത്തോളം ബോറായിരുന്നു. അതുപോലെതന്നെ അവർക്കും ഞാനൊരു മടുപ്പായി രുന്നു. ചൂതാട്ടവുമില്ല, നാടകങ്ങളുമില്ല. ഞാൻ മിക്കവാറും, സത്യത്തിന്റെ പൂമുഖത്തിൽ എത്തിയിരുന്നിരിക്കണം. പക്ഷേ സുഹൃത്തേ, സത്യമു ണ്ടല്ലോ. അതൊരു മഹാബോറാണ്.

പ്രണയവും ബ്രഹ്മചര്യവും ഒരുപോലെ മടുത്ത ഞാൻ എന്നോടു തന്നെ പറഞ്ഞു, ഇനി വിഷയാസക്തി മാത്രമേ ബാക്കിയുള്ളൂ. പരിഹാ സച്ചിരി അവസാനിപ്പിച്ച്, നിശ്ശബ്ദത പുന:സ്ഥാപിച്ച്, അനശ്വരത അവ രോധിക്കുന്ന സ്നേഹത്തിനു പകരംനിൽക്കുന്ന കാമാസക്തി മാത്രം! മദോന്മത്തതയുടെ ഇടയ്ക്കു തെന്നിമാഞ്ഞ് ലഭിക്കുന്ന വ്യക്തതയുടെ നിമിഷങ്ങളിൽ എല്ലാ മോഹങ്ങളും അഭിനിവേശങ്ങളും വാർന്നൊഴിഞ്ഞ് രണ്ടു അഭിസാരികകളുടെ ഇടയിൽ കിടക്കുന്ന രാത്രിയുടെ അന്ത്യയാമ ങ്ങളിൽ, ആശ പീഡനമല്ലാതാകുന്നു. നിങ്ങൾക്കു മനസിലാകുന്നില്ലേ, അതീതകാലത്തിനെ മനസു ഭരിക്കുന്നു, ജീവന്റെ വേദന എന്നെന്നേ ക്കുമായി ഇല്ലാതാകുന്നു. ഒരർഥത്തിൽ നോക്കിയാൽ അനശ്വരത്വത്തിന്റെ മോഹം ഒരിക്കലും ഇല്ലാതാവാതിരുന്നതിനാൽ ഞാൻ കാമാസക്തിയുടെ ഉന്മാദത്തിൽത്തന്നെയാണ് ജീവിച്ചിരുന്നത്. ഞാൻ നിങ്ങളോടു പറഞ്ഞി ട്ടുള്ള എന്റെ സ്വയംസ്നേഹത്തിന്റെ ഫലവും എന്റെ പ്രകൃതത്തിലേ ക്കുള്ള താക്കോലും ഇതുതന്നെയല്ലേ? ഉവ്വ്, അനശ്വരനാകാനുള്ള തീവ്ര വാഞ്ഛമൂലം ഞാൻ വിങ്ങിപ്പൊട്ടുകയായിരുന്നു. വിലമതിക്കാനാവാത്ത എന്റെ സ്നേഹപാത്രം ഒരിക്കലും മാഞ്ഞുപോകരുതെന്ന് ആഗ്രഹിക്കാ നാവാത്തത്ര ആത്മരതിയിലായിരുന്നു ഞാൻ. അഹത്തെപ്പറ്റി അൽപ്പം അറിവും ജാഗ്രതാവസ്ഥയിലും ആണെങ്കിൽ കാമാർത്തിയുള്ള ഒരു കുര

ങന് അനശ്വരത എന്തിന് നൽകപ്പെടണമെന്ന് ഒരു കാരണവും കണ്ടു പിടിക്കാൻ കഴിവില്ലാത്തതുകൊണ്ട്, ആ അനശ്വരതക്ക് പകരംവെക്കാൻ എന്തെങ്കിലും ലഭിച്ചേ പറ്റൂ. അനശ്വരജീവിതത്തോടുള്ള അടങ്ങാത്ത കൊതിമൂലം ഞാൻ വേശ്യകളുമൊത്ത് രമിച്ചു. രാത്രി മുഴുവൻ മദ്യപിച്ചു. സംശയമില്ല, പ്രഭാതങ്ങളിൽ എന്റെ വായന നശ്വരാവസ്ഥയുടെ കയ്പു രസംകൊണ്ടു നിറഞ്ഞിരുന്നു. എന്നാൽ അവസാനമില്ലാത്ത മണിക്കൂറു കളോളം ഞാൻ ആനന്ദാനുഭൂതികളിൽ പറന്നു നടക്കുകയായിരുന്നു. ഇതൊക്കെ ഞാൻ എന്തിനു നിങ്ങളോടു തുറന്നു പറയുന്നു? കുപ്രസിദ്ധി ആർജ്ജിച്ചിരുന്ന ഒരു നൈറ്റ് ക്ലബ്ബിൽ ചെലവഴിക്കാറുണ്ടായിരുന്ന ചില രാത്രികൾ ഞാൻ ഇപ്പോഴും പ്രേമപൂർവം സ്മരിക്കുന്നു. അവിടത്തെ ഒരു കാബറേ നർത്തകി അവളുടെ സൗന്ദര്യവും ചൂടും എനിക്കായി മാറ്റിവെക്കാറുണ്ടായിരുന്നു. ഒരു രാത്രി അവളുടെ മാനം കാക്കാനായി ഒരു താടിക്കാരൻ തെമ്മാടിയുമായി വഴക്കിടുകകൂടി ചെയ്തു. എല്ലാ രാത്രികളിലും ആ ബാറിൽ ഒരു പൂവൻകോഴിയുടെ ഗമയോടെ ഉലാ ത്തി. ദീർഘമായി മദ്യപിച്ചു. ആ ഭൂമിയിലെ സ്വർഗത്തിലെ ചുവപ്പുവെ ളിച്ചത്തിലും സുഖധൂളികളിലും രമിച്ചു. നേരം വെളുക്കാൻ ഞാൻ കാത്തി രുന്നു. അപ്പോഴേക്കും നൃത്തപരിപാടികൾ അവസാനിപ്പിച്ച് എന്റെ രാജ കുമാരി കിടക്കയിലേക്കെത്തും. അവൾ ഞാനുമായി യാന്ത്രികതയോടെ ഭോഗത്തിലേർപ്പെടും. അങ്ങനെതന്നെ ഉറങ്ങും. ഈ ദുരന്തത്തിൽ വെളിച്ചം വീശിക്കൊണ്ട് ദിവസം മെല്ലെ കടന്നുവരും. ഞാൻ ഉണർന്ന് പ്രഭാതത്തിന്റെ തേജസ്സിൽ നിശ്ചലനായി നിൽക്കും.

മദ്യവും മദിരാക്ഷിയുമാണ് എനിക്ക് അൽപ്പമെങ്കിലും ആശ്വാസം പകർന്നുതന്നത്. അതിനപ്പുറത്തേക്കൊരാശ്വാസം ഞാൻ അർഹിച്ചിരു ന്നില്ല. ഈ രഹസ്യം ഞാൻ നിങ്ങളോടു തുറന്നുപറയുകയാണ് സുഹൃ ത്തേ, ഇത്തരം ആശ്വാസം ഉപയോഗിക്കാൻ നിങ്ങളും മടിക്കേണ്ട. അപ്പോഴേ നിങ്ങൾക്കു മനസിലാവു, വ്യഭിചാരം ശരിക്കും ഒരാളെ സ്വത ന്ത്രനാക്കുന്നുവെന്ന്. കാരണം അത് ബാധ്യതകൾ ഉണ്ടാക്കുന്നില്ല. അതിൽ നിങ്ങൾ നിങ്ങളെത്തന്നെയേ സ്വന്തമാക്കുന്നുള്ളൂ. അതുകൊ ണ്ടാണ് ബാധ്യതകളില്ലാത്ത ഭോഗം അവനവനെ മാത്രം സ്നേഹിക്കുന്ന വലിയ കാമാതുരന്മാരുടെ പ്രിയപ്പെട്ട വിനോദമായത്. ഭൂതമോ ഭാവിയോ ഇല്ലാത്ത ഒരു കാനനമാണത്. യാതൊരു വാഗ്ദാനങ്ങളോ ഉടനടി ശിക്ഷയോ ഇല്ലാത്തതും. അതു നടക്കുന്ന ഇടങ്ങൾ ലോകത്തിൽനിന്നു വേറിട്ടുനിൽക്കുന്നു. അങ്ങോട്ടു പ്രവേശിക്കുന്നയാൾ തന്റെ ആശകളും ആശങ്കകളും പുറത്ത് ഉപേക്ഷിക്കുന്നു. അവിടെ സംഭാഷണം നിർബ ന്ധമല്ല. അവിടെ എന്തിനുവേണ്ടി വരുന്നോ അതു വാക്കുകളില്ലാതെ സാധിക്കാം. പലപ്പോഴും പണവും ആവശ്യവും വരുന്നില്ല. അക്കാലത്ത് എന്നെ സഹായിച്ച അറിയപ്പെടാത്തവരും മറവിയിലാണ്ടുപോയവരുമായ ആ സ്ത്രീകൾക്ക് ഞാൻ അഞ്ജലികളർപ്പിക്കുന്നു. ഇന്നും അവരെപ്പറ്റി ബഹുമാനം കലർന്ന ഓർമകളാണുള്ളത്.

എന്തായാലും ആ സ്വാതന്ത്ര്യത്തിന്റെ മോചനത്തിന്റെ, ആനുകൂ ല്യങ്ങൾ ഞാൻ പൂർണമായും അനുഭവിച്ചു. സമൂഹത്തിന്റെ ഉന്നതശ്രേ

ണിയിൽനിന്നുള്ള അവിവാഹിതയായ ഒരു പെൺകുട്ടിയും പകുതയുള്ള ഒരു വേശ്യയുമൊത്ത് പാപജീവിതങ്ങൾക്കായി ഉഴിഞ്ഞുവെച്ചിരുന്ന ഒരു ഹോട്ടലിൽ പോയി. ആ സായാഹ്നത്തിൽ ഞാൻ രണ്ടാമത്തവളുടെ കാമുകനായി. ആദ്യത്തവൾക്ക് ജീവിതത്തിലെ ചില യാഥാർഥ്യങ്ങൾ പഠിക്കാൻ അവസരമുണ്ടാക്കിക്കൊടുത്തു. നിർഭാഗ്യവശാൽ ആ വേശ്യയ്ക്ക് ഒരു മധ്യവർഗ മാനസികാവസ്ഥയാണ് ഉണ്ടായിരുന്നത്. പുരോഗമന സ്വഭാവമുള്ള ഒരു വാരികയ്ക്ക്‌വേണ്ടി സ്വന്തം ഓർമക്കുറിപ്പുകൾ, കുമ്പസാരങ്ങൾ–എഴുതാമെന്ന് സമ്മതിച്ചിരിക്കുകയാണവൾ. ആ പെൺകുട്ടി തന്റെ കടിഞ്ഞാണില്ലാത്ത വികാരങ്ങളെ തൃപ്തിപ്പെടുത്താനും തന്റെ അപരിമേയമായ കഴിവുകളെ ഉപയോഗിക്കാനുമായി വിവാഹിതയായി. വളരെയധികം ദുഷ്പ്രചാരം ലഭിച്ചിരുന്ന പുരുഷന്മാർക്കു മാത്രമായുള്ള ഒരു ക്ലബ്ബിൽ അംഗത്വം ലഭിച്ചപ്പോൾ ഞാൻ അതിൽ ഏറെ ഊറ്റം കൊണ്ടു. അവിടെവെച്ച് എന്റെ മദ്യപാനം കലശലായി. എന്നാൽ ഞാൻ അതേപ്പറ്റി അധികം പറയുന്നില്ല. വിവരമുള്ളവർപോലും മറ്റൊരുവനേക്കാൾ ഒരു കുപ്പി കൂടുതൽ കുടിച്ചു എന്നു പറയുന്നതിൽ ഊറ്റം കൊള്ളുന്നവരാണെന്ന് നിങ്ങൾക്കറിവുള്ളതാണല്ലോ. ആ സുഖലോലുപജീവിതത്തിന്റെ ധൂർത്തിൽ എനിക്കു ശാന്തിയും സമാധാനവും ലഭിക്കുമായിരുന്നിരിക്കണം. എന്നാൽ അവിടെയും ഞാൻ എന്റെ ഉള്ളിൽനിന്നുതന്നെ ഒരു തടസ്സത്തെ അഭിമുഖീകരിച്ചു. ഇത്തവണ എന്റെ കരളാണ് പ്രശ്നമുണ്ടാക്കിയത്; ശമനമില്ലാത്ത അതിക്ഷീണവും. അതിന്നും എന്നെ വിട്ടു മാറിയിട്ടില്ല. അനശ്വരനാകാൻവേണ്ടി കളിച്ച് ഏതാനും ആഴ്ചകൾ കഴിയുന്നതിനകംതന്നെ അടുത്ത ദിവസംവരെ പിടിച്ചുനിൽക്കാൻ കഴിയുമോ എന്ന് സന്ദേഹമുണ്ടാകുന്ന അവസ്ഥ.

രാത്രിജീവിതസാഹസികതകൾ വേണ്ടെന്നുവെച്ചശേഷം എനിക്ക് ആ അനുഭവങ്ങളിൽനിന്നുണ്ടായ ഏകപ്രയോജനം ജീവിതമെനിക്ക് അത്രതന്നെ വേദനാജനകമല്ലാതായി എന്നതു മാത്രമാണ്. എന്റെ ശരീരത്തെ കാർന്നുതിന്നിരുന്ന അതിക്ഷീണം അതേസമയംതന്നെ എന്നിലെ മറ്റുപലതും ദ്രവിപ്പിച്ചിരുന്നു. അമിതത്വം പ്രാണശക്തിയെ കെടുത്തുന്നു, അതുകൊണ്ട് വേദന കൂടുന്നു. വിഷയാസക്തിയിൽ സാധാരണ കരുതപ്പെടുന്നതുപോലെ ഭ്രാന്തമായ ആവേശമൊന്നുമില്ല. അതൊരു നീണ്ട സുഷുപ്തിയാണ്. സംശയരോഗത്തിന്റെ അടിമകളായ പുരുഷന്മാർക്ക് തങ്ങളെ വഞ്ചിച്ചുവെന്ന് അവർക്കുറപ്പുള്ള സ്ത്രീയുമൊത്ത് ശയിക്കുക എന്നതാണ് ഏറ്റവും തീവ്രമായ ആഗ്രഹമെന്ന് നിങ്ങൾ ശ്രദ്ധിച്ചിട്ടുണ്ടാവും. തങ്ങളുടെ പ്രിയപ്പെട്ട നിധി ഇപ്പോഴും തന്റെതുതന്നെയാണെന്ന് ഒരിക്കൽക്കൂടി ഉറപ്പുവരുത്താൻ വേണ്ടിയാണത്. അവർക്ക് അവളെ പ്രാപിച്ച് സ്വന്തമാക്കണം. അതുകഴിഞ്ഞാൽ കുറച്ചു സമയത്തേക്ക് അവരുടെ സംശയവും കുറയുന്നു എന്ന വസ്തുതയുമുണ്ട്. ശാരീരികമായ അസൂയയും സംശയവും ഭാവനയുടേതുനതുപോലെ ഒരു സ്വയംവിധിയുടേയും ഫലമാണ്. അതേ സാഹചര്യങ്ങളിൽ തനിക്കുണ്ടാവുന്ന ദുഷിച്ച ചിന്തകൾ തന്റെ എതിരാളിയിലും

അവരോധിക്കുകയാണ് ചെയ്യുന്നത്. ഭാഗ്യവശാൽ അമിതമായ ഐന്ദ്രിയ സംതൃപ്തി ഭാവനയേയും വിധിക്കുവാനുള്ള ശക്തിയേയും തളർത്തുന്നു. വീര്യം സുപ്താവസ്ഥയിൽ തുടരുന്നിടത്തോളംകാലം പരിതാപവും മയങ്ങിക്കിടക്കുന്നു. ഇതേ കാരണങ്ങൾകൊണ്ടുതന്നെ ചെറുപ്പക്കാർക്ക് അവരുടെ ആദ്യത്തെ സ്ത്രീയെ പ്രാപിക്കുമ്പോൾ തങ്ങളുടെ അതിഭൗതിക അസ്വസ്ഥതകൾ നഷ്ടപ്പെടുന്നു. കാമകേളിക്കുള്ള ലൈസൻസ് മാത്രമായ ചില വിവാഹങ്ങൾ പുതുമയുടെയും സാഹസികതയുടെയും ബലത്തിൽ മാത്രം നിലനിൽക്കുന്ന ശവമഞ്ചങ്ങളായി മാറുന്നു. അതെ സുഹൃത്തേ, ബുർഷ്വാ വിവാഹങ്ങൾ നമ്മുടെ രാജ്യത്തെ ബലഹീനമാക്കിക്കൊണ്ടിരിക്കുന്നു. ക്രമേണ അതിനെ മരണത്തിന്റെ കവാടങ്ങളിലേക്കെത്തിക്കും.

ഞാൻ അതിശയോക്തി കലർത്തി വർണിക്കുകയാണെന്നോ? തീരെയല്ല. പക്ഷേ ഞാൻ വിഷയത്തിൽനിന്നും വ്യതിചലിക്കുന്നു. മദിരോത്സവങ്ങളുടെ ആ മാസങ്ങളിൽനിന്നും എനിക്കു ലഭിച്ച പ്രയോജനങ്ങളെ പ്പറ്റി പറയണമെന്നു മാത്രമേ ഉണ്ടായിരുന്നുള്ളൂ. അക്കാലത്തു ഞാൻ ഒരുമാതിരി കട്ടിമഞ്ഞിനുള്ളിലാണ് കഴിഞ്ഞത്; അതുമൂലം എന്റെ നേരെ യുള്ള കുത്സിതമായ ആ ചിരിയുടെ ആരവം കുറഞ്ഞതായി തോന്നി. ക്രമേണ ഞാൻ അതു ശ്രദ്ധിക്കാതെയായി. എന്നെ ഏതാണ്ട് നിറച്ച അന്യമനസ്കതയുടെ കാഠിന്യം വർധിച്ചുവന്നു. ഇനിമേൽ വികാരങ്ങ ളില്ല, സമചിത്തത. അരിശമേയില്ല. ക്ഷയം ബാധിച്ച ശ്വാസകോശങ്ങളെ ഉണക്കുകയാണ് അതിനുള്ള ചികിത്സ. എന്നാൽ ക്രമേണ ആ ശ്വാസ കോശങ്ങളുടെ സന്തോഷവാനായ ഉടമ ശ്വാസംമുട്ടി മരിക്കുന്നു. എന്നെ സംബന്ധിച്ചിടത്തോളവും ഇതുതന്നെ സംഭവിച്ചു; എന്റെ ചികിത്സ കൊണ്ടുതന്നെ ഞാൻ ശാന്തിപൂർവം മരിച്ചു. തൊഴിൽപരമായി ഞാൻ ജീവിച്ചുതന്നെയിരുന്നെങ്കിലും ഭാഷയുടെ ഉപയോഗത്തിൽ ഞാൻ പ്രക ടിപ്പിച്ച അതിക്രമങ്ങളും, നിലതെറ്റിയ എന്റെ ജീവിതരീതി മൂലം തൊഴി ലിനോടുള്ള ആത്മാർഥത പുലർത്താൻ കഴിയാത്തതും എന്റെ ഖ്യാതിക്ക് ഉടവു തട്ടിച്ചു. എന്റെ നിശാസാഹസങ്ങളേക്കാൾ വാക്കുകൾകൊണ്ടു പ്രകോപനം സൃഷ്ടിച്ചതായിരുന്നു കൂടുതൽ അനിഷ്ടം ജനിപ്പിച്ചതെ ന്നത് പ്രത്യേകം ശ്രദ്ധാർഹമാണ്. എന്റെ വാദങ്ങളിൽ, പ്രസംഗങ്ങളിൽ, കൂടെക്കൂടെ ദൈവത്തെപ്പറ്റിയുള്ള പ്രതിപാദനവുമുണ്ടായത് എന്റെ കക്ഷികളിൽ അവിശ്വാസം ജനിപ്പിച്ചു. നിയമപരിജ്ഞാനമുള്ള ഒരു വക്കീ ലിനു കഴിയുന്നതുപോലെ, സ്വർഗത്തിലിരിക്കുന്ന ദൈവത്തിന് തങ്ങളുടെ താൽപര്യങ്ങൾ സംരക്ഷിക്കാൻ കഴിയില്ലെന്ന് അവർക്ക് തോന്നി. എന്റെ അജ്ഞതയെ മൂടിവയ്ക്കാനായാണ് ഞാൻ ദൈവത്തെ വിളിക്കുന്നതെന്ന് നിഗമനത്തിൽ എത്തുക സ്വാഭാവികമായി അടുത്ത പടിയായിരുന്നു.

കക്ഷികൾ എന്നെ വിട്ടുപോവാൻ തുടങ്ങിയിരുന്നു. വല്ലപ്പോഴു മൊക്കെ മാത്രം ഞാൻ കേസുകൾ വാദിച്ചു. ഞാൻ പറയുന്നതിൽ ഞാൻ തന്നെ വിശ്വസിക്കുന്നില്ലായെന്നുമറന്ന അവസരങ്ങളിൽ ഞാനൊരു നല്ല അഭിഭാഷകനായി തിളങ്ങി. എന്റെ ശബ്ദം എന്നെയുംകൊണ്ട് ഉയർന്നു

പോയി, പറന്നില്ലെങ്കിലും എവിടെയെങ്കിലുമൊക്കെയെത്തി. എന്റെ തൊഴി
ലിനു പുറത്ത് വളരെക്കുറച്ചു പേരുമായെ ഞാൻ ബന്ധം പുലർത്തി
യുള്ളൂ. സ്ത്രീകളുമായുള്ള ഒന്നുരണ്ടു തളർന്ന അടുപ്പങ്ങൾ മാത്രം വിഷ
മിച്ചു നിലനിർത്തി. ആസക്തിയില്ലാത്ത ചില സൗഹൃദ സായാഹ്നങ്ങൾ
വല്ലപ്പോഴുമൊക്കെയുണ്ടായി. എന്നാലും ഒരു വലിയ വ്യത്യാസമുണ്ടാ
യിരുന്നു; ഞാൻ ആരും സംസാരിക്കുന്നത് ശ്രദ്ധിക്കാതായിരുന്നു. മടു
പ്പിനോടു സമരസപ്പെട്ടിരുന്നു. ഞാൻ കുറേക്കൂടി തടിച്ചു. പ്രതിസന്ധി
ഘട്ടം തരണം ചെയ്തുവെന്നു വിശ്വസിക്കാമെന്നായി. ഇനിയൊന്നും
ബാക്കിയില്ല; തിന്നു കുടിച്ച് വയസ്സുകൂട്ടുക മാത്രം.

ഒരു ദിവസം, ഒരു കപ്പലിൽ യാത്ര ചെയ്യുകയായിരുന്നു. ഒപ്പം ഒരു
സുന്ദരി സുഹൃത്തുമുണ്ടായിരുന്നു. എന്റെ 'രോഗം' മാറിയതിന്റെ വിരു
ന്നാണതെന്ന് ഞാൻ അവളോടു പറഞ്ഞിരുന്നില്ല. പെട്ടെന്ന് അങ്ങകലെ,
കടലിൽ ഒരു കറുത്ത പൊട്ട് എന്റെ ദൃഷ്ടിയിൽ പെട്ടു. ഞാൻ മുഖം
തിരിച്ചു. എന്റെ ഹൃദയം വന്യമായി മിടിക്കാൻ തുടങ്ങി. വീണ്ടും
നോക്കാൻ കഴിഞ്ഞപ്പോഴേക്കും ആ കറുത്ത പൊട്ട് അപ്രത്യക്ഷമായി
രുന്നു. ഞാൻ സഹായത്തിനായി ആളെക്കൂട്ടാൻ ഉറക്കെ വിളിക്കാനായു
കയായിരുന്നു. അപ്പോഴാണ് ആ കറുത്ത പൊട്ട് വീണ്ടും പ്രത്യക്ഷപ്പെട്ടത്.
കപ്പലുകൾ സാധാരണ ഉപേക്ഷിച്ചുപോകാറുള്ള അവശിഷ്ടങ്ങളി
ലെന്തോ ഒന്നു മാത്രമായിരുന്നു അത്. എന്നിട്ടുപോലും അതു കണ്ടു
കൊണ്ടു നിൽക്കാൻ എനിക്കായില്ല. മുങ്ങിച്ചാവുന്ന ഒരാളായിരുന്നു
അതെന്നാണ് ആദ്യം എനിക്കു തോന്നിയിരുന്നത്. അപ്പോൾ എനിക്കു
മനസിലായി–വളരെക്കാലമായി നമുക്ക് ഉള്ളിന്റെയുള്ളിൽ മാത്രം ബോധ്യ
മുണ്ടായിരുന്ന ഒരു സത്യം മറനീക്കി വരുന്നതുപോലെ– സിൻ നദിക്കര
യിൽ എന്റെ പിന്നിൽനിന്നുയർന്നു കേട്ട ആ രോദനം ഒരിക്കലും നിലച്ചി
രുന്നില്ല എന്ന്, പുഴ ആ രോദനത്തെ ഇംഗ്ലീഷ് ചാനൽ വഴി അനന്തമായ
ആഴിയിലേയ്ക്കെത്തിച്ചിരുന്നെന്ന്, ആഴിയുടെ മടിത്തട്ടിൽ അതെനിക്കു
വേണ്ടി കാത്തിരിക്കുകയായിരുന്നെന്ന്, പുഴകളിലും സമുദ്രങ്ങളിലും
എല്ലായിടത്തും എന്റെ കയ്പുനിറഞ്ഞ മാമൂദീസാ ജലം എവിടെയൊക്കെ
പുരണ്ടിട്ടുണ്ടോ അവിടെയൊക്കെ എന്നെ കാത്തിരിപ്പുണ്ടെന്ന്. സംഗതി
വശാൽ ഇപ്പോളും നമ്മൾ വെള്ളത്തിനു മുകളിൽത്തന്നെയാണല്ലോ. കര
യുമായുള്ള അതിരുകൾ വേർതിരിച്ചറിയാൻ കഴിയാത്ത ഏകതാനമായ
അവസാനമില്ലാത്ത പരപ്പിൽ? നമ്മൾ എന്നെങ്കിലും ആംസ്റ്റർഡാമിൽ തിരി
ച്ചെത്തുമെന്നുള്ളത് അവിശ്വസനീയമാണോ? വിശുദ്ധജലത്തിന്റെ അതി
ബൃഹത്തായ ഈ കാസയിൽനിന്നും നാം ഒരിക്കലും കരകയറുകയു
മില്ല. ശ്രദ്ധിക്കൂ, ദൃഷ്ടിഗോചരമല്ലാത്ത കടൽക്കാക്കകളുടെ കരച്ചിൽ
നിങ്ങൾ കേൾക്കുന്നില്ലേ? അവർ എന്തിലേക്കാണ് നമ്മെ ക്ഷണിക്കുന്നത്?
എന്റെ രോഗം മാറിയിട്ടില്ലെന്ന് ആത്യന്തികമായി എനിക്കു മനസി
ലായ അറ്റ്ലാന്റിക്കിലെ ആ ദിവസവും ഇതേ കടൽക്കാക്കകളുടെ കര
ച്ചിൽ ഞാൻ കേട്ടിരുന്നു. ഇപ്പോഴും ഞാൻ വലയപ്പെട്ടിരിക്കുന്നെന്നും
എന്നെക്കൊണ്ടു സാധ്യമായ രീതിയിൽ ഞാൻ അതിജീവനം നടത്ത

ണമെന്നും അന്നെനിക്കു മനസിലായി. പ്രഭാപൂരമായ ജീവിതം അവ
സാനിച്ചിരിക്കുന്നു. എന്നാൽ ആവേഗവും ഞരമ്പുകളുടെ കോച്ചിവലി
യലും അവസാനിച്ചിരിക്കുന്നു. ഞാൻ കീഴടങ്ങി കുറ്റസമ്മതം നടത്ത
ണം. ഞാൻ ഇനി 'ചെറിയ സുഖത്തിൽ' ജീവിക്കണം. മധ്യകാലത്ത്
ഭൂമിയുടെ ഉപരിതലത്തിനു കീഴെ പണിതീർത്തിരുന്ന 'ചെറിയ
സുഖ'മെന്ന പേരിൽ അറിയപ്പെട്ടിരുന്ന തടവറകളെപ്പറ്റി നിങ്ങൾ തീർച്ച
യായും കേട്ടിട്ടില്ല. ഏറിയകൂറും അതിലെ തടവുകാരെപ്പറ്റി ആരും ഓർക്കാ
റുണ്ടായിരുന്നില്ല. തടവറകളുടെ അളവുകൾ വിചിത്രമായിരുന്നു.
നിവർന്നുനിൽക്കാൻതക്ക പൊക്കമോ നിവർന്നു കിടക്കാൻതക്ക
വീതിയോ നീളമോ അതിനുണ്ടായിരുന്നില്ല. കോണായി മാത്രമേ അതിൽ
കഴിയാൻ പറ്റുകയുള്ളൂ. ഉറക്കം ഒരു നിലംപതിക്കലായിരുന്നു. ഉണർവ്
ഒരു കുത്തിയിരിപ്പും. സുഹൃത്തേ ആ ലളിതമായ കണ്ടുപിടിത്തത്തിനു
പിന്നിൽ അസാമാന്യമായ പ്രതിഭ ഉണ്ടായിരുന്നു. ഞാൻ അളന്നുതൂക്കി
അന്നെയാണ് വാക്കുകൾ ഉപയോഗിക്കുന്നത്, സുഹൃത്തേ, പ്രതിഭ
തന്നെയായിരുന്നു അത്. തന്റെ ശരീരത്തെ വിറങ്ങലിപ്പിക്കുന്ന മാറാത്ത
നിയന്ത്രണങ്ങളിലൂടെ തടവുകാരൻ താൻ അപരാധിയാണെന്ന് നിത്യേന
യെന്നോണമറിഞ്ഞു; നിരപരാധിത്വമെന്നുവെച്ചാൽ സന്തോഷപൂർവം
നീണ്ടുനിവർന്നു കിടക്കലാണെന്നും. കൊടുമുടികളിലും കപ്പലിന്റെ
മേൽഡക്കിലും കഴിയാൻ ഇഷ്ടപ്പെട്ടിരുന്ന ഒരാളെ അങ്ങനെയൊരു
ഭൂഗർഭ തടവറയിൽ വിഭാവനം ചെയ്യാൻ താങ്കൾക്കു കഴിയുമോ? എന്ത്?
ആ നിലവറകളിൽ കഴിഞ്ഞാലും നിരപരാധിയായിരിക്കാമെന്നോ? അസം
ഭാവ്യം. തീർത്തും അസാധ്യം. മറിച്ചാണെങ്കിൽ എന്റെ ന്യായവാദങ്ങ
ളെല്ലാം തകരും. നിരപരാധിത്വം മുതുകിൽ കൂനുമായി ജീവിക്കുക– ഒരു
നിമിഷത്തേക്കു പോലും അങ്ങനെയൊരു പരികല്പന എനിക്കസാധ്യ
മാണ്– തന്നെയുമല്ല ആരുടേയും നിരപരാധിത്വം നമുക്ക് ഉറപ്പിച്ചുപറ
യാൻ കഴിയില്ല. എന്നാൽ എല്ലാവരുടേയും അപരാധത്തെപ്പറ്റി തീർച്ച
യായും വിളംബരം ചെയ്യാം. ഓരോ മനുഷ്യനും മറ്റെല്ലാവരുടേയും കുറ്റ
കൃത്യങ്ങളെപ്പറ്റി സാക്ഷിപറയുന്നു–ഇതാണ് എന്റെ വിശ്വാസവും ആശ
യും.

എന്നെ വിശ്വസിക്കൂ, മതങ്ങൾ സദാചാരബോധനവും പൊട്ടിത്തെ
റിക്കുന്ന കൽപ്പനകളും പുറപ്പെടുവിക്കാൻ തുടങ്ങുമ്പോൾ അവയുടെ
പാളം തെറ്റുന്നു. പാപബോധം ജനിപ്പിക്കാനോ ശിക്ഷിക്കാനോ ദൈവ
ത്തിന്റെ ആവശ്യമില്ല. അതിന് നമ്മുടെ സഹായത്തോടെ നമ്മുടെ സഹ
ജീവികൾ ധാരാളമാണ്. നിങ്ങൾ അന്തിമവിധിയെപ്പറ്റി സംസാരിച്ചല്ലോ?
ബഹുമാനത്തോടെയാണെങ്കിലും ഞാനൊന്നു ചിരിച്ചോട്ടെ. ഞാൻ അതി
നായി ക്ഷമയോടെ കാത്തിരിക്കാം. എന്തായാലും അതിലും ഭീതിദമായ
ഒന്ന്, മനുഷ്യരുടെ വിധി ഞാൻ അറിഞ്ഞുകഴിഞ്ഞല്ലോ. അവരെ സംബ
ന്ധിച്ചിടത്തോളം സാഹചര്യങ്ങളുടെ സംശയംപോലും പ്രസക്തമല്ല; സദു
ദ്ദേശ്യങ്ങൾപോലും കുറ്റമായാണ് കണക്കാക്കപ്പെടുന്നത്. തുപ്പൽ
സെല്ലിനെപ്പറ്റിയെങ്കിലും നിങ്ങൾ കേട്ടിട്ടുണ്ടാവുമല്ലോ? ഈയിടെ ഒരു

വംശം, തങ്ങളാണ് ഭൂമിയിലെ മറ്റെല്ലാ വംശങ്ങളേക്കാളും മികച്ചതെന്ന് തെളിയിക്കാനായി നടത്തിയ ഒരു കണ്ടുപിടിത്തം? ഭിത്തികൾ കെട്ടി ഉണ്ടാക്കിയ ഒരു പെട്ടി, അതിൽ ഒരു തടവുകാരനു നേരെ നിൽക്കാം. എന്നാൽ അനങ്ങാൻ കഴിയില്ല. അയാളെ സെല്ലിൽ അടയ്ക്കുന്ന കതക് തടവുകാരന്റെ താടിവരെയേ വരൂ. അങ്ങനെ അയാളുടെ മുഖം മാത്രമേ കാണാനാവൂ. അതുവഴി നടന്നുപോകുന്ന ഓരോ ജയിലറും തടവുകാരന്റെ മുഖത്ത് തുപ്പും. ഒരു ആപ്പുപോലെ തന്റെ സെല്ലിൽ നിൽക്കുന്ന അയാൾക്ക് മുഖം തുടയ്ക്കാൻ കഴിയില്ല. എങ്കിലും ഒരു കാര്യം പറയാതെ തരമില്ല. അയാൾക്ക് കണ്ണുകളടയ്ക്കാനുള്ള അനുവാദം കൊടുത്തിട്ടുണ്ട്. എന്തുപറയുന്നു സുഹൃത്തേ, ഇതു മനുഷ്യന്റെ കണ്ടുപിടിത്തമാണ്. ഈ മാസ്റ്റർപീസിനുവേണ്ടി അവർക്ക് ദൈവത്തിന്റെ സഹായം ആവശ്യം വന്നില്ല.

അതുകൊണ്ട്? ദൈവത്തിന്റെ ഒരേ ഒരു ഉപയോഗം നിരപരാധിത്വം ഗാരന്റി ചെയ്യുക മാത്രമാണ്. മതത്തിനെ വലിയ അലക്കുകമ്പനിയായി മാത്രമേ എനിക്കു കാണാൻ കഴിയുന്നുള്ളൂ. പണ്ട് അതങ്ങനെയായിരുന്നു. കൃത്യമായി മൂന്നു വർഷത്തേക്ക്. അന്നതിനെ മതമെന്നതു വിളിച്ചിരുന്നില്ല. അതിനുശേഷം സോപ്പില്ലാതെയായി. നമ്മുടെ മുഖങ്ങൾ അഴുക്കു പുരണ്ടതായി, നാം പരസ്പരം മൂക്കുകൾ തുടയ്ക്കുന്നു. മൂഢന്മാർ എല്ലാവരും ശിക്ഷിക്കപ്പെടുന്നു. നമുക്കെല്ലാവർക്കും പരസ്പരം തുപ്പാം. പിന്നെ വേഗം 'ചെറിയ സുഖ'ത്തിലേക്ക് പോകാം. ഓരോരുത്തരും ആദ്യം തുപ്പാൻ ശ്രമിക്കുന്നു. അത്രമാത്രം. ഒരു വലിയ രഹസ്യം ഞാൻ പറഞ്ഞുതരാം. സുഹൃത്തേ, 'അന്തിമ വിധിക്കായി' കാത്തിരിക്കേണ്ട. അതെന്നും സംഭവിക്കുന്നു.

ഹേയ് സാരമില്ല, ഈ നശിച്ച ഈർപ്പത്തിൽ ഞാൻ അൽപ്പം വിറക്കുന്നുവെന്നേയുള്ളൂ. എന്തായാലും നമ്മൾ എത്തിക്കഴിഞ്ഞല്ലോ. ആദ്യം നിങ്ങൾ ഇറങ്ങൂ. എങ്കിലും പൊയ്ക്കളയരുതേ, ഞാൻ അപേക്ഷിക്കുകയാണ്. എന്റൊപ്പം വീടുവരെ നടക്കുന്നേ. ഞാൻ പറഞ്ഞുകഴിഞ്ഞില്ല, ഇനി പറഞ്ഞുതീർത്തേ പറ്റൂ. തുടർന്നുകൊണ്ടേയിരിക്കുക കഠിനമാണ്. പറയൂ, നിങ്ങൾക്കറിയാമോ, അവൻ എന്തിനാണ് കുരിശിലേറ്റപ്പെട്ടതെന്ന്. അതുതന്നെ, നിങ്ങൾ ആരെപ്പറ്റി ഈ നിമിഷം ആലോചിച്ചുവോ അവൻ തന്നെ? ഒരുപിടി കാരണങ്ങളുണ്ടായിരുന്നു അല്ലേ? ഒരാളെ കൊലചെയ്യുന്നതിന് കാരണങ്ങൾക്ക് ക്ഷാമമേയില്ല. മറിച്ച് അയാൾ ജീവിക്കുന്നതിനെ ന്യായീകരിക്കുക ദുസ്സാധ്യമാണ്. അതുകൊണ്ടാണ് കുറ്റങ്ങൾക്ക് എപ്പോഴും വക്കീലന്മാരെ ലഭിക്കുന്നത്. നിരപരാധിത്വത്തിന് വല്ലപ്പോഴും മാത്രവും. പക്ഷേ കഴിഞ്ഞ രണ്ടായിരം വർഷങ്ങളായി നമ്മളോടു വളരെ ഭംഗിയായി വിശദീകരിച്ചുതന്നിട്ടുള്ള കാരണം കൂടാതെ ആ ഭയങ്കരമായ യാതനയ്ക്ക് മറ്റൊരു കാരണം കൂടി ഉണ്ടായിരുന്നു. എന്തുകൊണ്ടാണത് ഇത്ര ഭദ്രമായി ഒളിപ്പിച്ചുവെച്ചിരിക്കുന്നതെന്ന് എനിക്കറിയില്ല. യഥാർഥ കാരണം എന്താണെന്നുവെച്ചാൽ താൻ പൂർണമായും നിരപരാധിയായിരുന്നില്ലെന്ന് അറിയാമായിരുന്നു. തനിക്കെതിരെ

ആരോപിക്കപ്പെട്ട കുറ്റത്തിന്റെ ഭാരം അയാൾ വഹിച്ചില്ലെങ്കിലും അവൻ മറ്റു കുറ്റകൃത്യങ്ങൾ ചെയ്തിരുന്നു. അവയേതെന്ന് അവന് അറിയില്ലാ യിരുന്നുവെന്നു മാത്രം. അവന് അവ ശരിക്കും അറിയില്ലായിരുന്നോ? അതിന്റെ പ്രഭവസ്ഥാനത്ത് അവൻ തന്നെയായിരുന്നല്ലോ? നിഷ്കളങ്ക രുടെ കശാപ്പിനെപ്പറ്റി അവൻ തീർച്ചയായും കേട്ടുകാണുമല്ലോ? ജൂദേ യിലെ കുഞ്ഞുങ്ങൾ കശാപ്പു ചെയ്യപ്പെടുകയായിരുന്നല്ലോ? അവനെ അച്ഛ നമ്മമാർ സുരക്ഷിതസ്ഥലത്തേക്ക് എത്തിച്ചപ്പോൾ– ആ കുഞ്ഞുങ്ങൾ മരിച്ചത് അവൻ മൂലമല്ലേ? രക്തത്തിൽ കുളിച്ച പട്ടാളക്കാരും രണ്ടായി ചേദിക്കപ്പെട്ട കുഞ്ഞുങ്ങളും അവനെ ഭീതിദമായ അവസ്ഥയിലെത്തിച്ചു. അവനെപ്പോലെ ഒരാൾക്ക് അതത്രവേഗം മറക്കാൻ പറ്റില്ല എന്നെനിക്ക് ഉറപ്പുണ്ട്. എല്ലാ പ്രവൃത്തികളിലും അന്തർലീനമായ ദു:ഖഭാവം. തന്റെ കുട്ടികൾക്കുവേണ്ടി തേങ്ങുന്ന, ആരുടേയും ആശ്വസിപ്പിക്കൽ കൈക്കൊ ള്ളാത്ത റേച്ചലിന്റെ എല്ലാ രാത്രികളിലേയും കരച്ചിൽകേട്ട് ആ ദയനീയ രോദനം രാത്രിയെ കീറിമുറിച്ചിരുന്നു, അവനുവേണ്ടി കൊല്ലപ്പെട്ട തന്റെ കുട്ടികളുടെ പേരെടുത്ത് അവൾ കരഞ്ഞു. അപ്പോഴും അവൻ ജീവ നോടെ ഇരിക്കുകയും.

പകലും രാത്രിയും തന്റെ നിഷ്കളങ്കമായ അപരാധവുമായി മുഖാ മുഖം വേണ്ടിവന്നപ്പോൾ അയാൾക്കു പിടിച്ചുനിൽക്കാൻ കഴിയാതെ വന്നു. അതെങ്ങനെയെങ്കിലും അവസാനിച്ചുകിട്ടിയാൽ മതിയായിരുന്നു, തന്നെത്തന്നെ പ്രതിരോധിക്കാതിരിക്കാൻ, ഒന്നു മരിക്കാൻ, ആ കുട്ടിക ളിൽ ജീവിച്ചിരിക്കുന്ന ഒരേ ഒരാൾ ആവാതിരിക്കാൻ.

ഞാനെന്താണു പറയുന്നതെന്ന് എനിക്കു നല്ലവണ്ണം അറിയാം. ഒരു നിശ്ചിത നിമിഷത്തിലും, ഞാൻ അടുത്ത നിമിഷംവരെ എങ്ങനെ ജീവി ച്ചിരിക്കുമെന്ന് വേവലാതിപൂണ്ടിരുന്ന കാലവുമുണ്ടായിരുന്നു, എന്റെ ജീവിതത്തിൽ. ഈ ലോകത്തിൽ പലതുമാവാം, യുദ്ധം ചെയ്യാം, സ്നേഹിക്കുന്നുവെന്നു നടിക്കാം, സഹജീവിയെ കഠിനമായി വേദനിപ്പി ക്കാം. ഒന്നുമല്ലെങ്കിൽ തുന്നിക്കൊണ്ടിരിക്കുമ്പോൾ അയൽപക്കക്കാരി യെപ്പറ്റി പരദൂഷണം പറയാം. എന്നാൽ ചില അവസരങ്ങളിൽ ജീവിതം തുടർന്നുപോവുക, മനുഷ്യാതീതമാകുന്നു. അവൻ എന്തായാലും ഒരു മനുഷ്യൻ തന്നെയായിരുന്നു; സൂപ്പർമാൻ ആയിരുന്നില്ല. തന്റെ പ്രാണ സങ്കടം അവൻ ഉറക്കെ പ്രകടിപ്പിച്ചു. "നീ എന്തിനെന്നെ കൈവെ ടിഞ്ഞു?"–അതുകൊണ്ട് എന്തിനുവേണ്ടിയാണ്, താൻ മരിക്കുന്നതെന്ന് അറിയാതെ മരിച്ച എന്റെ സുഹൃത്തിനെ ഞാൻ സ്നേഹിക്കുന്നത്.

എന്തുണ്ടായാലും തുടർന്നു ജീവിച്ചുപോവാൻ നിർബന്ധിതരായ നമ്മെ തനിച്ചാക്കി അവൻ പോയി എന്നുള്ളതാണ് ദൗർഭാഗ്യകരം. ചെറിയ സുഖത്തിലാണെങ്കിലും തുടരണം. അവനുണ്ടായിരുന്ന അറി വ്, ബോധം, നമുക്കും ഉണ്ടായിരുന്നിട്ടും അവൻ ജീവിച്ചപോലെ ജീവി ക്കാനോ, അവൻ മരിച്ചപോലെ മരിക്കാനോ നമുക്കു കഴിയുന്നില്ല. അവന്റെ മരണത്തിൽനിന്നും എന്തെങ്കിലും ഗുണപാഠം ലഭിക്കുമോ എന്ന് ജനം ന്യായമായും പരിശ്രമിച്ചുനോക്കി. 'നിങ്ങൾ ആകെ അവശനായി

രിക്കുന്നല്ലോ! ശരി, ഞങ്ങൾ വിശദാംശങ്ങളിലേക്കു കടക്കുന്നില്ല. എല്ലാം ഒറ്റയടിക്ക് ഇല്ലാതാക്കിയേക്കാം, കുരിശിന്മേൽ!' ഇങ്ങനെ പറഞ്ഞ് ഇല്ലായ്മ ചെയ്യാൻ പ്രതിഭയില്ലാതെ പറ്റുമോ! വളരെക്കാലമായി കുരി ശിൽ തറയ്ക്കപ്പെട്ടവന്റെ മേൽ ചവിട്ടിയാണെങ്കിലും വളരെ ദൂരത്തുനി ന്നുതന്നെ കാണപ്പെടുന്നതിനായി വളരെയേറെ ആൾക്കാർ ഇന്നു കുരി ശിലേറാറുണ്ട്. മഹാമനസ്കതയ്ക്കും കാരുണ്യത്തിനും പകരം ഭിക്ഷാ ദാനം മതിയെന്ന് വളരെയേറെ പേർ തീരുമാനിച്ചിരിക്കുന്നു. എന്തൊരന ്യായം, എന്തൊരു കടുത്ത അന്യായമാണ് അയാളോടു ചെയ്തിരിക്കു ന്നത്! അതെന്റെ ഹൃദയത്തെ ഞെരുക്കുന്നു.

എത്രവേഗമാണ് സ്ഥിരം സ്വഭാവങ്ങളിലേക്ക് വീണുപോകുന്നത്, കോടതിയിലെ ഒരു പ്രസംഗംപോലെ ആയി ഇല്ലേ? എന്നോടു ക്ഷമിക്കു ക, എന്റേതായ കാരണങ്ങളുമുണ്ടെന്ന് മനസിലാക്കുക. അവരുടെ പ്രഭു വിനെ അവർ എവിടെയാണ് ഇരുത്തിയിരിക്കുന്നതെന്നു നോക്കൂ. ഒരു ജഡ്ജിയുടെ കസേരയിൽ; അവന്റെ പേരിലാണ് അവർ വിചാരണ ചെയ്യു കയും വിധിക്കുകയും ചെയ്യുന്നത്. അവർ സൗമ്യമായി വേശ്യയോടു പറഞ്ഞു "ഞാൻ നിന്നെ കുറ്റപ്പെടുത്തുന്നില്ല." പക്ഷേ, അതവർക്കു പ്രശ്നമല്ല, ആർക്കും അവർ മാപ്പുകൊടുക്കുന്നില്ല. എല്ലാവരുടെ മേലും കുറ്റം ചാർത്തുന്നു. പ്രഭുവിന്റെ നാമത്തിൽ, ഇതാണ് നീ അർഹിക്കുന്ന ത്. പ്രഭു? സുഹൃത്തേ അവൻ ഇത്രയൊന്നും പ്രതീക്ഷിച്ചില്ല. അവൻ സ്നേഹിക്കപ്പെടാൻ ആഗ്രഹിച്ചു. അത്രമാത്രം. ക്രിസ്ത്യാനികളുടെ ഇട യിൽപ്പോലും അവനെ സ്നേഹിക്കുന്നവരുണ്ട്. എന്നാൽ അവരുടെ എണ്ണം അത്രയധികമില്ല. അവൻ അതും മുൻപേതന്നെ കണ്ടിരുന്നു.അ വനു നർമബോധമുണ്ട്. പീറ്ററിനെ നിങ്ങൾക്കറിയാമല്ലോ. പീറ്റർ അവനെ നിരാകരിച്ചു. "എനിക്കാ മനുഷ്യനെ അറിയില്ല... നിങ്ങൾ പറയുന്നതെ ന്താണെന്ന് എനിക്കറിയില്ല..." സത്യമായും അയാൾ അത്രയൊന്നും പറ യാൻ പാടില്ലായിരുന്നു. അപ്പോൾ എന്റെ സുഹൃത്തേ, അവൻ വാക്കു കൾകൊണ്ടു കളിക്കുന്നു. "നീ പീറ്ററാകുന്നു, ഈ പാറമേൽ ഞാൻ എന്റെ പള്ളി പണിയും." വിരോധാഭാസം ഇതിനുമപ്പുറത്തേക്ക് പോകി ല്ല, അല്ലേ? എന്നാൽ ഇന്നും അവർ തന്നെ വിജയികളാകുന്നു. 'നോക്കൂ, അവൻ അങ്ങനെ പറഞ്ഞിട്ടുണ്ട്!' ശരിയാണ്,അവൻ അങ്ങനെ പറഞ്ഞി രുന്നു.

അവന് പ്രശ്നമെന്താണെന്ന് ശരിക്കുമറിയാമായിരുന്നു. പിന്നെ അവൻ എന്നെന്നേക്കുമായി പോയി; കുറ്റം ചാർത്താനും വിധിക്കാനും അവരെ വിട്ടുകൊണ്ട്. അധരങ്ങളിൽ മാപ്പും, ഹൃദയങ്ങളിൽ വിധിന്യാ യങ്ങളുമായി അവർ മുന്നേറി.

ലോകത്തിൽ സഹതാപം അവശേഷിക്കുന്നില്ല എന്നു പറയാൻ കഴി യില്ല; നാം അതേപ്പറ്റിയുള്ള സംഭാഷണവും ചിന്തയും നിർത്താറേയില്ല ല്ലോ. ആരെയും വെറുതേ വിടുന്നില്ലയെന്നു മാത്രം! നിരപരാധിത്വത്തിന്റെ ശവത്തിനുചുറ്റും ന്യായാധിപന്മാർ തിങ്ങിക്കൂടുന്നു. എല്ലാത്തരം ന്യാ യാധിപന്മാരും; ക്രിസ്തുവിന്റേയും അന്തിക്രിസ്തുവിന്റേയും. രണ്ടു

കൂട്ടരും ഒരുപോലെതന്നെ, എല്ലാത്തിനും ക്രിസ്ത്യാനികളെ മാത്രം കുറ്റ പ്പെടുത്താൻ പാടില്ല. മറ്റുള്ളവരും ഉൾപ്പെട്ടിട്ടുണ്ട്. ദേകോൽത്തേ ഒരിക്കൽ താമസിച്ചിരുന്ന ഈ നഗരത്തിലെ ഒരു വീടിന് എന്തു സംഭവിച്ചുവെന്ന് നിങ്ങൾക്കറിയുമോ? ഇന്നതൊരു ഭ്രാന്താലയമാണ്. അതേ, ഇതൊരു പൊതു ജ്വരമാണ്. നമ്മളെല്ലാവരും ന്യായാധിപന്മാരായിരിക്കുന്നു. അതേ സമയംതന്നെ പരസ്പരദൃഷ്ടിയിൽ അപരാധികളും. നമ്മുടെതായ വില കുറഞ്ഞ രീതിയിൽ നാമെല്ലാം ക്രിസ്തുമാരാണ്. എന്തിനെന്നറിയാതെ ഓരോരുത്തരായി ക്രൂശിക്കപ്പെടുന്നു. നമ്മളുമങ്ങനെയായേനെ, ഞാൻ ഒരു മാർഗം, ഒരേയൊരു പരിഹാരമായ സത്യത്തെക്കണ്ടെത്തിയില്ലായി രുന്നെങ്കിൽ.

ഇല്ല, ഞാൻ നിർത്തുകയാണ് സുഹൃത്തേ. പേടിക്കേണ്ട. നമ്മൾ എന്റെ വീട്ടുപടിക്കൽ എത്തിക്കഴിഞ്ഞു. വല്ലാത്ത തളർച്ചയിലും ഏകാ ന്തതയിലുമായിരിക്കുമ്പോൾ താനൊരു പ്രവാചകനാണെന്നു സ്വയം തോന്നും. സത്യം പറഞ്ഞാൽ ഞാൻ അതാണ്. കല്ലുകൾ നിറഞ്ഞ മരു ഭൂമിയിൽ മൂടൽമഞ്ഞിന്റെയും കെട്ടിക്കിടക്കുന്ന മലിനജലത്തിന്റെയും ഇട യിൽ വൃത്തികെട്ട കാലത്തിന്റെ പൊള്ളയായ പ്രവാചകൻ. സന്ദേശവാ ഹകനില്ലാത്ത ജ്വരവും മദ്യവും കുത്തിനിറച്ച പായൽ പിടിച്ച കതകിൽ ചാരി ഭീഷണമായ ആകാശത്തിനു നേരെ വിരൽചൂണ്ടി ഒരു വിധിയും സഹിക്കാൻ തയ്യാറല്ലാത്ത നീതിരഹിതരായ മനുഷ്യരുടെമേൽ ശാപവ ചനങ്ങൾ ചൊരിഞ്ഞുകൊണ്ടു നിൽക്കുന്ന പ്രവാചകൻ! അവർക്കതു സഹിക്കാൻ കഴിയില്ല സുഹൃത്തേ. അതാണ് ഏറ്റവും വലിയ സമസ്യ. നിയമത്തിനോടൊട്ടിച്ചേർന്നു നിൽക്കുന്ന ഒരുവൻ, അവൻ വിശ്വസിക്കുന്ന ഒരു ചട്ടക്കൂട്ടിൽ അവന്റെ യഥാർഥസ്ഥാനം ചൂണ്ടിക്കാണിച്ചുകൊടുക്കുന്ന വിധിയെ ഭയക്കുന്നില്ല. എന്നാൽ ഏറ്റവും രൂക്ഷമായ മനുഷ്യപീഡന ങ്ങൾ നിയമത്തിനു പുറത്താണ് വിധികൽപ്പിക്കപ്പെടുന്നത്. എങ്കിലും നമ്മൾ ആ പീഡനത്തിൽത്തന്നെ കഴിയുന്നു. അവരുടെമേൽ സഹജമാ യുള്ള വിലക്കുകൾ ഇല്ലാതായതോടെ ജഡ്ജിമാർ അവരുടെ ജോലി അതിവേഗം തീർക്കുകയാണ്. അപ്പോൾ ന്യായമായും നാം അവരേക്കാൾ വേഗത്തിൽ പോകാൻ നോക്കേണ്ടേ? അങ്ങനെ, ശരിക്കും ഒരു ഭ്രാന്താ ലയം. പ്രവാചകന്മാരും മുറിവൈദ്യന്മാരും ശതഗുണീഭവിക്കുന്നു. ലോകം മനുഷ്യരഹിതമാവുന്നതിനുമുമ്പേ എത്തേണ്ടിടത്ത് എത്താനായി ഒരു നല്ല നിയമത്തിന്റെയോ ഒരു സംഘടനയുടെയോ സഹായത്തോടെ അവർ തിരക്കുകൂട്ടുന്നു. ഭാഗ്യവശാൽ ഞാനെത്തി. ആദിയും അന്ത്യവും ഞാനാ ണ്. ഞാൻ നിയമം വിളംബരം ചെയ്യുന്നു. ചുരുക്കിപ്പറഞ്ഞാൽ ഞാനൊരു പശ്ചാത്താപവിവശനായ ജഡ്ജാണ്.

ശരി,ശരി. ഈ മഹത്തായ തൊഴിൽ എന്താണെന്ന് ഞാൻ നാളെ പറയാം. നിങ്ങൾ മറ്റെന്നാൾ പോകുന്നുവല്ലേ. അതുകൊണ്ട് നമുക്ക് അധികം സമയമില്ല. എന്റെ വീട്ടിലേക്ക് വരുമോ? മൂന്നുപ്രാവശ്യം ബെല്ല ടിക്കണം. നിങ്ങൾ പാരീസിലേക്കാണ് തിരിച്ചുപോകുന്നത് അല്ലേ. പാരീസ് വളരെ ദൂരെയാണ്. പാരീസ് സുന്ദരമാണ്. ഞാൻ മറന്നിട്ടില്ല.

പാരീസിലെ സായംസന്ധ്യകൾ എന്റെ മനസില്‍ നിറഞ്ഞുനില്‍ക്കുന്നു. നീലപ്പുകയുയരുന്ന മേല്‍ക്കൂരകളുടെമേല്‍ ഈര്‍പ്പം അല്‍പ്പം പോലുമില്ലാത്ത സായാഹ്നം ഇറങ്ങിവരുന്നു, നഗരം മുരളുന്നു, നദി പിറകോട്ടൊഴുകുന്നെന്ന് തോന്നിക്കുന്നു. ആ സമയത്ത് ഞാന്‍ തെരുവുകളിലൂടെ അലയുമായിരുന്നു. അവര്‍ ഇന്നും അങ്ങനെതന്നെ അലയുന്നുവെന്നെ നിക്കറിയാം. ക്ഷീണിതയായ ഭാര്യയുടെ അടുത്തേക്ക്, കടുത്ത നിയമങ്ങളുള്ള വീട്ടിലേക്ക് തിരക്കുപിടിച്ചു പോകുകയാണെന്ന നാട്യവുമായി അവര്‍ അലയുന്നു. വന്‍നഗരങ്ങളില്‍ അലയുന്ന ഏകാന്തജീവി എങ്ങനെയായിരിക്കുമെന്ന് നിങ്ങള്‍ക്ക് അറിയുമോ സുഹൃത്തേ?

ആറ്

നിങ്ങള്‍ വരുമ്പോള്‍ കിടക്കയില്‍ത്തന്നെ കിടക്കുന്നതില്‍ എനിക്കു ലജ്ജയുണ്ട്. ഹേയ്, കാര്യമായൊന്നുമില്ല. ചെറിയൊരു പനി. ജിന്‍കൊണ്ടാണ് ഞാന്‍ ചികിത്സിക്കുന്നത്. ഇടയ്ക്കിടെ ഇങ്ങനെയൊരു പനി എനിക്കു സാധാരണയാണ്. മലേറിയ ഞാന്‍ പോപ്പായിരുന്ന കാലത്ത് എനിക്കു കിട്ടിയതാണ്. അല്ലാട്ടോ ഒരു പകുതി തമാശ പറഞ്ഞുന്നേയുള്ളൂ. നിങ്ങള്‍ ഇപ്പോള്‍ എന്താണു ചിന്തിക്കുന്നതെന്ന് എനിക്കറിയാം; ഞാന്‍ പറയുന്നതിലെ നേരും നുണയും വേര്‍തിരിച്ചെടുക്കാന്‍ വലിയ ബുദ്ധിമുട്ടാണ്. ശരിയാണ് ഞാന്‍ സമ്മതിക്കുന്നു. നോക്കൂ. ഞാനറിയുന്ന ഒരു വ്യക്തി മനുഷ്യരെ മൂന്നായി തരംതിരിക്കുമായിരുന്നു. നുണ പറയുന്നതിലുംഭേദം മറച്ചുവയ്ക്കാന്‍ ഒന്നുമില്ലാതിരിക്കുകയാണെന്നു കരുതുന്നവര്‍, മറച്ചുവയ്ക്കാന്‍ ഒന്നുമില്ലാതിരിക്കുന്നതിലുംഭേദം നുണ പറയുന്നതാണെന്നു കരുതുന്നവര്‍, മൂന്നാമത്തെ വിഭാഗം നുണപറയലും മറച്ചുവയ്ക്കലും ഒരുപോലെ ഇഷ്ടപ്പെടുന്നവര്‍. ഇതില്‍ ഏതിലാണു ഞാന്‍ പെടുന്നതെന്ന് നിങ്ങള്‍ക്കു തീരുമാനിക്കാം.

എന്നാല്‍ ഞാന്‍ അത്ര കാര്യമാക്കുന്നില്ല. നുണകള്‍ അവസാനം സത്യത്തിലേക്കു നയിക്കാറില്ലേ? ഞാന്‍ പറയുന്ന കഥകളെല്ലാം നേരായാലും നുണയായാലും ഒരേ അവസാനത്തിലേക്കല്ലേ എത്തുന്നത്? അവയ്ക്കെല്ലാം ഒരേ അര്‍ഥംതന്നെയല്ലേ? അതുകൊണ്ട് അവ നേരായാലെന്ത്? നുണയായാലെന്ത്? രണ്ടായാലും ഞാനെന്തായിരുന്നെന്നും എന്താണെന്നുമുള്ളതിന്റെ സൂചകങ്ങളല്ലേ അവ? പലപ്പോഴും സത്യംപറയുന്ന മനുഷ്യനെക്കാള്‍ നുണപറയുന്ന മനുഷ്യനെയാണ് കൂടുതല്‍ വ്യക്തമായി മനസിലാക്കാന്‍ കഴിയുക. സത്യം, പ്രകാശംപോലെ കണ്ണ് അഞ്ചിപ്പിക്കുന്നു. മറിച്ച് കാപട്യം, വസ്തുക്കളുടെ മുഴുപ്പ് വര്‍ധിപ്പിക്കുന്ന ഒരു സുന്ദര സായംസന്ധ്യയാണ്. നിങ്ങള്‍ക്കിത് എങ്ങനെ വേണമെങ്കിലും സ്വീകരിക്കാം. ഒരു തടവുകാരുടെ ക്യാമ്പില്‍ വച്ചാണ് എനിക്കു പോപ്പെന്ന പേരു കിട്ടിയത്.

ദയവുചെയ്ത് ഇരിക്കൂ. നിങ്ങൾ എന്റെ ഈ മുറി നിരീക്ഷിക്കുക യാണല്ലേ! ഇതിൽ ഒന്നുമില്ല. പക്ഷേ വൃത്തിയുള്ളതാണ്. വളരെക്കുറച്ച് വീട്ടുപകരണങ്ങൾ. പുസ്തകങ്ങളുമില്ല. കുറേക്കാലം മുൻപ് ഞാൻ വായന വേണ്ടെന്നുവച്ചു. ഒരുകാലത്ത് എന്റെ വീട് പകുതി വായിച്ച പുസ്തകങ്ങൾകൊണ്ടു നിറഞ്ഞിരുന്നു. കുമ്പസാരങ്ങളല്ലാതെ ഒന്നും എനിക്കിഷ്ടമല്ലാതായി. കുമ്പസാരങ്ങൾ എഴുതുന്നവരോ, കുമ്പസാര മൊഴിവാക്കാനായാണ് എഴുതുന്നതുതന്നെ; അവർക്കറിയുന്നതൊന്നും പറയാതിരിക്കാനായി. വേദനാനിർഭരമായ ഏറ്റുപറച്ചിലുകൾ അവതരി പ്പിക്കാൻ പോകുന്നു എന്നവർ പറയുമ്പോൾ സൂക്ഷിക്കണം; കാരണം അവർ ഒരു ശവത്തെ അലങ്കരിക്കാൻ പോവുകയാണ്. എന്നെ വിശ്വ സിക്കൂ, ഞാനെന്താണു പറയുന്നതെന്ന് എനിക്കു നല്ലതുപോലെ അറിയാം. അങ്ങനെ ഞാൻ അതു നിർത്തി. ഇനിമുതൽ പുസ്തകങ്ങളില്ല, ഉപയോഗശൂന്യമായ സാധനസാമഗ്രികളുമില്ല, അവശ്യവസ്തുക്കൾ മാത്രം, ഒരു ശവപ്പെട്ടിപോലെ വൃത്തിയും മിനുക്കവുമുള്ളത്. പോരെങ്കിൽ, കട്ടിയുള്ളതും, വൃത്തിയും വെടിപ്പുമുള്ള വിരികളുള്ള ഈ ഡച്ച് കിടക്കകൾ-പരിശുദ്ധിയാൽ ആലേപനം ചെയ്ത് ശവക്കച്ചയിൽ പൊതി ഞ്ഞപോലെയാണ് അവയിൽ കിടന്നുള്ള മരണം.

മാർപ്പാപ്പയുടെ റോളിൽ എന്റെ സാഹസകൃത്യങ്ങളെപ്പറ്റി അറി യാൻ താൽപ്പര്യമുണ്ടെന്നോ? അസാധാരണമായി ഒന്നുമില്ലാ യിരുന്നു കേട്ടോ. അതൊക്കെ പറയാനുള്ള ശക്തി എനിക്കുണ്ടാവുമോ എന്തോ... ഏതായാലും പനി ഇറങ്ങുകയാണെന്നു തോന്നുന്നു. അതൊക്കെ വളരെ മുൻപത്തെ കാര്യങ്ങളാണ്. ആഫ്രിക്കയിൽ വച്ചായിരുന്നു. ഒരു മി.റോമലിനു നന്ദി, യുദ്ധം കൊടുമ്പിരിക്കൊണ്ടിരി ക്കുകയായിരുന്നു. ഞാനതിൽ പെട്ടിരുന്നില്ല കേട്ടോ. യൂറോപ്പിലെ യുദ്ധത്തിൽനിന്നു ഞാൻ വഴുതിമാറിയിരുന്നു. സൈന്യത്തിൽ ചേരേണ്ടിവന്നു. എന്നാൽ യുദ്ധം ചെയ്യേണ്ടിവന്നിരുന്നില്ല. എനിക്കതിൽ ഖേദമുണ്ട്. ചിലപ്പോൾ കാര്യ ങ്ങളെല്ലാം മാറിമറിഞ്ഞേനേ. ഫ്രെഞ്ച് സൈന്യത്തിന് എന്നെ അതിന്റെ മുന്നണിയിൽ വേണ്ടിവന്നില്ല. പിൻമാറ്റത്തിൽ ചേരാനേ സൈന്യം എന്നോടാവശ്യപ്പെട്ടുള്ളൂ. അങ്ങനെ ഞാൻ പാരീസിലെത്തി. അവിടെ ജർമൻകാർ ആധിപത്യമുറപ്പിച്ചു കഴിഞ്ഞിരുന്നു. ഞാൻ 'റെസിസ്റ്റൻ സിൽ' ആകൃഷ്ടനായി. അതേപ്പറ്റി ആൾക്കാർ പറഞ്ഞുതുടങ്ങിയ ആ കാലത്തുതന്നെ ഞാൻ ഒരു രാജ്യസ്നേഹിയാണെന്നു സ്വയം കണ്ടു പിടിച്ചു. നിങ്ങൾ ചിരിക്കുന്നോ? ഞാനാ തിരിച്ചറിയൽ നടത്തിയത് ഷാട്‌ലെ മെട്രോ സ്റ്റേഷനിൽ നിന്നിറങ്ങിയപ്പോഴാണ്. ഒരു പട്ടി എങ്ങ നെയോ അവിടെ എത്ത പ്പെട്ടിരുന്നു. അവൻ ചെവികൂർപ്പിച്ച് തുള്ളിച്ചാടി നടന്നുപോകുന്ന ഓരോരുത്തരുടേയും കാലുകൾ മണപ്പിക്കുകയാ യിരുന്നു. എനിക്കു പണ്ടുമുതലേ നായ്ക്കളോട് ആത്മാർഥമായ ഇഷ്ട മുണ്ട്. അവർ എപ്പോഴും മാപ്പുതരുന്നു എന്നതുകൊണ്ടാണ് അവയോ ടിഷ്ടം. ഞാൻ അവനെ വിളിച്ചു. ഒന്നു മടിച്ചിട്ട് അവൻ വാലാട്ടി എന്റെ ഒപ്പം നടന്നുതുടങ്ങി. അപ്പോൾ ഒരു യുവജർമൻ സൈനികൻ എന്നെ

കടന്നുപോയി. അയാൾ നായയുടെ തലയിൽ തലോടി. ഒരു മടിയും കൂടാതെ നായ സൈനികന്റെ ഒപ്പം നടന്ന്, അയാളുമൊത്ത് അപ്രത്യക്ഷനായി. എനിക്കാ ജർമൻ സൈനികനോടു തോന്നിയ നീരസ ത്തിൽനിന്നും ഭ്രാന്തമായ ദേഷ്യത്തിൽനിന്നും എന്റെ പ്രതി കരണം രാജ്യസ്നേഹപരമായിരുന്നെന്ന് എനിക്കു മനസിലായി. അവൻ ഒരു ഫ്രെഞ്ചുകാരന്റെ പുറകെയാണു പോയിരുന്നതെങ്കിൽ ഞാൻ അതു ഗൗനിക്കുക പോലുമില്ലായിരുന്നു. മറിച്ച് ആ നായ ജർമൻ പട്ടാളത്തിന് നല്ലതുകൊണ്ടുവരുന്ന ഒരു ഭാഗ്യചിഹനമായി എനിക്കു തോന്നി. അതാണ് അത്ര അരിശം വന്നത്.

റെസിസ്റ്റൻസിനെപ്പറ്റി കൂടുതൽ മനസിലാക്കുക എന്ന ഉദ്ദേശ്യ ത്തോടെ ഞാൻ ദക്ഷിണമേഖലയിൽ എത്തി. എന്നാൽ അവിടെയെത്തി കുറച്ചു കാര്യങ്ങൾ മനസിലായതോടെ എനിക്കു മടിയായി. അൽപ്പം ഭ്രാന്തവും, കാൽപ്പനികത്വം കലർന്ന സാഹസികതയും ആണ് ആ പ്രസ്ഥാനമെന്നു എനിക്കു തോന്നി. ഒളിവിലെ പ്രവർത്തനങ്ങൾ എന്റെ പ്രകൃതിക്കു യോജിച്ചതായിരുന്നില്ല. തുറസായ സ്ഥലത്തെ ഉയരമുള്ള വൃക്ഷങ്ങളിലും കൊടുമുടികളിലും ആനന്ദം കണ്ടെത്തുന്ന എന്റെ അപ്പോഴത്തെ അവസ്ഥയിൽ പ്രത്യേകിച്ചും രാപകലില്ലാതെ ഒരു നിലവറയിലിരുന്നു തുണിനെയ്യാൻ എന്നോട് ആവശ്യപ്പെടുന്നതു പോലെ എനിക്കു തോന്നി. കുറച്ചുദിവസം കഴിയുമ്പോൾ മൃഗ സമാനമായ ശത്രുക്കൾ എന്റെ ഒളിസങ്കേതം കണ്ടുപിടിച്ച് എന്റെ നെയ്ത്തു മുഴുവൻ എന്നെക്കൊണ്ടുതന്നെ അഴിപ്പിച്ച് എന്നെ മറ്റൊരു നിലവറയിലേക്ക് വലിച്ചിഴച്ച് അവിടെയിട്ട് എന്നെ അടിച്ചുകൊല്ലുക. ഇത്തരം വീരനായ കത്വം ഇഷ്ടപ്പെട്ടവരെ എനിക്കു ബഹുമാന മായിരുന്നെങ്കിലും അവരെ അനുകരിക്കാൻ എനിക്കു കഴിഞ്ഞില്ല.

അതുകൊണ്ട് ഞാൻ ലണ്ടനിൽ എത്തിച്ചേരുക എന്ന ഉദ്ദേശ്യ ത്തോടെ വടക്കൻ ആഫ്രിക്കയിലേക്കുപോയി. എന്നാൽ ആഫ്രിക്കയിലെ സ്ഥിതിഗതികൾ വ്യക്തമായിരുന്നില്ല. ഇരുപക്ഷവും ഒരുപോലെ ശരിയുടെ ഭാഗത്താണെന്നു തോന്നിയതുകൊണ്ട് ഞാൻ വിട്ടുനിന്നു. ഞാൻ ചില വിശദാംശങ്ങൾ വിട്ടുകളയുന്നു എന്ന് നിങ്ങൾക്കു തൊന്നു ന്നുവെന്ന് എനിക്ക് മനസിലാവുന്നു. നിങ്ങളുടെ അസ്തൽമൂല്യം മനസിലാ യതുകൊണ്ട് നിങ്ങൾ അവയിൽ കൂടുതൽ ശ്രദ്ധപതിപ്പിക്കാൻ വേണ്ടി യാണ് ഞാൻ അവ വിട്ടുകളയുന്നതെന്ന് തൽക്കാലം നമുക്കു കരുതാം. അവസാനം ഞാൻ ടുണീഷ്യയിലെത്തി. അവിടെ എന്നെ വളരെ ഇഷ്ട മുള്ള ഒരു സുഹൃത്ത് എനിക്ക് ഒരു ജോലി ശരിയാക്കിത്തന്നു. ഫിലിം ബിസിനസ്സിൽ ഏർപ്പെട്ടിരുന്ന കൂർമബുദ്ധിയുള്ള ഒരു സ്ത്രീയായിരുന്നു എന്റെ സുഹൃത്ത്. ഞാൻ അവളുമൊത്ത് ട്യൂണിസ്സി ലേക്കു പോയി. സഖ്യകക്ഷികൾ അൾജീരിയയിൽ കപ്പലിറങ്ങു ന്നതുവരെ അവളുടെ യഥാർഥ തൊഴിൽ എന്തായിരുന്നെന്ന് ഞാൻ മനസിലാക്കിയിരുന്നില്ല. ആ ദിവസംതന്നെ അവളെ ജർമൻകാർ അറസ്റ്റ് ചെയ്തു. ഉദ്ദേശിക്കാ തെയാണെങ്കിലും ഞാനും തടവിലായി. അവൾക്കു പിന്നീടെന്തുണ്ടായി

എന്നെനിക്കറിയില്ല. എനിക്ക് പ്രത്യേകിച്ച് മർദന, പീഡനങ്ങൾ സഹിക്കേ
ണ്ടിവന്നില്ല. എന്റെ തടവ് ഒരു സുരക്ഷാ പ്രവർത്തനത്തിന്റെ ഭാഗം
മാത്രമായിരുന്നെന്ന് പിന്നീട് വെളിവായി. ട്രിപ്പോളിക്കടുത്തൊരു
ക്യാമ്പിലായിരുന്നു ഞങ്ങൾ. മർദനത്തേക്കാളും വിശപ്പും ദാഹവും
മൂലമാണ് പീഡിപ്പിക്കപ്പെട്ടത്. ഞാൻ അതു വിവരിക്കുന്നില്ല. ഈ
അർധനൂറ്റാണ്ടിന്റെ സന്തതികളായ നമുക്ക് അങ്ങനെയുള്ളൊരു ഇടം
മനസിൽ കാണാൻ ചിത്രങ്ങളുടേയോ സ്കെച്ചുകളുടേയോ ആവശ്യമില്ല.
നൂറ്റി അൻപതുവർഷം മുൻപ് ആൾക്കാർ തടാകങ്ങളെപ്പറ്റിയും
കാനനങ്ങളെപ്പറ്റിയും വികാര തരളിതരായി. എന്നാൽ ഇന്നു നമുക്ക്
തടവറയുടെ ഭാവഗീതങ്ങളാ ണുള്ളത്. അതുകൊണ്ട് ബാക്കിയുള്ളതു
നിങ്ങളുടെ ഭാവനയ്ക്കു വിട്ടുതരുന്നു. ചില ചെറിയ വിശദാംശങ്ങൾകൂടി
ചേർത്താൽ മതി: കുത്തനെ മുകളിൽ നിൽക്കുന്ന സൂര്യൻ, ഗംഭീരമായ
ചൂട്, ഈച്ചകൾ, ചൊരിമണൽ, ജലക്ഷാമം.

വിശ്വാസിയായ ഒരു യുവഫ്രഞ്ചുകാരൻ എന്നോടൊപ്പമുണ്ടാ
യിരുന്നു. അതൊരു മാലാഖ കഥതന്നെയായിരുന്നു. വേണമെങ്കിൽ ദഗു
സ്ക്ലിൻ എന്നു പറയാം. അയാൾ യുദ്ധം ചെയ്യാനായി ഫ്രാൻസിൽ
നിന്ന് സ്പെയിനിൽ എത്തിയതായിരുന്നു. അവിടത്തെ കത്തോലിക്ക ജന
റൽ ഫ്രാങ്കോ അയാളെ തടവിലാക്കി. ഫ്രാങ്കോയുടെ ക്യാമ്പുകൾക്ക്
റോമിന്റെ അനുഗ്രഹാശിസ്സുകളുണ്ടെന്ന് മനസിലായതോടെ അയാളിൽ
സ്ഥായിയായ ശോകപ്രവണത കണ്ടുതുടങ്ങി. പിന്നീടയാൾ എത്തിയ
ആഫ്രിക്കൻ ക്യാമ്പിലെ ആകാശങ്ങളോ, അവിടെ അയാൾക്കു ലഭിച്ച
നീണ്ട ഒഴിവുസമയങ്ങളോ, അ ശോകത്തിൽ നിന്ന് അയാളെ കരകേറ്റി
യില്ല. അയാളുടെ ചിന്തകളും കഠിനമായ സൂര്യനും അയാളിൽ നേരിയ
ചിത്തഭ്രമം ഉണ്ടാക്കിയിരുന്നു. ഒരു ദിവസം ഞങ്ങൾ പത്തോളം പേര്
ഈയം ഉരുകിവീഴുന്ന ചൂടിൽ ഒരു ടെന്റിൽ ഈച്ചകളുടെ ഇടയിൽ അണ
ച്ചുകൊണ്ടിരുന്നപ്പോൾ അയാൾ ആ 'റോമനെതിരെ' യുള്ള തന്റെ ഭർസ
നങ്ങൾ ആവർത്തിച്ചു. ഒരാഴ്ച വളർച്ചയുള്ള താടിയുടെ മുകളിലൂടെ
തന്റെ വന്യമായ നേത്രങ്ങൾകൊണ്ട് അയാൾ ഞങ്ങളെ നോക്കി.
അരയ്ക്കു മുകളിലേക്ക് നഗനായിരുന്ന അയാൾ വിയർപ്പിൽ കുളിച്ച്
തന്റെ എഴുന്നുനിൽക്കുന്ന വാരിയെല്ലുകളിൽ താളം പിടിച്ച് സിംഹാസ
നത്തിലിരുന്ന് പ്രാർഥിക്കുന്ന പോപ്പിനുപകരം അവശരുടെയും ആർത്ത
ന്മാരുടെയും ഒപ്പം ജീവിക്കുന്ന ഒരു പുതിയ പോപ്പിനെ ആവശ്യമുണ്ടെന്ന്
ഞങ്ങളോടായി വിളംബരം ചെയ്തു. എത്രവേഗം അതു സാധ്യമാവുമോ
അത്രയും നല്ലത്. അയാൾ തലയും കുലുക്കി ആവർത്തിച്ചുകൊണ്ടിരു
ന്നു. എത്ര വേഗമാവുമോ അത്രയും നല്ലത്. പെട്ടെന്നയാൾ ശാന്തനായി,
ചൊടിയില്ലാത്ത ശബ്ദത്തിൽ, അങ്ങനെയൊരു പോപ്പിനെ നമ്മുടെയിട
യിൽനിന്നുതന്നെ തെരഞ്ഞെടുക്കണമെന്നു പറഞ്ഞു. തെറ്റുകുറ്റങ്ങളും
സദ്ഗുണങ്ങളുമെല്ലാമുള്ള ഒരു പൂർണമനുഷ്യനെയാണ് വേണ്ടത്. ആ
പോപ്പിനോട് മറ്റുള്ളവരെല്ലാം കൂറുപുലർത്തണം. ഒരേയൊരു ഉപാധിയേ
അയാൾ മുന്നോട്ടുവച്ചുള്ളൂ. അങ്ങനെ തെരഞ്ഞെടുക്കപ്പെടുന്നയാൾ

അയാളിലും മറ്റുള്ളവരിലും തങ്ങളുടെ പീഡാനുഭവങ്ങളുടെ സത്ത ജൈവമായി നിലനിർത്തണം. "നമ്മിലാർക്കാണ്," അയാൾ ചോദിച്ചു 'ഏറ്റവും കൂടുതൽ പിഴവുകൾ ഉള്ളത്?' ഒരു തമാശയായി, ഞാൻ കൈ പൊക്കി. മറ്റാരും അങ്ങനെ ചെയ്തുമില്ല. 'ശരി ഷാങ് ബാപ്റ്റിസ്റ്റ് മതി! മറ്റുള്ളവരെല്ലാം തമാശയിൽത്തന്നെ അതിനോടു യോജിച്ചു. തമാശയി ലെങ്കിലും, അതിനൊക്കെ നേരിയ ഗൗരവമുണ്ടായിരുന്നു. സത്യം പറ ഞ്ഞാൽ ദഗുസ്ക്ലിൻ ഞങ്ങളെ വല്ലാതെ ആകർഷിച്ചിരുന്നു.

എന്നെ സംബന്ധിച്ചിടത്തോളവും അതെല്ലാം തീർത്തും കളിയാ യിരുന്നില്ല. എന്റെ കൊച്ചുപ്രവാചകൻ പറയുന്നത് ശരിയാണെന്ന് എനിക്കു തോന്നി. പിന്നെ ഉഗ്രമായ സൂര്യതാപം, തളർത്തുന്ന അധ്വാ നം, വെള്ളത്തിനുവേണ്ടിയുള്ള പരക്കംപാച്ചിൽ. എല്ലാമായപ്പോൾ ഞങ്ങ ളാരുംതന്നെ അത്ര നല്ല അവസ്ഥയിലായിരുന്നില്ല. എന്തായാലും ഏതാനും ആഴ്ചകൾ പോപ്പെന്ന നിലയിലുള്ള ഉത്തരവാദിത്വങ്ങൾ വർധി ച്ചുവന്ന ഗൗരവത്തോടെ ഞാൻ നിർവഹിച്ചു.

എന്തൊക്കെയായിരുന്നു ആ ഉത്തരവാദിത്വങ്ങൾ? ഞാൻ ഒരു ഗ്രൂപ്പു നേതാവിന്റെ അല്ലെങ്കിൽ ഒരു സെല്ലിന്റെ സെക്രട്ടറിയുടെ അവസ്ഥയി ലായിരുന്നു. മറ്റുള്ളവർ, വിശ്വാസമില്ലായിരുന്നവർപോലും എന്നെ അനു സരിക്കാൻ തുടങ്ങി. ദഗുസ്ക്ലിൻ പീഡനം അനുഭവിക്കുകയായിരുന്നു. അതിന്റെ കാഠിന്യം ലഘൂകരിക്കാൻ ഞാൻ ശ്രമിച്ചു. പോപ്പ് ആയിരി ക്കുക ഞാൻ കരുതിയതുപോലെ അത്ര എളുപ്പമല്ല എന്നെനിക്കു മന സിലായി. ഇന്നലെ വൈകുന്നേരം ജഡ്ജിമാരെപ്പറ്റി വെറുപ്പുനിറഞ്ഞ ഒരു പ്രസംഗം ഞാൻ നടത്തിയില്ലേ, അപ്പോൾ ഞാനിതെല്ലാം ഓർത്തുപോ യി. വെള്ളത്തിന്റെ വിനിയോഗമായിരുന്നു ക്യാമ്പിലെ ഏറ്റവും വലിയ പ്രശ്നം. രാഷ്ട്രീയത്തിന്റെയോ മതത്തിന്റെയോ അടിസ്ഥാനത്തിൽ പല ഗ്രൂപ്പുകളും നിലവിൽ വന്നിരുന്നു. ഓരോന്നിന്റേയും നേതാക്കന്മാർ അവ രവരുടെ സഖാക്കളോടു കൂടുതൽ ഔദാര്യം കാണിച്ചു. എനിക്കും അങ്ങനെതന്നെ ചെയ്യേണ്ടിവന്നു. ഞങ്ങളുടെ ഇടയിൽപ്പോലും എനിക്ക് പൂർണമായ സമത്വം പാലിക്കാൻ കഴിഞ്ഞില്ല. എന്റെ സഖാക്കളുടെ ശാരീ രികാവസ്ഥ കണക്കിലെടുത്തും ഓരോരുത്തർ ചെയ്യുന്ന ജോലിയുടെ കാഠിന്യം കണക്കിലെടുത്തും ഒന്നല്ലെങ്കിൽ മറ്റൊരാൾക്ക് കൂടുതൽ സൗജന്യങ്ങൾ അനുവദിച്ചു. ഇങ്ങനെ അനുവദിക്കുന്ന നേരിയ വിവേച നങ്ങൾപോലും ദുരവ്യാപകമായ ഫലങ്ങൾ ഉളവാക്കുന്നതാണ്. പക്ഷെ ഞാൻ ക്ഷീണിതനാണ്. തന്നെയുമല്ല എനിക്ക് ആ കാലത്തെപ്പറ്റി ഓർക്കാനെ താൽപ്പര്യമില്ല. ചുരുക്കിപ്പറഞ്ഞാൽ മരിച്ചുകൊണ്ടിരുന്ന ഒരു സഖാവിന്റെ വെള്ളം ഞാനെടുത്തു കുടിച്ചു എന്ന പതനത്തിലെത്തി കാര്യങ്ങൾ. അല്ല അത് ദഗുസ്ക്ലിൻ ആയിരുന്നില്ല. അയാൾ മരിച്ചു കഴിഞ്ഞിരുന്നു. അയാൾ ഉണ്ടായിരുന്നെങ്കിൽ അയാളോടുള്ള സ്നേഹം കൊണ്ടെങ്കിലും ഞാൻ അങ്ങനെ ചെയ്യില്ലായിരുന്നു. മരണക്കിടക്കയിൽ കിടക്കുന്ന ഇയാളെക്കാൾ എന്റെ ഗ്രൂപ്പിലെ സഖാക്കൾക്ക് ആവശ്യം എന്നെയാണെന്നും, ഇയാൾ ഏതായാലും മരിക്കും എന്നാൽ മറ്റുള്ള

വർക്കുവേണ്ടി ജീവിച്ചിരിക്കുക എന്റെ കടമയാണെന്നും എന്നെത്തന്നെ
വിശ്വസിപ്പിച്ചാണ് ഞാൻ ആ വെള്ളം കുടിച്ചത്. അങ്ങനെ സുഹൃത്തേ,
സാമ്രാജ്യങ്ങളും പള്ളികളും മൃത്യുവിന്റെ സൂര്യനു കീഴിലാണ് ജനി
ക്കുന്നത്. ഇന്നലെ ഞാൻ പറഞ്ഞതിന് ഒരു തിരുത്ത്. ഇപ്പോൾ മാത്രം
മനസ്സിൽ ഉദിച്ച ആശയമാണ്. അതായത് നാം പോപ്പിന് മാപ്പുകൊടു
ക്കണം. ഒന്നാമത് മറ്റാരേക്കാളും അദ്ദേഹത്തിനാണ് അതിന്റെ ആവശ
്യം. രണ്ടാമത് അദ്ദേഹത്തെക്കാളും മഹാനാവാൻ ഈ ഒരു വഴി മാത്ര
മേയുള്ളൂ....

നിങ്ങൾ കതക് ശരിക്കും അടച്ചിരുന്നല്ലോ? ഇല്ലേ! ദയവുചെയ്ത്
ഉറപ്പുവരുത്തൂ. എനിക്കൊരു 'കുറ്റി-കോംപ്ലക്സു'ണ്ട്. ഉറങ്ങാൻ പോവു
മ്പോൾ കതകിന്റെ കുറ്റിയിട്ടോ എന്ന് എനിക്ക് ഒരിക്കലും ഓർക്കാൻ
കഴിയില്ല. എല്ലാ രാത്രിയിലും എനിക്ക് എഴുന്നേറ്റ് നോക്കി ഉറപ്പുവരു
ത്തേണ്ടിവരുന്നു. ഒരാൾക്ക് ഒന്നിനെപ്പറ്റിയും ഉറപ്പുണ്ടാകാൻ കഴിയില്ല
എന്നു ഞാൻ പറഞ്ഞല്ലോ. ഈ കുറ്റിയെപ്പറ്റിയുള്ള ശങ്ക പേടിച്ചരണ്ട
ഒരു വീട്ടുകാരന്റേതാണെന്നു ധരിക്കരുത്. പഴയ നാളുകളിൽ എന്റെ
വീടോ, കാറോ ഞാൻ പൂട്ടാറില്ലായിരുന്നു. പണവും പൂട്ടിവച്ചില്ല. എന്റെ
തായിരുന്ന ഒന്നിനോടും ഞാൻ കടിച്ചുതൂങ്ങിയില്ല. സത്യം പറഞ്ഞാൽ
എന്തെങ്കിലും സ്വന്തമാക്കുക എനിക്കു നാണക്കേടായി തോന്നിയിരുന്നു.
ചിലപ്പോഴൊക്കെ സംഭാഷണത്തിനിടെ ഞാൻ ആത്മാർഥതയോടെ വിളി
ച്ചുപറയുമായിരുന്നു. 'സ്വത്ത് കൊലപാതകമാണ് സുഹൃത്തുക്കളേ.'
അർഹതയുള്ള ഒരു പാവപ്പെട്ടവനുമായി എന്റെ സ്വത്ത് പങ്കിടുന്നതിനു
വേണ്ടത്ര ഹൃദയവിശാലത ഇല്ലാതിരുന്നതിനാൽ പിന്നീടു കള്ളന്മാർ
എന്നു തെളിയിച്ച ചിലർക്ക് കൈകാര്യം ചെയ്യാൻ വിട്ടുകൊടുത്തു. യദൃ
ച്ഛയാ എങ്കിലും അനീതിക്ക് പരിഹാരമാവട്ടെ എന്നു കരുതി. ഇന്ന്
എനിക്ക് സ്വന്തമായ ഒന്നുംതന്നെയില്ല. ഇന്ന് ഞാൻ എന്റെ സുരക്ഷി
തത്വത്തെപ്പറ്റി ആകുലനല്ല. മറിച്ച്, എന്നെപ്പറ്റിയും എന്റെ മനഃസാന്നി
ധ്യത്തെപ്പറ്റിയും മാത്രമാണ്. ഞാൻ രാജാവും പോപ്പും ന്യായാധിപനു
മായ ആ കൊച്ചു ലോകത്തിന്റെ വാതായനങ്ങൾ അടയ്ക്കുവാനും ഉത്സു
കനാണ്.

ആ അലമാര ഒന്നു തുറക്കുമോ? ആ പെയിന്റിംഗ് ഒന്നു നോക്കൂ.
അത് തിരിച്ചറിയാൻ കഴിയുന്നില്ലേ? അത് *നീതിമാന്മാരായ ന്യായാധിപ
രാണ് (ദ ജസ്റ്റ് ജഡ്ജസ്).* ആ ചിത്രം കണ്ടിട്ട് ഒന്നും ഓർമ വരുന്നില്ലേ!
സെയിന്റ് ബാവോൺ കത്തീഡ്രലിൽ നിന്ന് 1934-ൽ മോഷണം പോയ
വാൻ ഐകിന്റെ അൾത്താര ചിത്രസഞ്ചയം. *ആട്ടിൻകുട്ടിയുടെ ആരാ
ധന യിൽപ്പെട്ട ഒന്നാണ് അത്. നീതിമാന്മാരായ ന്യായാധിപർ.* വിശുദ്ധ
മൃഗത്തെ ആരാധിക്കാനായി കുതിരപ്പുറത്തു വന്ന ന്യായാധിപന്മാ
രെയാണ് അതു ചിത്രീകരിക്കുന്നത്. മൂലകൃതി കാണാതായപ്പോൾ
അതിന്റെ ഒരു പകർപ്പ് അവിടെ പകരം വച്ചു. ആ ഒറിജിനൽ ആണിത്.
ഇല്ല എനിക്കാ മോഷണവുമായി ബന്ധമൊന്നും ഉണ്ടായിരുന്നില്ല.
'മെക്സിക്കോ സിറ്റിയിലെ' ഒരു പതിവുകാരൻ ഒരു കുപ്പിക്കായി അത്

ഗറില്ലയ്ക്കു വിറ്റു. നല്ല ഒരു സ്ഥാനത്ത് അതിനെ പ്രതിഷ്ഠിക്കാൻ ഞാൻ നമ്മുടെ സുഹൃത്തിനെ ഉപദേശിച്ചു. അങ്ങനെ, ലോകം മുഴുവൻ അതി നുവേണ്ടിയുള്ള തിരച്ചിൽ നടത്തിക്കൊണ്ടിരുന്നപ്പോൾ നമ്മുടെ *ജഡ്ജി മാർ* കുടിയന്മാരുടെയും കൂട്ടിക്കൊടുപ്പുകാരുടെയും തലയ്ക്കു മുകളിൽ മെക്സിക്കോ സിറ്റിയിൽ വിരാജിച്ചു. പിന്നീട് എന്റെ ഉപദേശപ്രകാരം ഇവിടെ എന്റെ അടുത്ത് സൂക്ഷിച്ചിരിക്കുകയാണ്. ആദ്യം അങ്ങനെ ചെയ്യാൻ അയാൾക്കു മടിയായിരുന്നു. എന്നാൽ കാര്യങ്ങൾ വിശദീകരി ച്ചപ്പോൾ അയാൾ ഭയന്നുപോയി. അന്നുമുതൽ ഈ *ജഡ്ജിമാർ* മാത്ര മാണ് എന്റെ ഏക കൂട്ട്. മെക്സിക്കോ സിറ്റിയുടെ ബാറിനു മുകളിൽ എന്തൊരു ശൂന്യതയാണ് അവർ അവശേഷിപ്പിച്ചതെന്ന് താങ്കൾ കണ്ട താണല്ലോ.

ഈ ഫലകം എന്തുകൊണ്ട് ഞാൻ മടക്കിക്കൊടുത്തില്ലെന്നോ? ഹാ ഹാ ഹാ! താങ്കൾക്കൊരു പൊലീസുകാരന്റെ മനസാണല്ലേ, പ്രോസി ക്യൂഷൻ വക്കീലിന്റെ ചോദ്യത്തിന് ഉത്തരം പറയുന്നപോലെ ഞാൻ പറയാം. ഒന്നാമത്, ഇത് എന്റെയല്ല മെക്സിക്കോ സിറ്റിയുടെ ഉടമസ്ഥ ന്റെയാണ്. ഗെന്റിലെ ആർച്ച് ബിഷപ്പിന് അതിന്റെ ഉടമയായിരിക്കാൻ എന്തുമാത്രം അർഹതയുണ്ടോ അത്രതന്നെ അർഹത അയാൾക്കുമു ണ്ട്. രണ്ടാമത്, *ആട്ടിൻകുട്ടിയുടെ ആരാധന* യുടെ മുന്നിലൂടെ കടന്നു പോയ ഒരാൾക്കും ഈ ചിത്രത്തിന്റെ പകർപ്പും ഒറിജിനലും തമ്മിൽ യാതൊരു വ്യത്യാസവും അനുഭവപ്പെട്ടില്ല. അതുകൊണ്ടുതന്നെ എന്റെ തെറ്റായ നടപടി മൂലം ആർക്കും ഒരു ചേതവും സംഭവിച്ചിട്ടില്ല. മൂന്നാ മത് ഇങ്ങനെയൊരവസ്ഥയിൽ എനിക്കാണ് ആധിപത്യം. കാരണം, കപട ജഡ്ജിമാരെ ലോകം ആരാധിക്കുമ്പോൾ ശരിക്കുള്ളവർ എനിക്കൊപ്പം സഹവസിക്കുന്നു. നാലാമത്, ഇതുമൂലം തടവിലാക്കപ്പെടാൻ സാധ്യത യുണ്ട്– ഒരർഥത്തിൽ ആകർഷണീയമായ ഒരു ആശയം. അഞ്ചാമത്, ആ ന്യായാധിപന്മാർ ആട്ടിൻകുട്ടിയെ കാണാനാണ് പോയത്. എന്നാൽ ഇന്ന് ആട്ടിൻകുട്ടിയോ നിഷ്കളങ്കതയോ ഇല്ല; ഈ ഫലകം മോഷ്ടിച്ച ബുദ്ധിമാനായ റാസ്ക്കൽ, അറിവിനതീതമായ നീതിയുടെ ഒരു ഉപകര ണമായിരുന്നു. അതിനെ തകർക്കാൻ പാടില്ല. അവസാനമായി ഈ അവ സ്ഥയിൽ എല്ലാം തമ്മിൽ പൊരുത്തത്തിലും സ്വരച്ചേർച്ചയിലുമായി. നീതിയും നിരപരാധിത്വവും എന്നെന്നേക്കുമായി വേർതിരിക്കപ്പെട്ടതോ ടെ-രണ്ടാമത്തേതു കുരിശിലും ആദ്യത്തേത് എന്റെ അലമാരയിലും– എന്റെ വിശ്വാസങ്ങൾക്കനുസൃതമായി പ്രവർത്തിക്കാൻ എനിക്കു വഴി യൊരുക്കി. ഒരു തെളിഞ്ഞ മനസ്സാക്ഷിയോടെ പശ്ചാത്താപഭരിതനായ ജഡ്ജിയുടെ തൊഴിലിലേക്കു എനിക്കു കടക്കാം. നിങ്ങൾ തിരിച്ചു പോകാ റായതുകൊണ്ട്, അതെന്താണെന്നു പറയാൻ സമയമായി.

ബുദ്ധിമുട്ടില്ലാതെ ശ്വസിക്കാൻ പാകത്തിന് ഞാനൊന്നിരുന്നോട്ടെ. ഓഹ്, എന്തൊരു ക്ഷീണം! എന്റെ ജഡ്ജിമാരെ ഒന്നു പൂട്ടിയേക്കൂ. പശ്ചാ ത്താപഭരിതനായ ജഡ്ജിയെ സംബന്ധിച്ചിടത്തോളം ഞാനാതൊഴിൽ ഇപ്പോൾ പ്രാക്റ്റീസു ചെയ്യുകയാണ്. സാധാരണഗതിയിൽ 'മെക്സി

ക്കോ സിറ്റി' യാണ് എന്റെ ഓഫീസ്. എന്നാൽ യഥാർഥ ജോലി നടക്കു ന്നത് തൊഴിൽസ്ഥലത്തല്ല. കിടക്കയിൽ കിടക്കുമ്പോഴും പനി പിടിച്ചിരി ക്കുമ്പോഴും ഞാൻ കർമനിരതനാണ്. കൂടാതെ, ഈ തൊഴിൽ ഒരാൾ പ്രാക്റ്റിസു ചെയ്യുകയല്ല ചെയ്യുന്നത്. ശ്വസിക്കുന്നതുതന്നെ അതാണ്. അഞ്ചു ദിവസം നീണ്ട ഈ സംഭാഷണം വെറും തമാശയ്ക്കായിരു ന്നെന്ന് കരുതരുത്. പണ്ട് ഞാൻ ഒരുപാടു കളിവാക്കുകൾ പറഞ്ഞിരു ന്നു. ഇന്ന് എന്റെ വാക്കുകൾക്ക് ഒരു ലക്ഷ്യമുണ്ട്. മോചനം അസാധ്യ മാണെങ്കിലും എന്റെ നേരെ ഉയരുന്ന പരിഹാസച്ചിരി ഇല്ലാതാക്കുകയും വിധിക്കപ്പെടുന്നതിൽ നിന്ന് ഒഴിഞ്ഞുമാറുകയുമാണ് ലക്ഷ്യം. നാം തന്നെ യാണ് ആദ്യം നമ്മെത്തന്നെ കുറ്റവാളികളായിക്കാണുന്നത് എന്നതല്ലേ ആ വിധിന്യായത്തിൽനിന്നും രക്ഷപ്പെടുന്നതിൽനിന്ന് തടയുന്ന പ്രധാന ഘടകം? അതുകൊണ്ട്, വിവേചനമില്ലാതെ എല്ലാവരിലും കുറ്റം ചാർത്തു കവഴി അതിന്റെ ഘനം കുറയ്ക്കുന്നതാണ് ആദ്യപടി.

ആർക്കും യാതൊരു ഒഴിവുകഴിവുമില്ല എന്നതാണ് എന്റെ തത്ത്വം. ഉദ്ദേശ ശുദ്ധിയേയും, മാന്യതയുള്ള തെറ്റുകളേയും അറിയാതെ ഉണ്ടായ തെറ്റുകളേയും, സാഹചര്യങ്ങളുടെ സമ്മർദങ്ങളേയും, ഞാൻ നിരാക രിക്കുന്നു. എല്ലാം അപരാധംതന്നെ. പാപവിമുക്തി നൽകുകയോ, അനു ഗ്രഹങ്ങൾ നൽകുകയോ എന്റെ കോടതിയിലില്ല. വളരെ ലളിതമായി എല്ലാം കൂട്ടിനോക്കുന്നു. എന്നിട്ട്, ഇത് ഇത്രയുണ്ട് നീ ഒരു പാതകിയാണ്, കാമാതുരനാണ്, സ്വർഗഭോഗിയാണ്, സൂത്രക്കാരനാണ്...ഇങ്ങനെ ഇത്രയും തുറന്ന് രാഷ്ട്രീയത്തിലായാലും, ദാർശനികതയിലായാലും ഞാൻ മനുഷ്യന് നിരപരാധിത്വം അനുവദിച്ചുകൊടുക്കാൻ തയ്യാറല്ലാ ത്തതും,അവനെ അപരാധിയായി മാത്രം കാണുന്നതുമായ രീതിക്കു വേണ്ടി നിലകൊള്ളുന്നു. നിങ്ങൾക്കെന്നിൽ ബോധോദയം സിദ്ധിച്ച അടി മത്തത്തിന്റെ വക്കീലിനെ ദർശിക്കാം.

അടിമത്തമില്ലാതെ നിർണായകമായ ഒരു പരിഹാരവുമില്ല. ഞാനതു വളരെ വേഗം മനസിലാക്കി. ഒരുകാലത്ത് ഞാൻ സ്വാതന്ത്ര്യത്തെപ്പറ്റി യാണ് എപ്പോഴും സംസാരിച്ചിരുന്നത്. പ്രഭാതഭക്ഷണത്തിന് അതു പുര ട്ടിയാണ് ഞാനെന്റെ റൊട്ടി കഴിച്ചിരുന്നത്. ദിവസം മുഴുവൻ ഞാനതു ചവച്ചിരുന്നു. സുഹൃദ്സംഭാഷണങ്ങളിൽ എന്റെ ഉച്ഛാസത്തിന് അതിന്റെ മണമുണ്ടായിരുന്നു. എന്നെ എതിർത്തവരെ ആ സൂത്രവാക്യമുപയോ ഗിച്ചാണ് ഞാൻ അടിച്ചിരുത്തിയിരുന്നത്. എന്റെ മോഹസാക്ഷാൽക്കാര ങ്ങൾക്കും അധികാരത്തിനുമായി ഞാൻ അതുപയോഗിച്ചു. എന്റെ ഒപ്പം ശയിച്ചവരുടെ ചെവിയിൽ ഞാനതു മന്ത്രിച്ചു. പക്ഷേ ഞാൻ അമിത വേഗം കൊള്ളുന്നല്ലോ, എന്റെ അനുപാതബോധം നഷ്ടപ്പെടുന്നു. എന്റെ സ്വകാര്യലാഭത്തിനല്ലാതെയും ചിലപ്പോൾ ഞാൻ സ്വാതന്ത്ര്യത്തെ ഉപ യോഗിച്ചു- എന്റെ വിഡ്ഢിത്തമൊന്നോർത്തുനോക്കൂ- രണ്ടു മൂന്നുപ്ര വശ്യം അതിനായി പടപൊരുതി. അതിനായി മരിക്കാൻ തയ്യാറായില്ലെ ങ്കിലും ചില അപകടസാധ്യതകൾ അഭിമുഖീകരിച്ചു. അങ്ങനെയുള്ള സാഹസികമായ, ലക്കും ലഗാനുമില്ലാത്ത എന്റെ നടപടികൾ ക്ഷമയർഹി

ക്കുന്നതാണ്. കാരണം, ഞാൻ എന്താണു ചെയ്യുന്നതെന്ന് എനിക്കറിയി
ല്ലായിരുന്നു. ഷാംപെയ്ൻ കുടിച്ചു ആഘോഷിക്കേണ്ട ഒരു പാരിതോഷി
കമോ അലങ്കാരമോ അല്ല സ്വാതന്ത്ര്യമെന്ന് ഞാൻ അറിഞ്ഞിരുന്നില്ല.
ഒരു ദാനവുമല്ല. അതൊന്നുമല്ല! മറിച്ച് അതൊരു വിടുപണിയാണ്.
തികച്ചും ഏകാന്തവും, ക്ഷീണിപ്പിക്കുന്നതുമായ ഒരു ദീർഘദൂര ഓട്ടമ
ത്സരം അപ്പോൾ ഷാംപെയ്നില്ല, നിങ്ങൾക്കു നേരെ ഗ്ലാസ്സുകൾ ഉയർത്തി
സ്നേഹപൂർവം നിങ്ങളെ കടാക്ഷിക്കുന്ന സുഹൃത്തുക്കളില്ല. ജഡ്ജി
യുടെ മുൻപിൽ പ്രതിക്കൂട്ടിൽ ഒറ്റയ്ക്കാണ്. തന്റെ മുന്നിലോ ജഡ്ജി
യുടെ മുന്നിലോ തനിച്ചാണ്. എല്ലാ സ്വാതന്ത്ര്യത്തിന്റേയും അവസാനം
ഒരു കോടതിവിധിയാണ്. അതുകൊണ്ടാണ് സ്വാതന്ത്ര്യത്തിന് വഹിക്കാ
വുന്നതിലേറെ ഭാരമുണ്ടാവുന്നത്. പ്രത്യേകിച്ചും പനിപിടിച്ചുകിടക്കു
മ്പോൾ, അല്ലെങ്കിൽ ദു:ഖിതനായിരിക്കുമ്പോൾ, അല്ലെങ്കിൽ ആരെയും
സ്നേഹിക്കാത്തപ്പോൾ.

സുഹൃത്തേ, ദൈവമോ ഉടയവനോ ഇല്ലാത്ത ഏകാന്തരായ
ആർക്കും ദിവസങ്ങളുടെ ഭാരം ഭയങ്കരമാണ്. അതുകൊണ്ട് ഒരുവൻ
ഒരു ഉടയോനെ കണ്ടെത്തണം–ദൈവം ഫാഷനല്ലാതായിത്തീർന്നിരിക്കു
ന്നല്ലോ. പോരെങ്കിൽ ആ വാക്കിന്റെ അർഥം നഷ്ടപ്പെട്ടുകഴിഞ്ഞിരിക്കു
ന്നു; അതിന്നാരേയും ഞെട്ടിപ്പിക്കാറില്ല. നമ്മുടെ നൈതിക ദാർശനികരെ
എടുക്കുക. നിങ്ങളുടെ അയൽക്കാരെ സ്നേഹിക്കുക...മറ്റും, അവർ
ക്രിസ്ത്യാനികളിൽനിന്ന് ഒട്ടും വ്യത്യസ്തരല്ല; അവർ പള്ളിയിൽനിന്ന്
ഉപദേശിക്കുന്നില്ല എന്നുമാത്രം. അവർ എന്തുകൊണ്ടാണ് മതാനുകൂ
ലികൾ ആവാത്തത്? താങ്കൾക്കെന്തു തോന്നുന്നു? ബഹുമാനമായി
രിക്കാം കാരണം. മനുഷ്യനോടുള്ള ബഹുമാനം, ആത്മാഭിമാനം, വെറു
തേ അപവാദവും അപകീർത്തിയും ഉണ്ടാക്കേണ്ട എന്നതു കൊണ്ടാവാം
അവർ തങ്ങളുടെ അഭിപ്രായങ്ങൾ, വികാരങ്ങൾ, അവനവനിൽ നിന്ന്
പുറത്തേക്കു വിടാത്തത്. ഒരു യുക്തിവാദി നോവലിസ്റ്റിനെ എനിക്കറി
യാമായിരുന്നു; അയാൾ എന്നും രാത്രിയിൽ പ്രാർഥിക്കുമായിരുന്നു.
പക്ഷേ, അതുകൊണ്ടെന്ത്? അയാളുടെ പുസ്തകങ്ങളിൽ അയാൾ ദൈവ
ത്തിന് കണക്കിനു കൊടുക്കുമായിരുന്നു! എന്തൊരു 'പൊടിതട്ടൽ' ചിലർ
പറഞ്ഞേക്കാം. വിപ്ലവകാരിയായ ഒരു സ്വതന്ത്ര ചിന്തകനോട് ഞാൻ
ഇതേപ്പറ്റി പറഞ്ഞു. അയാൾ ആകാശത്തിലേക്ക് കയ്യുയർത്തി പ്രതിക
രിച്ചു. 'നിങ്ങൾ പറയുന്നത് എനിക്കു പുതിയ അറിവല്ല.' അയാൾ ഒന്നു
നിശ്വസിച്ചു. 'അവരെല്ലാം അങ്ങനെതന്നെയാണ്! അയാളുടെ അഭിപ്രാ
യത്തിൽ നമ്മുടെ എഴുത്തുകാരിൽ എൺപതു ശതമാനവും സ്വന്തംപേർ
അടിയിലെഴുതേണ്ടെങ്കിൽ ദൈവനാമം പ്രകീർത്തിച്ചുകൊണ്ട് രചനകൾ
നടത്തും. അവർ അവരെത്തന്നെ സ്നേഹിക്കുന്നതുകൊണ്ട് തങ്ങളുടെ
പേരുകൾ അടിയിൽ എഴുതിച്ചേർക്കുന്നു. അവർ അവരെത്തന്നെ വെറു
ക്കുന്നതുകൊണ്ട് ഒന്നിനെയും ആരെയും പ്രകീർത്തിക്കുന്നുമില്ലാ എന്നും
അയാൾ കൂട്ടിച്ചേർത്തു. എന്നാലും അവർക്ക് വിധി പ്രസ്താവിക്കാതിരി
ക്കാൻ കഴിയില്ലാത്തതുകൊണ്ട് ധർമപ്രഭാഷണം നടത്തുന്നു. ചുരുക്ക

ത്തിൽ അവരുടെ ചെകുത്താനിസം ഒരു സദ്ഗുണമായി മാറുന്നു. വല്ലാ ത്തൊരു കാലംതന്നെ. മനസുകൾ കുഴഞ്ഞുമറിഞ്ഞു കിടക്കുകയാണെ ന്നതിലും, ഒരു മോഡൽ ഭർത്താവായിരുന്ന എന്റെ ഒരു യുക്തിവാദി സുഹൃത്ത് പരസ്ത്രീഗമനം തുടങ്ങിയതിനുശേഷം, വിശ്വാസിയായി മാറി യതിലും ഒരൽഭുതവുമില്ല. NP അവരെല്ലാം സ്വതന്ത്രരായതുകൊണ്ട് സ്വയം തീരുമാനിക്കണം. എന്നാൽ അവർക്ക് സ്വാതന്ത്ര്യവും അതിന്റെ വിധിന്യായങ്ങളും ആവശ്യമില്ലാത്തതുകൊണ്ട് തങ്ങളുടെ മോട്ടയ്ക്ക് അടിവാങ്ങാനായി കൈനീട്ടി കൊടുക്കുന്നു; അവർ ഭയങ്കരമായ നിയമ ങ്ങളുണ്ടാക്കുന്നു. എന്നാൽ അവർ പാപത്തിൽ മാത്രം വിശ്വസിക്കുന്നു, കാരുണ്യത്തിൽ ഒരിക്കലുമില്ല. കരുണയാണ് അവർക്കുവേണ്ടത്– അംഗീ കാരം, കീഴടങ്ങൽ, സുഖവും സന്തോഷവും. വികാരജീവികളായതു കൊണ്ട്, വിവാഹനിശ്ചയവും കുമാരിയായ ഭാര്യയും, വഴിതെറ്റാത്ത പുരു ഷനും, സംഗീതവും അവർക്കുവേണം. ഞാനൊരു വികാരജീവിയല്ല. ഞാൻ എന്തൊക്കെയാണ് സ്വപ്നം കണ്ടിരുന്നതെന്നറിയുമോ? രാപകൽ ഭേദമില്ലാത്ത, ഹൃദയത്തിന്റെയും ശരീരത്തിന്റെയും സമ്പൂർണസ്നേഹം, ഇടപെടലുകളില്ലാത്ത ദീർഘപരിരംഭണം, ഐന്ദ്രിയ ആഹ്ളാദം, മാനസി കാവേശം...എല്ലാം അഞ്ചു വർഷത്തേക്ക് എന്നിട്ട് മരണത്തിൽ അവസാ നിക്കണം. കഷ്ടം!

അതുകൊണ്ട്, എല്ലാം കഴിയുമ്പോൾ, തടസമില്ലാത്ത സ്നേഹം ഇല്ലാത്തതിനാൽ പിന്നെ വിവാഹമാണ്. അധികാരവും ചാട്ടയുമുള്ള മൃഗീയ വിവാഹം. പ്രധാനമെന്താണെന്നാൽ എല്ലാം ലളിതമാവണം. ഓരോ പ്രവൃത്തിയും നിർദേശിച്ചതുപ്രകാരമാവണം. നല്ലതും ചീത്തയും വിട്ടുവീഴ്ചയില്ലാതെ വ്യക്തമായി ചൂണ്ടിക്കാണിക്കപ്പെടണം. ഞാൻ ക്രിസ്ത്യാനിയല്ലായെങ്കിൽപ്പോലും ഒന്നാമത്തെ ക്രിസ്ത്യാനിയോട് സൗഹൃദം തോന്നുന്നയാളാണ്–എന്റെ അഭിപ്രായവും അതുതന്നെയാണ്, എന്നാൽ പാരീസിലെ പാലങ്ങളിലൂടെ നടക്കുമ്പോൾ ഞാനും സ്വാത ന്ത്ര്യത്തിനെതിരാണെന്ന് മനസിലായി. അതുകൊണ്ട് ഉടമയ്ക്ക് ഹുറേ ഉയർത്തുക. സ്വതന്ത്രരായിരിക്കൽ അവസാനിപ്പിച്ച് നമ്മെക്കാൾ കള്ള നായ ഒന്നിനെ അനുസരിക്കാനും പശ്ചാത്തപിക്കാനും പഠിക്കുക. നാം എല്ലാവരും അപരാധികളാവുമ്പോൾ ജനാധിപത്യമായി. തനിച്ചു മരി ക്കേണ്ടി വരുന്നു എന്നതിന് പ്രതികാരം വീട്ടണമെന്ന് എടുത്തുപറയേ ണ്ടല്ലോ. മരണം ഏകാകിയാണ്, എന്നാൽ അടിമത്തം കൂട്ടായിട്ടാണ്. മറ്റുള്ളവർക്ക് വേണ്ടത് അവർക്കു കിട്ടുന്നു. നമുക്കുള്ളത് നമുക്കും ലഭി ക്കുന്നു. എല്ലാവരും ഒരുമിക്കുന്നു. പക്ഷേ മുട്ടുകുത്തിയും തല കുനിച്ചും. ബാക്കിയുള്ള ലോകത്തെപ്പോലെ ജീവിക്കാൻ കഴിയുക നല്ല കാര്യമല്ലേ? അതിനായി ബാക്കിയുള്ള ലോകം എന്നെപ്പോലെയാകേണ്ട? ഭീഷണി, അപമാനം, പൊലീസ്, ഇവയൊക്കെ അസമാനതയുടെ കൂദാശകളാണ്. അവമാനിക്കപ്പെടുമ്പോൾ, വേട്ടയാടപ്പെടുമ്പോൾ, നിർബന്ധിക്കപ്പെടു മ്പോൾ, എന്റെ മൂല്യമെന്താണെന്ന് എനിക്കു വെളിപ്പെടുത്താം. ഞാനെ ന്താണോ അതിൽ മദിക്കാം, സഹജമായി പെരുമാറാം. അതുകൊണ്ടാണ്

സുഹൃത്തേ സ്വാതന്ത്ര്യത്തോടുള്ള എന്റെ ഉപചാരങ്ങൾ അർപ്പിച്ചതിനു
ശേഷം വിളംബരമന്യേ ആദ്യം വരുന്നതാരായാലും അവർക്ക് അതിനെ
കൈമാറണമെന്ന് രഹസ്യമായി തീരുമാനമെടുത്തത്. എന്റെ 'മെക്സി
ക്കോ സിറ്റി' എന്ന പള്ളിയിൽ ഞാൻ എന്നെക്കൊണ്ടു കഴിയുമ്പോഴൊ
ക്കെ ഉപദേശിക്കുന്നു. അധികാരത്തിന്റെ മുൻപിൽ കീഴടങ്ങാനും, അടി
മത്തത്തിന്റെ സുഖങ്ങൾ വിനയപൂർവം തേടാനും ഞാൻ എല്ലാ നല്ല
ആൾക്കാരേയും ക്ഷണിക്കുന്നു; യഥാർഥ സ്വാതന്ത്ര്യം അതാണെന്ന രൂപ
ത്തിലാണ് ഞാൻ അവതരിപ്പിക്കുന്നതെന്നു മാത്രം.

ഞാൻ ഭ്രാന്തുപറയുകയൊന്നുമല്ല; അടിമത്തം അത്രയെളുപ്പം നേടാ
വുന്ന ഒന്നല്ല. അത് ഭാവിയുടെ വാഗ്ദാനങ്ങളിൽ ഒന്നായിരിക്കുമെന്നു
മാത്രം. അതിനിടെ ഞാൻ വർത്തമാനകാലവുമായി ഒത്തുപോകണം.
താൽക്കാലികമായ ഒരു പരിഹാരവും കണ്ടെത്തണം അതുകൊണ്ട് വിധി
യുടെ ഭാരം എല്ലാവരിലേക്കും വ്യാപിപ്പിക്കാൻ മറ്റു മാർഗങ്ങൾ കണ്ടു
പിടിക്കേണ്ടിയിരുന്നു. അത്ര കുറച്ചു ഭാരമല്ലേ എന്റെ തോളിൽ ഉണ്ടാവൂ.
ഞാൻ അതിനു മാർഗങ്ങൾ കണ്ടുപിടിച്ചു.

ജനാല അൽപ്പം തുറന്നുവയ്ക്കൂ. വല്ലാത്ത ഉഷ്ണം. അധികം തുറ
ക്കേണ്ട; എനിക്കു തണുപ്പും തോന്നുന്നുണ്ട്. എന്റെ ആശയം വളരെ
ലളിതവും ഉർവരവുമാണ്. എനിക്ക് ശാന്തനായി പുറത്തിരിക്കാനുള്ള
അവകാശം ലഭിക്കാൻ തക്കവണ്ണം എല്ലാവരേയും എങ്ങനെ അക
ത്താക്കാം? മറ്റു പല വിശിഷ്ട സഹജീവികളേയുംപോലെ പ്രസംഗവേ
ദിയിൽ കയറിനിന്ന് മനുഷ്യവംശത്തെ ശപിക്കണോ? അപകടം പിടിച്ച
താണത്! ഒരു ദിവസം, അല്ലെങ്കിൽ ഒരു രാത്രി, യാതൊരു മുന്നറിയിപ്പു
മില്ലാതെ പൊട്ടിച്ചിരി മുഴങ്ങുന്നു. നിങ്ങൾ മറ്റുള്ളവരുടെ മേലേക്കു
തള്ളിവിടുന്ന വിധി തിരിച്ച് നിങ്ങളുടെ മുഖത്തേക്കുതന്നെ അടിക്കുന്നു.
അതുകൊണ്ടെന്ത്? എന്നു ചോദിക്കുന്നുവോ? ഇവിടെയാണ് പ്രതിഭയുടെ
തിളക്കം. കൈയിൽ വടിയുമേന്തി വരുന്ന ഉടമകളെ കാത്തിരിക്കുമ്പോൾ
കോപ്പർ നിക്സ്സിനെപ്പോലെ യുക്തിവിചാരം തലതിരിക്കണം. സ്വയം
വിധിക്കപ്പെടാതെ മറ്റുള്ളവരെ വിധിക്കാൻ കഴിയില്ലാ എന്നിരിക്കെ, മറ്റു
ള്ളവരെ വിധിക്കാനുള്ള അവകാശത്തിനായി സ്വയം മറികടക്കണം.
ഓരോ ജഡ്ജിയും എന്നെങ്കിലുമൊരിക്കൽ പശ്ചാത്താപഭരിതനാവും
എന്നിരിക്കെ ഒരാൾ എതിർദിശയിൽ യാത്ര ചെയ്യണം, അവസാനം
ജഡ്ജിയായി മാറാൻ പശ്ചാത്താപഭരിതന്റെ തൊഴിൽ ആദ്യം ചെയ്യണം.
മനസ്സിലാവുന്നുണ്ടോ? കൊള്ളാം. എങ്കിലും കുറേക്കൂടി വ്യക്തമാക്കാൻ,
ഞാൻ എങ്ങനെയാണ് പ്രവർത്തിക്കുന്നതെന്നു പറഞ്ഞുതരാം.

ആദ്യം ഞാൻ എന്റെ വക്കീൽ ഓഫീസ് അടച്ചു. പാരീസുവിട്ടു.
യാത്രയാരംഭിച്ചു. പ്രാക്ടീസു കിട്ടുന്ന മറ്റൊരിടത്ത് മറ്റൊരു പേരിൽ
പാർക്കാം എന്നതായിരുന്നു ഉദ്ദേശ്യം. അങ്ങനെയുള്ള പല സ്ഥലങ്ങളും
ലോകത്തിലുണ്ട്. എന്നാൽ യാദൃച്ഛികത, സൗകര്യം, ഒരുതരം വിരോ
ധാഭാസം, പീഡിപ്പിക്കപ്പെടേണ്ടതിന്റെ ആവശ്യം, ഇവയെല്ലാംകൂടി ജന
ബാഹുല്യമുള്ള, ലോകത്തിന്റെ എല്ലാ കോണുകളിൽനിന്നും സന്ദർശ

കരെത്തുന്ന കനാലുകൾ നിറഞ്ഞ വെള്ളത്തിന്റെയും മൂടൽ മഞ്ഞി
ന്റെയും നഗരം തെരഞ്ഞെടുത്തു. നാവികരുടെ കേന്ദ്രമായ ഒരിടത്ത് ഒരു
സാറിൽ ഓഫീസ് തുറന്നു. തുറമുഖത്തിലെ ഇടപാടുകാർ വൈവിധ്യ
മുള്ളവരാണ്. പാവങ്ങൾ പണക്കാരുടെ വിഹാരകേന്ദ്രങ്ങളായ ഇടങ്ങളി
ലേക്കു പോവാറില്ല. എന്നാൽ വല്ലപ്പോഴുമൊക്കെയാണെങ്കിലും മാന്യ
ന്മാർ കുപ്രശസ്തിയുള്ള സ്ഥലങ്ങളിൽ എത്തുന്നു. ഞാൻ ആ ബൂർഷ്വ
കൾക്കുവേണ്ടി കാത്തിരിക്കുന്നു; പ്രത്യേകിച്ചും ഒറ്റതിരിഞ്ഞുവരുന്ന
ബുർഷ്വായെ കാത്ത്. അങ്ങനെയുള്ളവരുമായാണ് എനിക്കു ഏറ്റവും നല്ല
റിസൽട്ടു കിട്ടുന്നത്. ഒരപൂർവ വയലിനിൽനിന്ന് ഒരു കലാനിപുണൻ
എന്നപോലെ എന്റെ സൂക്ഷ്മസ്വരങ്ങൾ ഞാൻ അയാളിൽ നിന്ന് മീട്ടി
യെടുക്കുന്നു.

അങ്ങനെ കുറേക്കാലമായി 'മെക്സിക്കോ സിറ്റി'യിൽ ഞാൻ എന്റെ
തൊഴിൽ പ്രാക്ടീസു ചെയ്യുന്നു. അതു തുടങ്ങുന്നത് നിങ്ങൾക്ക് അനു
ഭവത്തിൽനിന്നറിയാം. കുമ്പസാരവുമായാണ്. ഞാൻ എന്നെത്തന്നെ നഖ
ശിഖാന്തം കുറ്റപ്പെടുത്തുന്നു. അതത്ര കഠിനമല്ല. കാരണം ഇപ്പോൾ
എനിക്ക് ഓർമ തിരിച്ചുകിട്ടിയിട്ടുണ്ട്. എന്നാൽ നെഞ്ചത്തലച്ച്, പ്രാകൃത
മായല്ല ഞാൻ കുമ്പസാരിക്കുന്നതെന്ന് ചൂണ്ടിക്കാണിക്കട്ടെ. ഞാൻ
സമർഥമായി വഴി കണ്ടുപിടിക്കുന്നു. താരതമ്യങ്ങളും വിഷയത്തിൽ
നിന്നുള്ള വ്യതിചലനങ്ങളും ഒക്കെ ഉപയോഗിക്കുന്നു. ചുരുക്കത്തിൽ
കേൾവിക്കാരനു ചേർന്ന ഒരു ശൈലി ഞാൻ സ്വീകരിക്കുന്നു. എന്നെ
സംബന്ധിക്കുന്നതും മറ്റുള്ളവരെ സംബന്ധിക്കുന്നതും കൂട്ടിക്കുഴയ്ക്കു
ന്നു. രണ്ടുപേർക്കും പൊതുവായുള്ള സ്വഭാവങ്ങൾ ഞാൻ തെരഞ്ഞെടു
ക്കുന്നു. ഒരുപോലുള്ള അനുഭവങ്ങൾ, ഞങ്ങൾ പങ്കിടുന്ന പരാജയങ്ങൾ,
ആ സമയത്ത് പ്രസിദ്ധരായ ഞങ്ങൾ രണ്ടുപേരും മാനിക്കുന്ന
വ്യക്തികൾ... അതെല്ലാംകൊണ്ട് ഞാൻ ഒരു ഛായാചിത്രം മെനഞ്ഞെ
ടുക്കുന്നു. അതാരുമാവാം, എന്നാൽ പ്രത്യേകിച്ചാരുമാവില്ലതാനും. ഒരു
മുഖംമൂടി, ഉത്സവക്കാലത്ത് പ്രത്യക്ഷപ്പെടാറുള്ള ജീവസ്സറ്റ, എന്നാൽ
ശൈലീകൃതമായ കാർണിവൽ പൊയ്മുഖങ്ങൾ. അതുകാണുമ്പോൾ
ജനം പറയും, 'ഹേയ് ഞാനിയാളെ എവിടെയോ കണ്ടിട്ടുണ്ടല്ലോ!'
ഛായാചിത്രം പൂർണമാവുമ്പോൾ–ഈ സായാഹ്നത്തിലെപ്പോലെ–അഗാ
ധമായ ദു:ഖത്തോടെ ഞാനതു കാട്ടിക്കൊടുക്കും. 'കഷ്ടം ഈ കാണു
ന്നതാണ് ഞാൻ! അതോടെ പ്രോസിക്യൂട്ടറുടെ ആരോപണങ്ങൾ അവ
സാനിക്കുന്നു. അതേസമയംതന്നെ എന്റെ സഹജീവികളുടെ മുന്നിൽ
ഞാൻ ഉയർത്തിപ്പിടിക്കുന്ന ഛായാചിത്രം ഒരു കണ്ണാടിയാവുന്നു.

ചാരത്തിൽ മുങ്ങി, മുടി കീറിപ്പറിച്ച്, മാന്തിപ്പൊളിച്ച മുഖവുമായി
എന്നാൽ തുളച്ചുകയറുന്ന നോട്ടവുമായി എന്റെ നാണക്കേടുകളേറ്റു
പറഞ്ഞ് ഞാൻ മനുഷ്യവംശത്തിനു മുൻപിൽ നിൽക്കുന്നു. എന്നാൽ
ഞാൻ സൃഷ്ടിക്കുന്ന ആഘാതത്തെപ്പറ്റി പൂർണബോധ്യമുള്ള ഞാൻ
പറയുന്നു: 'ഞാൻ നീചരിൽ നീചനായിരുന്നു!" ക്രമേണ ആരുമറിയാതെ
ഞാൻ, 'ഞാനിൽ നിന്ന്' 'നമ്മളിലേക്കു' ചുവടുമാറ്റുന്നു. 'ഈ കാണു
ന്നതാണ് നമ്മൾ' നമ്മൾവരെയെത്തുമ്പോൾ എന്റെ കളി അവസാനി

ക്കുന്നു. പിന്നെ എനിക്കവരെ പറഞ്ഞുവിടാം. ഞാൻ തീർച്ചയായും അവ
രെപ്പോലെതന്നെയാണ്. ഈ സൂപ്പിൽ നമ്മൾ ഒരുമിച്ചാണ്. എന്നാൽ
ഇതെനിക്കറിയാമെന്നത് എനിക്കും ഒരു മേൽക്കോയ്മ തരുന്നു; എനിക്കു
സംസാരിക്കാൻ അവകാശം നൽകുന്നു. അതിലെ ഗുണം നിങ്ങൾ കാണു
ന്നുണ്ടല്ലോ–എത്രമേൽ ഞാൻ എന്നെ കുറ്റപ്പെടുത്തുന്നുവോ, നിങ്ങളെ
ജഡ്ജ് ചെയ്യാൻ എനിക്കത്രമേൽ അവകാശം ലഭിക്കുന്നു. അതിലുപരി,
സ്വയം ജഡ്ജ് ചെയ്യാൻ നിങ്ങളെ പ്രകോപിതനാക്കുന്നു; അത്രയും എന്റെ
മേലുള്ള ഭാരം കുറയുന്നു. എന്റെ സുഹൃത്തേ നാം വിചിത്രജീവികളല്ലേ.
പിൻതിരിഞ്ഞൊന്നു നോക്കിയാൽ അതിശയിക്കാനും സ്വയം അപവാദി
തനാവാനും അവസരങ്ങൾക്കു യാതൊരു കുറവുമുണ്ടാവില്ല. ഒന്നു
ശ്രമിച്ചുനോക്കൂ. സഹജാവബോധത്തോടെയാവും നിങ്ങളുടെ കുമ്പ
സാരം ഞാൻ കേൾക്കുക എന്നു നിങ്ങൾക്കുറപ്പിക്കാം.

    ചിരിക്കാതിരിക്കൂ! നിങ്ങൾ ദുർഘടനായ ഒരു ഇടപാടുകാരൻ തന്നെ.
അതു ഞാൻ ആദ്യംതന്നെ മനസിലാക്കിയിരുന്നു. സാരമില്ല, നിങ്ങളും
നിവൃത്തിയില്ലാതെ അതിലേക്കെത്തും. മറ്റുള്ളവരിൽ ഏറിയ പങ്കിനും
ബുദ്ധിയേക്കാൾ വികാരമാണുണ്ടാവുക; അവർ പെട്ടെന്നുതന്നെ അസ്വ
സ്ഥരാകും. ബുദ്ധിയേറിയവർക്ക്, സമയം കൊടുത്താൽ മതി. അവർ
മറക്കില്ല; ആലോചിക്കുകയും ചെയ്യും. അധികം വൈകാതെ അവരും
കീഴടങ്ങും, എല്ലാം പറയും. നിങ്ങൾക്കു ബുദ്ധി മാത്രമല്ല, അതുപയോ
ഗിച്ചുള്ള തിളക്കവുമുണ്ട്. എങ്കിലും തുറന്നു പറയൂ. അഞ്ചുദിവസങ്ങൾക്കു
മുമ്പ് നിങ്ങൾ എന്തുമാത്രം സ്വയംപ്രീതനായിരുന്നുവോ ഇന്നത്രയ്ക്കി
ല്ലെന്ന്? ഇനി ഞാൻ, നിങ്ങളെനിക്കു കത്തെഴുതുന്നതോ വീണ്ടും തിരി
ച്ചുവരുന്നതോ കാത്തിരിക്കാം. നിങ്ങൾ തിരിച്ചുവരുമെന്ന് എനിക്കുറപ്പു
ണ്ട്. യാതൊരു മാറ്റവും ഇല്ലാത്ത എന്നെയാവും നിങ്ങൾ കാണുക.
ഞാനെന്തിനു മാറണം, എനിക്കു യോജിക്കുന്ന സന്തോഷം ഞാൻ
കണ്ടെത്തിക്കഴിഞ്ഞിരിക്കെ? കാപട്യം മൂലം അസ്വസ്ഥനാകുന്നതിനുപ
കരം, ഞാനതിനെ അംഗീകരിച്ചിരിക്കുകയാണ്. മറിച്ച് ഞാനതിലേക്ക്
ഇറങ്ങിച്ചെന്നു ജീവിതം മുഴുവൻ അന്വേഷിച്ചിരുന്ന സുഖം ഞാനതിൽ
കണ്ടു. വിധിക്കപ്പെടുന്നതിൽനിന്ന് ഒഴിവാകുന്നതാണ് പ്രധാന കാര്യം
എന്നു നിങ്ങളോടു പറഞ്ഞതു തെറ്റിപ്പോയി. അവനോന് എല്ലാം അനു
വദിക്കുക എന്നതാണ് പ്രധാനം. ഞാൻ എല്ലാം എനിക്കുതന്നെ രണ്ടാ
മതും അനുവദിച്ചിട്ടുണ്ട്. ഇത്തവണ ആ പൊട്ടിച്ചിരി കേൾക്കേണ്ടിവരാ
റില്ല. എന്റെ ജീവിതരീതി മാറ്റിയിട്ടില്ല; ഞാനിന്നും എന്നെ സ്നേഹിക്കു
ന്നതു തുടരുന്നു. മറ്റുള്ളവരെ ഉപയോഗിക്കുന്നു. എന്റെ അപരാധങ്ങ
ളുടെ കുമ്പസാരം, ഭാരം കുറഞ്ഞ ഹൃദയവുമായി ഇരട്ടി സന്തോഷം
നേടാൻ എന്നെ സഹായിച്ചു. ആദ്യത്തേത് സഹജമായുള്ളതും, രണ്ടാമ
ത്തേത് മുഗ്ധമായ പശ്ചാത്താപത്തിന്റെയും.

    പരിഹാരം കണ്ടെത്തിയതിനെത്തുടർന്ന് ഞാൻ എല്ലാത്തിനോടും
വഴങ്ങുന്നു; സ്ത്രീകളോട്,അഹങ്കാരത്തോട്, മടുപ്പിനോട്,നീരസത്തോട്.
എന്തിന്, ഇപ്പോൾ എന്നിൽ സന്തോഷപൂർവം ഞാനനുഭവിക്കുന്ന പനി

യോടും. അവസാനം എന്റെ മേൽക്കോയ്മ, എക്കാലത്തേക്കും. എനിക്കു മാത്രം കയറാൻ കഴിയുന്ന ഒരുയരം ഞാൻ വീണ്ടും കണ്ടുപിടിച്ചിരിക്കുന്നു. അവിടെ നിലയുറപ്പിച്ച് എനിക്ക് എല്ലാവരേയും വിധിക്കാം. നീണ്ട ഇടവേളകൾക്കിടെ ചില സുന്ദരരാത്രികളിൽ വിദൂരതയിൽനിന്ന് ആ പൊട്ടിച്ചിരി കേൾക്കാറുണ്ട്. അതോടെ സംശയം പുനർജനിക്കുകയായി. എന്നാൽ വേഗം, എന്റെതന്നെ ഉറപ്പില്ലായ്മയുടെ ഭാരത്തിനടിയിൽ എല്ലാത്തിനെയും, മനുഷ്യരേയും വസ്തുക്കളേയും തകർക്കുന്നു. അതോടെ ഞാൻ വീണ്ടും ഉന്മേഷവാനാകുന്നു.

അതുകൊണ്ട് എത്രകാലം വേണമെങ്കിലും ഞാൻ താങ്കൾക്കായി മെക്സിക്കോ സിറ്റിയിൽ കാക്കാം. ഈ പുതപ്പൊന്നു മാറ്റിത്തരൂ, എനിക്കു ശ്വസിക്കണം. നിങ്ങൾ വരും, ഇല്ലേ? എന്റെ ടെക്നിക്കിന്റെ വിശദാംശങ്ങൾ ഞാൻ നിങ്ങൾക്കു കാട്ടിത്തരാം; എനിക്കു നിങ്ങളോട് ഒരുതരം മമത തോന്നുന്നു. അവർ കൊള്ളരുതാത്തവരാണെന്ന് ഞാൻ ആവർത്തിച്ചാവർത്തിച്ചു അവരെ പഠിപ്പിക്കുന്നതു നിങ്ങൾക്കു കാണാൻ കഴിയും. ഇന്നു സന്ധ്യക്കുതന്നെ ഞാൻ അതു പുനരാരംഭിക്കും. എനിക്കതില്ലാതെ കഴിയില്ല. അവരിലൊരാൾ മദ്യത്തിന്റെ സഹായത്തോടെ, നെഞ്ചത്തലച്ച് തളർന്നുവീഴുന്ന നിമിഷങ്ങൾ വേണ്ടെന്നുവയ്ക്കാൻ കഴിയില്ല.അപ്പോൾ എന്റെ പൊക്കം വർധിക്കുന്നു. ഞാൻ കുറേക്കൂടി സ്വതന്ത്രമായി ശ്വസിക്കുന്നു, മുന്നിൽ വിശാലമായ പീഠഭൂമിയുള്ള ഒരു മലമുകളിൽ ഞാൻ എത്തുന്നു. ചീത്തസ്വഭാവവും പെരുമാറ്റവുമെന്ന് എഴുതിയ സർട്ടിഫിക്കറ്റുകൾ വിതരണം ചെയ്തുകൊണ്ട് പിതാവായ ദൈവം കണക്കെ ഇരിക്കുന്നത് ഉന്മത്തത പ്രദാനം ചെയ്യുന്നു. ഡച്ച് സ്വർഗത്തിലെ കൊടുമുടിയിൽ എന്റെ ചീത്ത മാലാഖമാരുടെ ഇടയിൽ സിംഹാസനാരൂഢനായി ഇരിക്കുന്ന ഞാൻ, അന്തിമവിധിക്കായി ജനസഹസ്രങ്ങൾ വെള്ളത്തിൽനിന്നും മൂടൽമഞ്ഞിൽനിന്നും എന്റെ നേരെ ഉയർന്നുവരുന്നതു ഞാൻ കാണുന്നു. അവർ വളരെ മെല്ലെയാണ് ഉയരുന്നത്. എങ്കിലും ആദ്യത്തെ ആൾ എത്തിക്കഴിഞ്ഞു. കൈകൊണ്ടു പകുതി മറഞ്ഞ അയാളുടെ സംഭ്രാന്തമായ മുഖത്ത് സാധാരണ അസ്തിത്വത്തിന്റെ ശോകഛവിയും, അതിൽനിന്നും മോചനം ലഭിക്കാത്തതിലുള്ള നിരാശയും കാണാം. ഞാനോ, ഞാൻ പാപവിമുക്തനാകാതെ സഹതപിക്കുന്നു. മാപ്പുകൊടുക്കാതെ മനസിലാക്കുന്നു. എല്ലാറ്റിലുമുപരി, അവസാനം ഞാൻ ആരാധിക്കപ്പെടുന്നു എന്ന തോന്നലിൽ അഭിരമിക്കുന്നു!

അതെ, ഞാൻ എഴുന്നേൽക്കുകയാണ്. ഒരു നല്ല രോഗിയായി എപ്പോഴും കിടക്കയിൽ കഴിയാൻ എന്നെക്കൊണ്ടാവില്ല. എന്റെ ചിന്തകൾ എന്നെ നിങ്ങളുടെ മുകളിലേക്കും ഉയർത്തുന്നു. ഇങ്ങനെയുള്ള പ്രഭാതങ്ങളിൽ ഞാൻ കനാൽക്കരയിലൂടെ നടക്കാൻ പോകുന്നു. കരിവാളിച്ച മാനത്ത് തുവലുകളുടെ പടലത്തിന്റെ കട്ടി കുറയുന്നു. പ്രാവുകൾ കുറേക്കൂടി ഉയരത്തിലേക്കു നീങ്ങുന്നു. മേൽക്കൂരകളുടെ മുകളിൽ തെളിഞ്ഞുവരുന്ന വെളിച്ചം എന്റെ സൃഷ്ടിയായ ഒരു പുതുദിനത്തെ വിളംബരം ചെയ്യുന്നു. ആദ്യത്തെ ട്രാം അതിന്റെ മണി മുഴക്കുന്നു. യൂറോപ്പിന്റെ ഈ വിദൂര മുനമ്പിൽ ജീവിതം ഉണരുന്നതിന്റെ അടയാളമാണത്.

ഇതേ നിമിഷംതന്നെ ദശലക്ഷക്കണക്കിനു മനുഷ്യർ, എന്റെ പ്രജകൾ വായിൽ കയ്പുരസവുമായി സന്തോഷരഹിതമായ തങ്ങളുടെ ജോലി കൾക്കു പോകാനായി വിഷമത്തോടെ കിടക്കവിട്ടെഴുന്നേൽക്കുന്നു. അപ്പോൾ എന്റെ കൈപ്പിടിയിലായ ഈ ഭൂഖണ്ഡത്തിന്റെ മുകളിലേക്കു പറന്നുയർന്ന്, പൊട്ടിവിടരുന്ന പ്രഭാതത്തിന്റെ വെളിച്ചം മോന്തി, ചീത്ത വാക്കുകളുടെ ലഹരിയിൽ, ഞാൻ പരമാനന്ദ സുഖം അനുഭവിക്കുന്നു. ഞാൻ സന്തോഷവാനാണ്. ഞാൻ സന്തോഷവാനല്ലായെന്നു ചിന്തിക്കാൻ നിങ്ങളെ അനുവദിക്കില്ല. മരണംവരെയും ഞാൻ സന്തോഷവാനാണ്.

ഞാൻ വീണ്ടും കിടക്കയിലേക്കു പോകുന്നു. ക്ഷമിക്കുക. ഞാൻ വല്ലാതെ പ്രക്ഷുബ്ധനായിരിക്കുന്നുവെന്നു തോന്നുന്നു. എങ്കിലും ഞാൻ കരയുന്നില്ല. നല്ല ജീവിതത്തിന്റെ രഹസ്യങ്ങൾ കണ്ടുപിടിച്ചിട്ടും ചില പ്പോൾ വസ്തുതകളെപ്പറ്റി സംശയം ജനിച്ച് മനസ്സ് അലയാൻ തുടങ്ങും. എന്റെ പരിഹാരം ഏറ്റവും ഉത്തമമായതല്ല എന്നെനിക്കറിയാം. എന്നാൽ നിങ്ങൾക്ക് സ്വന്തം ജീവിതം ഇഷ്ടമില്ലെങ്കിൽ നിങ്ങൾക്കു മറ്റു മാർഗങ്ങ ളില്ല. മറ്റൊരാൾ ആവാൻവേണ്ടി ഒരാൾക്ക് എന്തു ചെയ്യാൻ കഴിയും? അസാധ്യം. ആദ്യം ആരുമല്ലാതായിത്തീരണം, ഒരിക്കലെങ്കിലും സ്വയം മറന്ന് മറ്റൊരുവനാവണം. എന്നാൽ എങ്ങനെ? എന്റെ മേൽ കൂടുതൽ കാർക്കശ്യം കാണിക്കാതിരിക്കൂ. എന്റെ കൈപിടിച്ച് പിടിവിടാതിരുന്ന ആ വൃദ്ധനായ ഭിക്ഷക്കാരനെപ്പോലെയാണ് ഞാൻ 'ഓസർ'. അയാൾ പറഞ്ഞു. 'എന്നെക്കൊണ്ട് ഒന്നിനും കൊള്ളില്ല എന്നതു മാത്രമല്ല, വെളി ച്ചത്തിന്റെ പാതയും നഷ്ടമായിരിക്കുന്നു.' അതെ. വെളിച്ചത്തിന്റെ പാതയും പ്രഭാതങ്ങളും അവനവനുതന്നെ മാപ്പു കൊടുക്കുന്നവരുടെ പവിത്രമായ നിഷ്കളങ്കതയും നമുക്കു നഷ്ടപ്പെട്ടിരിക്കുന്നു.

നോക്കൂ, മഞ്ഞു പെയ്യുന്നു! ഓ, എനിക്കു പുറത്തുപോയേ പറ്റൂ. ശുഭമായ രാത്രിയിൽ ഉറങ്ങിക്കിടക്കുന്ന ആംസ്റ്റർഡാം, മഞ്ഞിൽ മൂടിയ ചെറുപാലങ്ങൾക്കു കീഴെ ഇരുണ്ട കനാലുകൾ. ഒഴിഞ്ഞ തെരുവീഥി കൾ. എന്റെ പതിഞ്ഞ കാലടിശബ്ദങ്ങൾ-മായുന്നതാണെങ്കിലും അതു നിർമലമായിരിക്കും, നാളെ ചെളിക്കൊണ്ടു നിറയുമെങ്കിലും. ജനൽപ്പാളി കളിലേക്ക് ഒഴുകുന്ന വലിയ മഞ്ഞുചീളുകളെ നോക്കൂ. അവ തീർച്ച യായും പ്രാവുകൾ തന്നെയാവും. ആ അരുമകൾ താഴേക്കു വരാൻ തന്നെ അവസാനം തീരുമാനിച്ചു. ജലാശയങ്ങളേയും മേൽക്കൂരകളേയും തൂവലുകളുടെ കട്ടിയുള്ള പ്രതലംകൊണ്ട് അവർ മൂടുന്നു; ഓരോ ജാല കത്തിലും അവർ ചിറകിട്ടടിക്കുന്നു! അവർ സദ്‌വാർത്തയാണു കൊണ്ടു വരുന്നതെന്നു നമുക്കാശിക്കാം. തെരഞ്ഞെടുക്കപ്പെട്ടവർ മാത്രമല്ല, എല്ലാ വരും പാപമോചനം നേടുമായിരിക്കും, അല്ലേ?

ആസ്തികളും പ്രയാസങ്ങളും പങ്കുവയ്ക്കപ്പെടും അല്ലേ? ഉദാഹര ണത്തിന് ഇന്നുമുതൽ നിങ്ങൾ എനിക്കുവേണ്ടി വെറും തറയിൽ കിട ന്നുറങ്ങും അല്ലേ? ഇപ്പോൾ സ്വർഗത്തിൽനിന്ന് ഒരു രഥം താഴേക്കു പറ ന്നുവന്നാൽ, അല്ലെങ്കിൽ മഞ്ഞിന് പെട്ടെന്ന് തീപിടിച്ചാൽ നിങ്ങൾ അത്ഭു ത പരതന്ത്രനാവില്ലേ? നിങ്ങൾ അതു വിശ്വസിക്കുന്നില്ലെന്നോ? ഞാനു മില്ല. എന്നാലും എനിക്കു പുറത്തേക്കു പോകണം.

ശരി, ശരി, ഞാൻ മിണ്ടാതിരിക്കാം. നിങ്ങൾ അസ്വസ്ഥനാവാതിരി
ക്കൂ. എന്റെ ജൽപ്പനങ്ങളേയോ, വികാരവിക്ഷുബ്ധതയെയോ കാര്യമായി
എടുക്കാതിരിക്കൂ. ഞാൻ അവയെ നിയന്ത്രിച്ചിരിക്കുന്നു. നിങ്ങൾ നിങ്ങ
ളെപ്പറ്റി സംസാരിക്കാൻ തുടങ്ങുകയയല്ലേ. എന്റെ കുമ്പസാരങ്ങളുടെ
ലക്ഷ്യങ്ങളിലൊന്നെങ്കിലും സാധിതമാവുമോ എന്ന് ഇപ്പോഴറിയാം.
ഞാൻ സംസാരിച്ചുകൊണ്ടിരിക്കുന്നയാൾ ഒരു പൊലീസുകാരനാവുമെ
ന്നും, നീതിമാന്മാരായ ന്യായാധിപന്മാർ മോഷ്ടിച്ചതിന് അയാൾ എന്നെ
അറസ്റ്റു ചെയ്യുമെന്നും ഞാൻ എപ്പോഴും ആശിക്കാറുണ്ട്. മറ്റുള്ള
ഒന്നിന്റേയും പേരിൽ എന്നെ അറസ്റ്റു ചെയ്യാൻ കഴിയില്ല. ശരിയല്ലേ?
എന്നാൽ ആ മോഷണത്തിന്റെ കാര്യത്തിൽ ഞാൻ നിയമത്തിന്റെ പരി
ധിയിൽപ്പെടും. ഒരു കൂട്ടാളിയാവാൻ വേണ്ടതെല്ലാം ഞാൻ ചെയ്തുവ
ച്ചിട്ടുണ്ടല്ലോ. ആ ഫലകം ഞാൻ സൂക്ഷിക്കുന്നു, ആർക്കൊക്കെ അതു
കാണണമോ അവരെയെല്ലാം കാണിക്കുന്നു. നിങ്ങൾ എന്നെ അറസ്റ്റു
ചെയ്താൽ അതൊരു നല്ല തുടക്കമാവും. ബാക്കിയുള്ളതെല്ലാം സ്വയം
സംഭവിച്ചുകൊള്ളും. എന്റെ തലവെട്ടിയാൽ പിന്നെ ഞാൻ മരണത്തെ
ഭയക്കേണ്ട. എനിക്കു മോചനം ലഭിക്കും. കൂടിനിൽക്കുന്ന ജനങ്ങൾക്കു
മുകളിൽ, നിങ്ങൾക്കെന്റെ ഊഷ്മാവു നഷ്ടപ്പെടാത്ത ശിരസ്സ് ഉയർത്തി
പ്പിടിക്കാം. അവർക്ക് അവരെത്തന്നെ അതിലൂടെ ദർശിക്കാം. അങ്ങനെയും
എനിക്ക് അധീശത്വം ലഭിക്കും. അറിയപ്പെടാതെയും ആരാലും കാണാ
തെയും ഒരു മരുഭൂമിയിൽ വിരാജിക്കുന്ന വ്യാജപ്രവാചകനെന്ന എന്റെ
തൊഴിൽ അതോടെ അവസാനിക്കും.

പക്ഷേ, നിങ്ങളൊരു പൊലീസുകാരനല്ലല്ലോ; ഒന്നും അത്ര എളു
പ്പമാവാറില്ലല്ലോ. എന്ത്? എനിക്കങ്ങനെ തോന്നിയിരുന്നു. നിങ്ങളോട്
എനിക്കു തോന്നിയ മമതയുടെ പിന്നിൽ ഒരു കാരണമുണ്ടായിരുന്നു.
നിങ്ങൾ പാരീസിൽ അഭിഭാഷകവൃത്തി ചെയ്യുന്നു! നമ്മൾ ഒരു ജനു
സിൽപ്പെട്ടവരാണെന്ന് എനിക്കു തോന്നിയിരുന്നു. നമ്മളൊക്കെ ഒരുപോ
ലെയല്ലേ, ആരോടുമല്ലാതെ നിരന്തരമായി സംസാരിക്കുന്നു. മുൻകൂട്ടി
ത്തന്നെ നമുക്ക് ഉത്തരമറിയാവുന്ന ചോദ്യങ്ങളെ അഭിമുഖീകരിക്കുന്നു?
എങ്കിൽ ഇതുകൂടി പറയൂ-സീൻ നദിക്കരയിൽ ഒരു രാത്രി നിങ്ങൾക്ക്
എന്താണു സംഭവിച്ചതെന്നും അപകടസന്ധിയിൽപ്പെടാതെ എങ്ങനെ
രക്ഷപ്പെട്ടെന്നും. ഒരിക്കലും അവസാനിക്കാതെ, വർഷങ്ങളായി എന്റെ
രാത്രികളിൽ പ്രതിധ്വനിച്ചുകൊണ്ടിരുന്ന ആ വാക്കുകൾ നിങ്ങളുടെ നാവു
കൊണ്ടുതന്നെ പറയൂ: 'അല്ലയോ യുവതീ, നീ ഒരിക്കൽക്കൂടി വെള്ള
ത്തിലേക്കു ചാടൂ. അങ്ങനെയെങ്കിലും നമ്മെ രണ്ടുപേരെയും രക്ഷിക്കാൻ
എനിക്കൊരു രണ്ടാമവസരം ഉണ്ടാവട്ടെ!' ഒരു രണ്ടാമവസരം, എന്തൊരു
അപകടസാധ്യതകളുള്ള നിർദേശം അല്ലേ! ഒന്നാലോചിച്ചുനോക്കൂ
സുഹൃത്തേ, നമ്മൾ പറയുന്നത് അക്ഷരാർഥത്തിലെടുത്താലോ? നമു
ക്കതെല്ലാം ചെയ്യേണ്ടിവരില്ലേ. ശ്ശോ! വെള്ളത്തിന് എന്തൊരു തണുപ്പ്!
പക്ഷേ, നമ്മൾ ബേജാറാവേണ്ട! ഇപ്പോൾ വളരെ വൈകിയിരിക്കുന്നു.
എപ്പോഴും വളരെ വൈകിപ്പോയിരിക്കും. ഭാഗ്യവശാൽ!